AF819997

अराइज, अवेक

कॉलेजची पदवी मिळताक्षणी स्वतःचे उद्योग संस्थापित करणाऱ्या
दहा तरुण उद्योजकांच्या प्रेरणादायी कहाण्या!

लेखक
रश्मी बन्सल

अनुवाद
सुनीति काणे

मेहता पब्लिशिंग हाऊस

All rights reserved along with e-books & layout. No part of this publication may be reproduced, stored in a retrieval system or transmitted, in any form or by any means, without the prior written consent of the Publisher and the licence holder.
Please contact us at **Mehta Publishing House,** Pune.
✆ +91 020-24476924 / 24460313 / Mob. No. 9545000513
Email : production@mehtapublishinghouse.com
Website : www.mehtapublishinghouse.com

- *या पुस्तकातील लेखकाची मते, घटना, वर्णने ही त्या लेखकाची असून त्याच्याशी प्रकाशक सहमत असतीलच असे नाही.*

ARISE, AWAKE by RASHMI BANSAL
Copyright © Rashmi Bansal 2015
First Published by Westland Ltd 2015
Translated into Marathi Language by Suneeti Kane

अराइज, अवेक / अनुवादित व्यक्तिचरित्रे

अनुवाद : सुनीति काणे

Email : author@mehtapublishinghouse.com

मराठी अनुवादाचे व प्रकाशनाचे हक्क मेहता पब्लिशिंग हाऊस, पुणे.

प्रकाशक : सुनील अनिल मेहता, मेहता पब्लिशिंग हाऊस,
१९४१, सदाशिव पेठ, माडीवाले कॉलनी, पुणे ४११०३०.

मुद्रक : पार्कसन्स ग्राफिक्स

मुखपृष्ठ : मेहता पब्लिशिंग हाऊस

प्रथमावृत्ती : सप्टेंबर, २०१८

किंमत : ₹ २४०

P Book ISBN 9789353171186
E Book ISBN 9789353171285
E Books available on : amazonkindle Apple Books Google Play Books

---

* पायरेटेड पुस्तकांची खरेदी-विक्री हा कायद्याने गुन्हा आहे आणि अशा गुन्ह्याविरोधात कायदेशीर कारवाई होऊ शकते.

मला साक्षात्कार घडवणारे माझे गुरू
सुनील हांडा यांना सादर अर्पण

अभिप्राय

रश्मी बन्सल यांनी दहा तरुण उद्योजकांच्या प्रेरणादायी कहाण्या लिहिल्या आहेत. महाविद्यालयाची पदवी मिळताक्षणी स्वत:चे उद्योग स्थापन करणारे हे उद्योजक. 'बेवकूफ ब्रँड्स' अशा अजब ब्रँडचे निर्माते प्रभाकिरणसिंग आणि सिद्धार्थ मुनोत, 'भुक्कड' या नावानं तरुणांच्या पोटभरीचा उद्योग करणारा अरुज गर्ग, वैद्यकीय अहवाल संगणकावर ऑनलाईन उपलब्ध करून देणारे शशांक एन. डी. आणि अभिनव लाल असे अनेक उद्योजक या पुस्तकात भेटतात. त्यांचा हा सगळा प्रवास आणि त्यांची मतं वाचनीय आहेत.

दैनिक सकाळ, ११-११-२०१८

उठा, जागृत व्हा!
आणि ईप्सित साध्य होईपर्यंत थांबू नका.

– स्वामी विवेकानंद

लेखिकेचे मनोगत

मी अठरा वर्षांची असताना पहिल्यांदा वर्तमानपत्रासाठी लिहिलं. तेव्हा माझं नाव छापून आलेलं पाहण्याची मोठी हौस वाटत होती.

पण जेव्हा मी काळजीपूर्वक टंकलिखित केलेला माझा लेख 'टाइम्स ऑफ इंडिया'च्या संपादकांकडे धाडला, तेव्हा माझ्या प्रयत्नांचं उत्तर म्हणून नकाराचा एक चिटोरा हाती पडला. मी पुन्हा पुन्हा प्रयत्न केले. दर वेळेस मला तसंच कोरडं, त्रोटक उत्तर मिळत गेलं.

'माझी पुरेशी योग्यता नाही' हा धडा त्यातून घेण्याऐवजी मी आणखी जोमानं प्रयत्न करत राहिले. माझ्यासाठी तो एक खेळ बनला.

मी दीर्घ काळ- नेटानं प्रयत्न करत राहिले तर मी डाव जिंकेन, असं मला वाटत होतं.

एका सुप्रभाती मी वर्तमानपत्र उघडलं आणि मला तिथं दिसलं- माझं नाव छापलेलं! तो क्षण, ती भावना मी कधीच विसरणार नाही. तो शंभर रुपयांचा चेक मी आयुष्यात कधीही विसरणार नाही.

हजारो मैलांच्या प्रवासाचा प्रारंभ होतो पहिलं पाऊल उचलल्यानं. परंतु रस्ता असतो ओला आणि निसरडा. तुमच्या पायात योग्य प्रकारचे जोडे नसतात. तुमच्या हाताशी दिशादर्शक 'गुगल मॅप' नसतो!

तरीही तुम्हाला निग्रहानं पहिलं पाऊल उचलावंच लागतं.

तुम्ही अडखळाल, तुम्ही पडाल; परंतु तुम्ही पुन्हा उठून उभे राहाल आणि चालायला शिकाल.

अनेक जण सल्ला देतील – "पदवी मिळेपर्यंत थांबा!" मी म्हणते, 'वेळ कशासाठी वाया घालवायचा? या घटकेला तुम्ही मुक्त आहात- प्रयोग करण्यासाठी, वेगवेगळ्या वाटा आजमावण्यासाठी.'

इतरांनी स्वीकारलेला मध्यम प्रतीचा धोपटमार्गच तुम्ही का तुडवता?

कॉलेजात असताना मी केलेल्या लेखनाच्या मुशाफिरीमुळे मला माझी दिशा सापडली. अहमदाबादचा दोन वर्षांचा आय.आय.एम.चा अभ्यासक्रम पूर्ण केल्यावर मी हेतुपुरस्सर नोकरीपासून दूर राहिले.

मी असं करू शकले, कारण मी खरोखरच कशात प्रवीण आहे हे मला उमगलं होतं.

हे गुपित तुमच्या मनाच्या कप्प्यात अगदी सुरक्षित असतं. हे गुपित इतर कुणीही जाणून घेऊ शकत नाही. आयुष्य हा विविध खेळाडूंनी खेळायचा भलामोठा खेळ असतो. तुम्ही त्यात सामील होण्याचीच काय ती खोटी असते! त्यामुळे स्वतः कोणती भूमिका वठवायची हे ठरवा, आणि भिडा या खेळाला!

अनेक अनुभव आणि अनेक साहसं तुमची वाट पाहत आहेत- खेळात सामील होण्याचा हाच तो नेमका क्षण आहे!

जानेवारी २०१५ **– रश्मी बन्सल**

मुंबई

अनुक्रमणिका

रँकर्स

देशातील सर्वांत कठीण प्रवेशपरीक्षा ते यशस्वीरीत्या उत्तीर्ण झाले, आणि त्यानंतर त्यांनी नवी आव्हानं पेलली. अशी आव्हानं, जी पेलण्यासाठी प्रशिक्षण देणारा कोणताही प्रशिक्षण वर्ग नसतो!

अभिनव लाल आणि शशांक एन.डी.

आयुष्य एक सुंदरसा समुद्रकिनारा आहे

शशांक एन. डी. आणि अभिनव लाल
(एनआयटी, सुरतकल)

प्रॅक्टो टेक्नॉलॉजीज

त्यांच्या डोळ्यांपुढल्या व्यवसायाबद्दलच्या दहा कल्पनांपैकी ती शेवटची कल्पना होती, जी यशस्वी झाली.

कॉलेजच्या शेवटच्या वर्षाला असताना सुरू केलेला हा उद्योग आता २० कोटींची उलाढाल करणारी कंपनी बनला आहे आणि भारतभरातील १० हजार डॉक्टर्सना हा उद्योग सेवा पुरवत आहे.

आयआयएम अहमदाबादमधल्या पहिल्या दिवशीच माझ्या शेजारी एक अत्यंत हुशार, पण तेवढाच विक्षिप्त मुलगा बसला होता.

मी विचारलं, “तू कुठून आलास?”

त्यानं उत्तर दिलं, ''एनआयटी सुरतकल.'' मग बहुधा माझ्यावर छाप पाडण्यासाठी त्यानं पुस्ती जोडली, ''भारतातलं स्वतःचा खासगी बीच असलेलं हे एकमेव कॉलेज आहे.''

खरं सांगायचं तर हे ऐकून मी खूपच प्रभावित झाले होते. अनेक वर्षांनंतर मी सुरतकलचं कॅम्पस बघायला गेले असताना मी या गोष्टीची खातरजमा करून घेतली.

मी आणखी एक गोष्टसुद्धा छातीठोकपणे सांगू शकते, की आजही सुरतकलच्या एनआयटीमधून शशांक एन. डी. आणि अभिनव लालसारखे हुशार 'घनचक्कर' शिकून बाहेर पडताहेत.

ते म्हणतात, ''२००४ मध्ये आम्ही या कॉलेजात प्रवेश केला तेव्हा 'आंत्रप्रेन्युअरशिप' (उद्योजकत्व) हा शब्दसुद्धा आम्ही कोणी ऐकलेलाही नव्हता. एनआयटी-के. हे ई-सेल (आंत्रप्रेन्युअर्स सेल) सुरू करणारं भारतातील सुरुवातीचं कॉलेज होतं.''

शशांक आणि अभिनव यांनी 'उद्योजकत्व' या संकल्पनेचा प्रसार-प्रचार करायला प्रारंभ केला, तेव्हा एक अघटितच गोष्ट घडली. उद्योजकत्वाच्या रोगाची त्यांनाच लागण होऊन त्यांनी स्वतःच एक कंपनी सुरू करायचं ठरवलं.

कॉलेजच्या चौथ्या वर्षात असताना सुरू केलेला हा धाडसी प्रयोग आता फुलला, फळला आहे आणि 'प्रॅक्टो' सॉफ्टवेअर स्वरूपात १० हजार डॉक्टर्सना सेवा पुरवतो आहे. या कंपनीत ३०० कर्मचारी कार्यरत आहेत आणि कंपनीची वार्षिक उलाढाल २० कोटी रुपयांवर पोहोचली आहे.

आज 'एनआयटीके' हे खासगी बीच असलेलं एकमेव कॉलेज असलं, तरी शेकडो इतर कॉलेजांमध्ये 'ई-सेल्स' आहेत. या कॉलेजांपुढे मी एक आव्हान ठेवतेय : यातल्या प्रत्येक ई-सेलला, कॉलेजात शिकत असतानाच आपला छोटासा उद्योग सुरू करण्यासाठी दहा विद्यार्थ्यांना प्रेरित करता येईल?

जगातल्या 'हुश्शार' विक्षिप्तांना माझा सलाम! त्यांचा कळप संख्येनं फोफावत राहो!!

आयुष्य एक सुंदरसा समुद्रकिनारा आहे

शशांक एन.डी. आणि अभिनव लाल
(एनआयटी सुरतकल)
प्रॅक्टो टेक्नॉलॉजीज

बंगळुरूमधील ठरावीक ढाच्याच्या एका मध्यमवर्गीय कुटुंबात शशांक एन. डी. जन्मला आणि लहानाचा मोठा झाला.

''माझे आई-वडील दोघेही सरकारी नोकरत होते. माझे वडील 'विश्वेश्वरय्या आयर्न अँड स्टील प्लँट' (व्ही.आय.एस.एल.) मध्ये नोकरी करत होते, तर माझी आई 'भारत इलेक्ट्रॉनिक्स लिमिटेड'मध्ये नोकरी करत होती.''

हे मोठ्ठं एकत्र कुटुंब होतं; पण त्यापैकी कुणीच आपला स्वतंत्र व्यवसाय करत नव्हतं. बंगळुरूच्या नॅशनल पब्लिक स्कूलमध्ये शशांकचं के.जी.पासून ते थेट बारावीपर्यंतचं सर्व शिक्षण झालं. तो सर्वसाधारण दर्जाचा विद्यार्थी होता. त्याला अभ्यासाबरोबरच स्पर्धा आणि खेळ यांत विशेष रस वाटत होता.

''मी प्रवाहाबरोबर वाहत जाणारा विद्यार्थी होतो. काहीही करायची थोडीसुद्धा हौस मला वाटत नसे; पण बारावीच्या वर्षात असताना अचानक माझ्यात जिद्द जागी झाली.''

त्याचे वर्गातले सहाध्यायी आणि मित्र वेगवेगळ्या प्रवेश-परीक्षांची जोरात तयारी करत होते. आयुष्यात पुढे काय करायचं याबद्दल त्यांच्या ठाम कल्पना आकाराला आल्या होत्या; पण शशांकपुढे मात्र कोणताही ठोस पर्याय नव्हता. एके दिवशी सायंकाळी शशांकनं त्याच्या आई-वडिलांना बातमी दिली की त्याचे काही मित्र गणित आणि विज्ञानाच्या राष्ट्रीय स्पर्धेसाठी- ऑलिम्पियाडसाठी पात्र ठरले आहेत.

त्यांनी मला विचारलं, ''तू त्यासाठी का प्रयत्न केला नाहीस?''

ती गोष्ट त्याच्या मनाला झोंबली. शशांक टेबलाजवळून उठला. त्यानं एका मित्राला फोन केला आणि पुढली निवड परीक्षा केव्हा आहे हे शोधून काढलं. थोडक्यात, त्यानं अभ्यासाकडे गांभीर्यानं पाहायला सुरुवात केली.

मी माझ्या डॉर्मिटरीमध्ये 'ई-सेल'चा फलक पाहिला. तोवर आंत्रप्रेन्युअरशिप (उद्योजकत्व) या शब्दाचा मला अर्थसुद्धा ठाऊक नव्हता. मी तो शब्द ऐकलासुद्धा नव्हता.

''ते सारं वर्ष मी स्वतःला एका खोलीत कोंडून घेतलं. मी लांब दाढी वाढवली आणि वर्षभरात सारा अभ्यासक्रम पूर्ण केला.''

शशांकची 'इन्फर्मेटिव्ह ऑलिम्पियाड'मध्ये निवड तर झालीच; पण त्याखेरीज त्यानं आणखीही काहीतरी साध्य केलं. जेव्हा AIEEEचे (ऑल इंडिया इंजिनिअरिंग एन्ट्रन्स एक्झॅम) निकाल जाहीर झाले, तेव्हा एके काळचा मनमौजी मुलगा मानाच्या 'एनआयटी-के'मध्ये (सुरतकल) प्रवेशपात्र ठरलेला पाहून सर्वांना आश्चर्याचा धक्काच बसला.

''सुरतकलनं माझं आयुष्यच बदलून टाकलं. बरोबरच्या मुलांची हुशारी पाहून मी थक्कच झालो. एकूण स्पर्धेचा दर्जासुद्धा स्तिमित करेल असाच होता. देशाच्या वेगवेगळ्या भागांतली मुलं तिथं आलेली होती.''

शशांकनं २००५च्या जुलै महिन्यात 'एनआयटी-के'मध्ये प्रवेश केला. २००६च्या सप्टेंबर महिन्यात त्यानं 'आंत्रप्रेन्युअरशिप' (उद्योजकत्व) हा शब्द प्रथम ऐकला. कॉलेजातल्या वरच्या वर्गातला एक विद्यार्थी आयुष झुनझुनवाला अमेरिकेत इन्टर्नशिप करून परत आला होता. स्टॅन्फर्ड युनिव्हर्सिटीत त्यानं 'ई-सेल' (आंत्रप्रेन्युअरशिप सेल) ही संकल्पना प्रथम ऐकलेली होती; आणि एनआयटी कॅम्पसवर तसाच क्लब सुरू करायचं त्यानं ठरवलं होतं.

''मी माझ्या डॉर्ममध्ये 'ई-फोरिआ'चं (E-forea) पोस्टर पाहिलं आणि मला ती अगदी नवी आणि उत्तेजक गोष्ट वाटली.''

या संकल्पनेची ओळख करून देणारं भाषण ऐकून शशांक अगदी मंत्रमुग्ध झाला आणि त्यानं ताबडतोब या क्लबमध्ये आपलं नाव नोंदवलं. जरी अनेक जणांनी अर्ज केले होते, तरी दुसऱ्या वर्षातल्या फक्त चौघांना प्रवेश मिळाला. त्यांतला एक होता अभिनव लाल. तो शशांकच्याच ब्रँचमध्ये शिकत होता आणि त्याच्याच हॉस्टेलमध्ये राहत होता. पुढे काय घडणार आहे, याची त्यांना तेव्हा पुसटशीही कल्पना नव्हती.

क्लबपुढचं पहिलं काम होतं 'आंत्रप्रेन्युअरशिप' या संकल्पनेची सर्वांना माहिती करून देणं. त्यासाठी अभियांत्रिकी शिकणाऱ्या तरुणांना प्रथम स्वतःच त्याबद्दल सारं जाणून घेणं अनिवार्य होतं. ई-फोरिआचे भिडू प्रथम हैदराबादच्या आय.एस.बी.मध्ये गेले आणि त्यानंतर काहीतरी नवीन गोष्ट शोधण्यासाठी ते मुंबई आयआयटीत पोहोचले.

“मला आठवतंय की आम्ही सारे जण पेंगत होतो; कारण चर्चा फारच नीरस आणि कंटाळवाणी होती. तोच rediff.comमधला अजित बालकृष्णन स्टेजवर आला आणि त्यानं स्टेज उजळूनच टाकलं.”

बोलणाऱ्यांपैकी अनेक जण मायक्रोसॉफ्टसारख्या मोठ्या कंपन्यांमधून आले होते, तर अजित स्वतःच एक उद्योजक होता. त्याच्या बोलण्यात जो जोश, जी ऊर्जा आणि जी उत्कटता होती, ती तरुण श्रोत्यांच्या मनाला भिडली.

शशांकला मनोमन वाटलं, “क्या बात है! मला त्या मुलासारखंच बनायचंय.” ई-फोरिआच्या सदस्यांपुढलं धोरण आता सोप्पं बनलं. ज्या चर्चासत्रात कंपनीचा संस्थापक बोलणार असेल, त्याचंच भाषण ऐकायचं! अशाच वल्लींकडून खरं शिकता येणार होतं.

“आम्ही जे ऐकलं, पाहिलं होतं ते इतरांना सांगायची अनिवार ओढ उरी घेऊन आम्ही कॅम्पसवर परत आलो.”

त्यानंतर ई-फोरिआनं एकापाठोपाठ अनेक गोष्टींचं आयोजन केलं- उद्योजकत्वावरची भाषणं, निमंत्रित तज्ज्ञांची चर्चासत्रं आणि अशाच विविध गोष्टी. वक्त्यांना सुरतकलला आणणं ही काही सोपी गोष्ट नव्हती; पण विद्यार्थी नेटानं काम करत होते. त्यांनी अनेकांशी संपर्क साधला होता. त्यांतला एक जण होता पॅट्रिक टर्नर. तो ‘इन्स्टेड (INSEAD) बिझनेस स्कूल’मध्ये ‘उद्योजकत्व’ शिकवणारा प्राध्यापक होता. त्यानं फक्त निमंत्रणाचा स्वीकारच केला नाही, तर तो स्वतःच्या खर्चानं तिथं आला.

“कॅम्पसवर प्रचंड खळबळ माजली होती... सारं ऑडिटोरियम श्रोत्यांनी गच्च भरून गेलं होतं.” प्राध्यापक टर्नर यांचा संदेश अगदी साधा-सरळ होता : “तुम्ही शोध लावू शकता. तुम्ही नेतृत्व करू शकता. जोमाने प्रयत्न केल्यास तुम्ही कोणतीही गोष्ट करून दाखवू शकाल. काहीही साध्य करू शकाल.”

कॅम्पसवरच्या मुलाखतीद्वारा नोकरी मिळवणं हे काही आयुष्याचं ध्येय नसतं! तुम्ही स्वतःचा मार्ग स्वतः बनवू शकता. एवढंच नव्हे, तर त्यामागे एक विज्ञान तंत्रसुद्धा असतं. “त्यांच्या (प्राध्यापक टर्नर यांच्या) भाषणानंतर आम्हा सर्वांना लख्ख उमगलं की ‘आंत्रप्रेन्युअर’ (उद्योजक) ही काही शिवी नव्हे! उद्योजकत्व ही चांगलीच उत्तेजक गोष्ट आहे!”

“उद्योजकत्व म्हणजे काय, हे जाणून घेण्यासाठी आम्ही स्वतः खर्च करून वेगवेगळ्या ठिकाणांना भेट दिली... आणि त्यामुळे माझं आयुष्यच बदलून गेलं!”

"कॉलेजचं तिसरं वर्ष अत्यंत विफलतेचं गेलं. आमच्या डोळ्यांपुढे अनेक कल्पना होत्या; पण त्यातून दाखवण्याजोगी कोणतीही फलनिष्पत्ती झालेली नव्हती. कॉलेजच्या शेवटच्या वर्षी सारं काही आकाराला आलं!"

त्या वर्षी ई-फोरिआनं अशा अनेक गोष्टी आयोजित केल्या आणि त्यांची सभासदसंख्या प्रचंड फोफावली. कॉलेजचं दुसरं वर्ष संपत आलं, तेव्हा शशांक या क्लबचा समन्वयक बनला. त्याच्या कारकिर्दीत, ई-फोरिआनं 'इग्निशन' नावाची उद्योजकत्वावरची पहिली शिखर परिषद आयोजित केली. ही शिखर परिषद दक्षिण भारतातील सर्व कॉलेजांसाठी आयोजित करण्यात आलेली होती. त्याला अभूतपूर्व प्रतिसाद आणि यश लाभलं. पण तरीही आणखी काहीतरी करण्याची, स्वतःचा व्यवसाय चालवण्याचा अनुभव घेण्याची प्रचंड तृष्णा त्याला सतावत होती. "तिसऱ्या वर्षी आम्ही अनेक गोष्टी केल्या- वेगवेगळ्या कल्पना आजमावून पाहिल्या."

शशांकनं 'तवान्त टेक्नॉलॉजीज' या कंपनीसाठी एक प्रकल्प हाती घेतला. त्या कंपनीत 'एनआयटी-के.'चा एक माजी विद्यार्थी काम करत होता. तवान्तनं 'सोशल वे' नावाचं नवीन उत्पादन बाजारात आणलं होतं आणि ते कॉलेज कॅम्पसेसवर लोकप्रिय करण्याची मोहीम हाती घेतली होती.

"आम्ही या उत्पादनाची जाहिरात करणारे फलक लावले. या उत्पादनासाठी नाव नोंदवण्यासाठी विद्यार्थ्यांचं मन वळवलं. पण हे उत्पादन फारसं लोकप्रिय झालं नाही. असं असलं तरी आम्ही त्यात इतके गुंतलो होतो, की ते आमचं स्वतःचंच उत्पादन आहे, असं आम्हाला वाटू लागलं होतं!"

हा तरुणांचा संघ, 'तवान्त'च्या बंगळुरूमधील ऑफिसात जात असे आणि 'आणखी काय करता येईल' यावर विचारमंथन करत असे. ते सारी रात्र एकत्र घालवत असत; आपल्या उद्योगाची स्वप्न रंगवत असत आणि असं करता करता कॉलेजांसाठी 'सोशल नेटवर्क' चालू करायच्या विचारानं त्यांना झपाटून टाकलं.

"नेमक्या पुढल्याच दिवशी आम्हाला वृत्तपत्रात एक अहवाल वाचायला मिळाला. दुसऱ्या कुणीतरी ही कल्पना* आधीच वास्तवात उतरवली होती आणि त्यांना त्यासाठी एक कोटी डॉलर्सचा वित्तनिवेशही मिळवता आलेला होता!"

नवा दिवस, नवी कल्पना... या न्यायानं याच सुमाराला अभिनव आणि शशांक या दोघांनी क्लबची वेबसाइट तयार करण्यासाठी एकत्रित प्रयत्न केले.

---

* (ही कंपनी होती 'मिंगलबॉक्स' आणि त्यात 'सेकोइया कॅपिटल'नं वित्तनिवेश केलेला होता.)

''कॉलेज सर्व प्रकारच्या वल्लींना एकत्र आणतं. जेव्हा तुम्ही एकमेकांबरोबर वेळ घालवता, तेव्हा तुम्हाला अचानक कुणीतरी असा भेटतो की ज्याच्याबरोबर तुमच्या तारा जुळतात.''

आणि नेमकं तसंच झालं. जरी शशांक आणि अभिनव हे दोघंही 'आयटी'चे (इन्फर्मेशन टेक्नॉलॉजी) विद्यार्थी होते; अभिनव कोडिंगमध्ये विशेष प्रवीण होता, तर शशांकला मार्केटिंगमध्ये विशेष गती होती. त्या दोघांनी मिळून वेबवर आधारित असलेल्या अनेक नव्या उद्योगांचा विचार केला. त्यात स्टॉकमार्केटसाठीच्या संगणक-प्रोग्रॅमपासून लग्नाच्या हॉल्ससाठी उपयुक्त सॉफ्टवेअरपर्यंत सर्व गोष्टींचा समावेश होता. हे सारं त्यांना एक अद्‌भुत साहसच वाटत होतं.

''आम्ही स्वखर्चानं बंगळुरूला येत असू. सूट परिधान करून नेटवर्किंग इव्हेन्ट्‌सना (परस्पर परिचय मेळावा) हजेरी लावत असू. सारं काही ठाऊक असलेले यशस्वी उद्योजक असल्याचा आव आणून आम्ही तिथं वावरत असू; पण प्रत्यक्षात आम्ही तिथं शिकून घेण्याच्या इच्छेनंच जात होतो!''

आणि या साऱ्या उद्योगांबाबत त्यांच्या आई-वडिलांची काय प्रतिक्रिया होती? काहीच नव्हती! कारण या साऱ्या उद्योगांबद्दल ते पूर्णपणे अंधारात होते!

कॉलेजचं तिसरं वर्ष संपलं, तेव्हा अभिनव आणि शशांकनं खूणगाठ बांधली की आता काहीतरी ठोस करता आलं नाही, तर भविष्यात ते कधीच घडणार नाही. त्यांनी विचारात घेतलेल्या वेगवेगळ्या १० संकल्पनांपैकी शेवटची संकल्पना होती 'डॉक्टरांसाठीचं सॉफ्टवेअर.' या वेळेस या संकल्पनेवर ते नीटपणे, गांभीर्यानं प्रयत्न करणार होते.

''२००८ मध्ये 'प्रॅक्टो टेक्नॉलॉजीज' या नावानं आम्ही आमच्या कंपनीची नोंदणी केली. मी माझ्या आईकडून दहा हजार रुपये उसने घेतले; व्हिजिटिंग कार्ड्‌स छापून घेतली आणि डॉक्टरांबरोबर संपर्क साधायला सुरुवात केली.''

त्यांची पद्धत होती : यलो पेजेस म्हणजे फोनची बिझनेस डिरेक्टरी उघडायची, आणि दिसेल त्या डॉक्टरचा नंबर फिरवून म्हणायचं, 'हॅलो डॉक्टर, आम्ही खास तुमच्यासाठी एक सॉफ्टवेअर तयार केलं आहे. त्याबद्दल तुम्हाला माहिती द्यायची

''आम्ही इतक्या वेगवेगळ्या कल्पना, इतक्या वेगवेगळ्या गोष्टी पुन्हा पुन्हा विचारात घेतल्या. शेवटी आम्ही आमच्या यादीतल्या शेवटच्या कल्पनेपाशी येऊन पोहोचलो- डॉक्टरांना गाठून काहीतरी विकणं!''

"ही कल्पना आम्हाला योग्य वाटली, कारण त्या कल्पनेचा आवाका मोठा होता आणि ती वास्तवात उतरवायला आम्हाला खूप वेळ लागणार होता- त्यामुळेच ही कल्पना विलक्षण थरारक वाटत होती!"

त्यांची पद्धत होती : यलो पेजेस म्हणजे फोनची बिझनेस डिरेक्टरी उघडायची, आणि दिसेल त्या डॉक्टरचा नंबर फिरवून म्हणायचं, 'हॅलो डॉक्टर, आम्ही खास तुमच्यासाठी एक सॉफ्टवेअर तयार केलं आहे. त्याबद्दल तुम्हाला माहिती द्यायची आहे. तुम्ही आम्हाला भेटीसाठी केव्हा वेळ देऊ शकाल?'

प्रत्यक्षात असं कोणतंही सॉफ्टवेअर तयार नव्हतं. त्यांच्या डोळ्यांपुढे फक्त एक ढोबळ रूपरेषा होती आणि काही स्लाइड्स असलेलं पॉवरपॉइंट प्रेझेंटेशन होतं! शशांक प्रचंड आशावादी होता. त्यानं २५ डॉक्टर्सना एकत्र आणून त्यांच्यापुढे पॉवरपॉइंट प्रेझेंटेशन करायचा घाट घातला. यासाठी स्थळ असणार होतं, एक हॉस्पिटल. शशांकच्या आईनं ज्यूस आणि चिप्ससाठी पैसे दिले होते. पण गोष्टी अपेक्षेप्रमाणे घडल्याच नाहीत!

शशांक म्हणतो, "माझ्या संपूर्ण आयुष्यातला तो सर्वांत फसलेला प्रयोग होता. माझा सूट मला नीट बसत नव्हता. पॉवरपॉइंट प्रेझेंटेशन मनाजोगतं झालं नाही आणि श्रोते अजिबातच रस दाखवत नव्हते..."

"खरं सांगायचं तर जवळजवळ सगळेच डॉक्टर्स म्हणाले की, या गोष्टीत काहीही दम नाही; मला परत त्रास देऊ नकोस."

"हे ऐकून आम्ही तर गळाठूनच गेलो. आम्ही आमचे सारेच्या सारे पैसे खर्चून टाकले होते आणि आमच्या जवळच्या सगळ्या कल्पनाही संपल्या होत्या."

पुढचा मार्गच एकाएकी बंद झाल्यासारखं वाटू लागलं होतं आणि त्यानंतर एक डॉक्टर- डॉ. महम्मद अली त्यांच्याजवळ आले आणि म्हणाले, "मला तुमची कल्पना आवडली. तुम्ही मला केव्हा भेटू शकाल?"

त्या भाषणासाठी आलेल्या सर्व डॉक्टर्समधले ते बहुधा सर्वांत कमी महत्त्वाचे आणि सर्वांत तरुण डॉक्टर होते. या वेळेपर्यंत शशांक आणि अभिनव हिंमत हरून बसले होते आणि त्या डॉक्टरला भेटायचा त्यांना अजिबातच उत्साह वाटत नव्हता. "त्यांनी स्वतःहून पाच-सहा वेळा आम्हाला फोन केले आणि भेटायला येण्यासाठी आमचं मन वळवलं." त्यांच्या क्लिनिकमध्ये गेल्यावर डॉ. अलींनी त्यांच्यापुढली समस्या सांगितली. रुग्णांनी ठरावीक मुदतीनंतर पुनर्तपासणीसाठी येणं अपेक्षित होतं;

पण त्यांना त्याची आठवण करून देणं गरजेचं होतं. ही आठवण कॉम्प्यूटर किंवा मोबाइलद्वारा आपोआप करून देण्याची व्यवस्था होण्यासारखी होती? ती काही फार मोठी किंवा आव्हानात्मक समस्या नव्हती आणि त्याच्यावरच्या उत्तरासाठी तो ग्राहक पैसे द्यायला तयार होता.

"खरं सांगायचं तर त्यांनी तिथल्या तिथंच आम्हाला पाच हजार रुपयांचा चेक लिहून दिला." प्रॅक्टो टेक्नॉलॉजीजला मिळालेला तो पहिलावहिला चेक होता!

"आम्ही परत आलो आणि म्हटलं- आता काय करायचं? या माणसानं आपल्याला आगाऊच पैसे दिले आहेत. तेव्हा त्याच्यासाठी सॉफ्टवेअर बनवणं भाग आहे!"

कॉलेजचं तिसरं वर्ष नुकतंच संपलं होतं आणि उन्हाळी सुट्टी सुरू झाली होती. शशांकच्या आई-वडिलांच्या मालकीचा एक बंगला होता. गेली आठ वर्षं तो नुसताच कुलूपबंद स्थितीत रिकामा पडलेला होता. या बंगल्यात फर्निचर नव्हतं, इतर ॲप्लायन्सेस नव्हती. फक्त नळ आणि विजेचं कनेक्शन होतं. आलू पराठे; आणि लोणच्याचा आस्वाद घेत शांतपणे काम करायला या दोघा तरुणांना ती अगदी योग्य अशीच जागा वाटली.

"त्या उन्हाळी सुट्टीत अभिनव आपल्या घरी गेलाच नाही. तो बंगळुरूमध्ये राहिला आणि नेटानं सतत दोन आठवडे काम करून त्यानं या प्रोग्रॅमचा कोड लिहून काढला. ते झाल्यावर आम्हाला योग्य असं सॉफ्टवेअर मिळालं."

या सॉफ्टवेअरमध्ये फक्त चार-पाच प्राथमिक गोष्टी होत्या. रुग्णांची नावं मेमरीत साठवून त्यांना एसएमएसद्वारा आठवण करून देता येत होती. डॉक्टर अलींनी ते सॉफ्टवेअर वापरायला सुरुवात केली आणि ते भलतेच खूश झाले. ते या सॉफ्टवेअरचे गोडवे गायचे थांबेचनात!

"आम्हाला जे अभिप्राय मिळाले ते इतके उत्तम होते, की आम्ही ठरवलं की यात दम दिसतोय!"

याच सुमाराला शशांकच्या वडिलांवर गुडघ्याची शस्त्रक्रिया केली जाणार होती. त्यामुळे त्यांचे वैद्यकीय अहवाल एका सुप्रसिद्ध डॉक्टरना दाखवून त्याबद्दल त्यांचं मत घ्यायचं होतं. हे अहवाल हार्ड कॉपी- कागदावर लिहिलेल्या स्वरूपात होते. त्यामुळे शशांकन

"कॉलेजमधल्या पोरांनी कंपनी चालू केली, ती सुरू ठेवली आणि नावारूपाला आणली हे कुणीच, कधीही ऐकलेलं नव्हतं... निदान भारतात तरी नक्कीच ऐकलेलं नव्हतं."

''आम्ही आपसात ठरवलं होतं की हा उद्योग तीन ते सहा महिन्यांमध्ये आपण गुंडाळून टाकू. जितके दिवस चालेल, तितके दिवस चालेल! पण मग तो आम्हालाच मोठा मौजेचा वाटू लागला.''

सोनी एरिक्सन पी वन फोनचा कॅमेरा वापरून प्रत्येक पानाचा फोटो काढला, हे फोटो कॉम्प्यूटरवर डाउनलोड केले आणि त्या डॉक्टरकडे ई-मेलनं पाठवून दिले.

''जे हॉस्पिटल या शस्त्रक्रियेसाठी आमच्याकडून लाखो रुपये घेणार होतं, ते हे रिपोर्ट्स डिजिटल स्वरूपात का देऊ शकत नव्हते, हे मला अजिबातच समजत नव्हतं.''

वस्तुतः सारे वैद्यकीय अहवाल एका फाइलमध्ये ठेवलेले असतात. अगदी बाळाच्या पहिल्या लसीकरणापासून! तुमच्या आई-वडिलांनी प्रेमानं, काळजीपूर्वक या नोंदी जपून ठेवलेल्या पाहून तुम्हाला भरून येतं. पण मग तुम्हाला प्रश्न पडतो की समजा ही फाइल कधी हरवली तर? शशांकच्या डोक्यात एक मोठी कल्पना आकाराला येऊ लागली होती. त्याला वाटू लागलं होतं की, प्रत्येकाला त्याचे वैद्यकीय अहवाल कॉम्प्यूटरवर ऑनलाइन उपलब्ध असायलाच हवेत!

''माझ्या डोक्यात हे स्वप्न आकार घेऊ लागलं होतं; पण दरम्यानच्या काळात त्यांच्यापुढले तात्कालिक प्रश्न सोडवण्यासाठी डॉक्टर्स आम्हाला पैसे देऊ लागले होते.''

खरंतर डॉ. अली प्रॅक्टो सॉफ्टवेअरवर इतके बेहद्द फिदा होते की, ते आनंदानं त्यांच्या अनेक मित्रांना 'प्रॅक्टो'कडे जायला सांगू लागले होते. बघता बघता या दोन तरुण इंजिनिअर्सना प्रत्येकी पाच ते दहा हजार रुपये देणारे दहाहून जास्त ग्राहक मिळाले.

''आम्हाला डॉक्टरर्सकडून भरपूर अभिप्राय मिळाले आणि आम्ही आमच्या उत्पादनावर काम करत राहिलो, त्यात सुधारणा घडवत राहिलो... प्रत्यक्षात आम्ही कॉलेजात परतलोच नाही! बंगळुरूमध्येच राहिलो.''

अभिनवचे कुटुंबीय दूर असणाऱ्या बिहारमध्ये होते. त्यांना हे समजणं शक्यच नव्हतं. शशांकनं त्याच्या आई-वडिलांना थाप मारली की, प्रॉजेक्ट्स आणि प्लेसमेंट इंटरव्ह्यू सुरू असल्यामुळे सध्या क्लासेस होत नाहीयेत. इतकंच नव्हे, त्यानं त्यांचं मन वळवून त्यांना कंपनीत एक लाख रुपये गुंतवायला तयार केलं.

''मी किती उत्तेजित झालोय हे त्यांना स्पष्ट दिसत होतं. माझ्यात आत्मविश्वास सळसळतोय आणि मी काहीतरी मोठ्या उत्साहानं करतोय, हे त्यांना जाणवत होतं. त्यामुळे त्यांनी अगदी आनंदानं मला उत्तेजन दिलं आणि पाठिंबा दिला.''

अर्थात, त्यांना तेव्हा वाटत होतं की हे क्षणिक वेड आहे आणि अखेरीस तो सुज्ञपणाचा निर्णय घेईल. दरम्यान, हे दोघे तरुण आयुष्य भरभरून उपभोगत होते. ते त्या रिकाम्या बंगल्यात राहत होते. दिवसा मौजमस्ती करत होते आणि रात्री उशिरापर्यंत जागून कोडिंग करत होते. दुपारचं आणि रात्रीचं जेवण बहुतेक वेळा ते बाहेरूनच मागवत होते. आई-वडिलांनी दिलेला पॉकेटमनी त्यासाठी वापरत होते.

"आमच्यावर काहीच जबाबदारी नव्हती... आम्ही चांगल्याचुंगल्या जेवणासाठी पैसे खर्चत होतो. उरतील ते आमच्या व्यवसायासाठी वापरत होतो."

व्यवसायाकडे ते गांभीर्यानं बघत होते आणि नव्हतेही! त्या दोघांनाही ते करत असलेलं काम आवडत असलं तरी भविष्यकाळ अनिश्चित होता आणि भरीला कॅम्पस प्लेसमेंटचा मोहसुद्धा होता. अभिनव बिहारमधल्या देवगड नावाच्या लहानशा गावातून आलेला होता. त्यानं झटून अभ्यास करावा, त्यानंतर आयआयटी किंवा एनआयटीत प्रवेश मिळवावा आणि अखेरीस उत्तम नोकरी मिळवावी, अशी त्याच्या कुटुंबीयांची अपेक्षा होती.

अभिनव म्हणाला, "मी शशांकला सांगितलं की मला कॅम्पसवर जाऊन प्लेसमेंट इंटरव्ह्यूज द्यावेच लागतील, नाहीतर माझ्या आईला संशय येईल."

त्यामुळे कॉलेज सुरू झाल्यावर दुसऱ्याच दिवशी अभिनव सुरतकलला पोहोचला आणि एका कंपनीच्या इंटरव्ह्यूला गेला. ती कंपनी होती 'सत्यम'.

"मी आईला फोन करून सांगितलं, 'मला नोकरी मिळाली.' तेव्हा एक काम मी हातावेगळं केलं." आता शशांकला अस्वस्थ वाटू लागलं. दररोज रात्री कॅम्पसवरून मित्रांचे फोन येत आणि ते नवी 'ब्रेकिंग न्यूज' सांगू लागत की अमक्या-ढमक्याला वर्षाला १२ लाख रुपयांचं 'मायक्रोसॉफ्ट'मध्ये पॅकेज मिळालंय आणि ते सारे जण हॉस्टेलवर पार्टी करत आहेत. "बंगळुरूत बसून अनिश्चित भविष्यकाळाकडे पाहून मला फारच असुरक्षित वाटू लागलं होतं."

चार महिन्यांनंतर शशांकला ते सारं असह्य झालं. तो सुरतकलला गेला आणि त्यानं नोकरीसाठी मुलाखत द्यायचा निर्णय घेतला. सुदैवानं पहिल्याच प्रयत्नात त्याला नोकरी

"मी काही कोडिंगमधला तज्ज्ञ नव्हे, पण माझ्यापुढे कोणतीही समस्या ठेवली गेली तर मी त्या समस्येवर तोडगा शोधून काढतो... मग त्यासाठी कितीही वेळ लागो किंवा कितीही कष्ट पडोत!"

''अगदी पहिल्या दिवसापासूनच आमचं तत्वज्ञान आहे की, फक्त उत्तम प्रॉडक्ट तयार करून भागत नाही; तुमच्या अंगी विक्रीचं कौशल्यसुद्धा असायलाच हवं!''

मिळाली. काम फत्ते होताक्षणी त्याच रात्रीची बस पकडून शशांक बंगळुरूला आला. तर त्यांनी ते वर्ष काय केलं?

''आम्हाला नवनवीन गोष्टींचे शोध लागत होते. त्या साऱ्या लहान लहान गोष्टीच होत्या. आता मला जाणवतंय की ते सारं वर्ष आम्ही फारसं काहीच केलं नाही. पण त्या वेळेस आम्ही जे करत होतो, ते आम्हाला फारच 'ग्रेट' वाटत होतं.''

त्या वेळेस त्यांना कराव्या लागणाऱ्या गोष्टी होत्या- डॉक्टर्सना भेटणं, विक्रीसाठी भाषणं ठोकणं आणि सॉफ्टवेअरमध्ये नवनवीन सुधारणा करत राहणं. त्याखेरीज ते वेगवेगळ्या परिषदांना आणि नेटवर्किंग इव्हेंट्सनासुद्धा हजेरी लावत असत. दर वेळेस त्यांची 'विद्यार्थी उद्योजक' (स्टुडंट आंत्रप्रेन्युअर्स) अशी ओळख करून दिली गेली की क्षणभर आश्चर्यानं सारे जण स्तब्धच होत!

''जिथं जाऊ तिथले आम्ही सर्वांत लहान वयाचे तरुण आहोत, हे पाहिलं की आम्हाला फारच अभिमान वाटत असे.''

ते वर्ष होतं २००८ आणि इंटरनेटचं महत्त्व खूपच वाढू लागलं होतं. फेसबुकसारख्या गोष्टी खूपच लोकप्रिय होऊ लागल्या होत्या. 'फ्लिपकार्ट' ही नव्यानं सुरू झालेली कंपनी तेव्हा फक्त पुस्तकं विकत होती; पण 'काहीतरी महत्त्वाचं घडतंय' अशी तेव्हा हवा होती.

सरत्या महिन्यांबरोबर या दोघांपुढली आव्हानं वाढू लागली आणि त्याबरोबरच ते कंपनीत आणखी-आणखी गुंतत गेले. दर वेळेस त्यांना नवीन ग्राहक मिळवता आला किंवा त्यांनी नवीन प्रकारचा कोड बनवला की त्यांना काहीतरी विशेष साध्य केल्याची कृतकृत्यता वाटत असे. 'तुम्ही बनवलेली गोष्ट लोक वापरत आहेत आणि त्यांना त्याचा उपयोग होतोय,' ही जाणीव त्यांना मोठी आनंददायक वाटत होती. फेब्रुवारी २००९ पर्यंत त्यांनी प्रॅक्टो सॉफ्टवेअरची नवी सुधारित आवृत्ती तयार केली. त्याला ते व्हर्शन 2.0 म्हणू लागले. कंपनीचे आता २०-२५ ग्राहक होते आणि त्यांना उत्तम प्रतिसाद मिळत होता.

''त्यामुळे आम्हाला प्रचंड आत्मविश्वास वाटू लागला आणि आम्ही स्वतःला त्यात संपूर्णपणे झोकून द्यायचं ठरवलं.''

"एका ग्राहकानं आम्हाला बातमी दिली की, बंगळुरूच्या पॅलेस ग्राउंडवर एक फार मोठं प्रदर्शन भरलं असून, त्यात शहरातले सर्व दंतवैद्य सहभाग घेणार आहेत. तो मेचा महिना होता. आम्हाला पदवी मिळायला फक्त एक महिना बाकी होता. 'आता काही घडलं नाही, तर ते कधीच घडणार नाही,' अशी आमची भावना होती."

"आम्ही आमच्या बँकेच्या बचत खात्यात उरलेले शेवटचे एक लाख रुपये बाहेर काढले आणि ते सर्व पैसे या प्रदर्शनावर खर्च केले."

प्रदर्शनात स्टॉलसाठीच ६० हजार रुपये खर्च आला. जाहिरात फलक आणि माहितीपत्रकं छापून घेण्यासाठी आणखी ३० हजार रुपये खर्च झाले; पण या प्रयत्नाचं चीज झालं!

पहिल्याच दिवशी प्रॅक्टोच्या स्टॉलवर लोकांची तुफान गर्दी झाली. इतकी गर्दी झाली की स्टॉलच्या आत उभं राहायलासुद्धा जागा पुरेना. "आम्हाला आमच्या मित्रांना बोलावून घेऊन म्हणावं लागलं की, प्लीऽऽज इथं येऊन आम्हाला मदत करा." त्यांनी दिलेला डेमो (प्रात्यक्षिक) पाहून लोक मंत्रमुग्ध झाले. नव्या रुग्णाचं नाव डेटाबेसमध्ये घातल्याबरोबर डॉक्टरच्या सेलफोनवर 'बीप' ऐकू येत असे, तेव्हा त्या डॉक्टरचा चेहेरा उजळून निघत असे. अभिनवसाठी हाच तो देदीप्यमान निर्णायक क्षण होता. त्याच क्षणी त्याच्या लक्षात आलं, 'मला हे पुढे न्यायलाच हवं!'

या वेळेपर्यंत अभिनवला 'सत्यम'पेक्षासुद्धा अधिक चांगली नोकरी मिळालेली होती. त्याला झेड.एस. सॉफ्टवेअरकडून वर्षाला ११ लाख रुपयांचं पॅकेज असलेली नोकरी मिळत होती. त्यामुळे निर्णय घेणं आणखीच अवघड होऊन बसलं होतं.

"मी जेव्हा घरी गेलो आणि घरच्यांना म्हणालो की मी ही नोकरी घेत नाहीये, तेव्हा सर्वांना वाटलं, माझं डोकं फिरलंय!" पण त्यानं एक सौदा करून आईची समजूत पटवली. "मला हे काम फक्त आणखी एक वर्षभर करू दे. तोवर जर प्रॅक्टो नावारूपाला आली नाही तर मी नोकरी स्वीकारेन!"

दरम्यान शशांकपुढेसुद्धा तोच पेचप्रसंग उभा होता. वर्षाला सात लाख पगार देणारी नोकरी डावलणं आणि तीसुद्धा २००९ मध्ये, ही काही सोपी गोष्ट नव्हती. त्या वर्षी शेअर बाजार गडगडला होता आणि नोकऱ्या मिळणं दुरापास्त बनलं होतं.

चांगली नोकरी डावलणं हा मूर्खपणाच ठरला असता. "जेव्हा प्रत्येक जणच असं म्हणू लागला, तेव्हा मी ठरवलं की त्यांचं भाकीत खोटं ठरवायलाच हवं!!"

अशा प्रकारे २२ वर्षांची ही दोन खुळी मुलं आपल्या अंतर्मनाचा कौल घेऊन आगेकूच करू लागली. परीक्षांमध्ये ते दोघं उत्तीर्ण झाले होते.

''कोणतीही गोष्ट विकण्यासाठी तुम्हाला जादू निर्माण करावी लागते. तशी जादू करता आली तर अवघ्या पाच मिनिटांमध्ये तुमच्या हाती चेक पडतो!''

पदवी त्यांच्या हातात होती. त्यांनी पुन्हा स्वतःला व्यवसायात जुंपून घेतलं; पण आता त्यांना खऱ्याखुऱ्या व्यावहारिक वास्तवाला सामोरं जावं लागणार होतं. बेफिकिरीची सुखद विद्यार्थिदशा मागे पडली होती. आता हा केवळ एक छंद उरला नव्हता किंवा केवळ शेखी मिरवण्याचं ते एक साधन राहिलेलं नव्हतं.

'विद्यार्थी-उद्योजक' हे बिरुद मिरवताना तुम्ही सर्वसामान्य प्रतीचे असलात, तरी तुम्ही लक्ष वेधून घेऊ शकता. पण नंतर तुम्ही इतर सर्वांच्या रांगेत येऊन बसता. सर्वोत्तम न ठरण्यासाठी आता तुम्हाला कोणतीही सबब देता येणार नसते.''

कॉलेजजीवन संपलं त्याबरोबर आई-वडिलांकडून मिळणारा पॉकेटमनीसुद्धा संपला. आता तुम्ही अधिकृतरीत्या जबाबदार व्यक्ती ठरता आणि तुम्हाला स्वतःच्या पायांवर उभं राहावंच लागतं.

''त्यातून चांगलीच निष्पत्ती झाली. आम्ही व्यवसायाकडे खऱ्याखुऱ्या गांभीर्यानं बघू लागलो. मी तर म्हणेन, आमच्या कंपनीचा जन्म तेव्हाच झाला!''

रात्री उशिरापर्यंत चालणाऱ्या पार्ट्या, लागोपाठ सिनेमे बघणं, डॉमिनोचे पिझ्झे मागवणं... सारं काही थांबलं. कॉम्प्युटर प्रोग्रॅमसाठी कोडिंग करणं जोमानं सुरू झालं.

व्यवसायात पैसे गुंतवण्यासंदर्भातसुद्धा थोडी गंभीर चर्चा झाली. आजवर एकट्या शशांकनंच व्यवसायात पाच लाख रुपये गुंतवले होते. आता अभिनवलाही व्यवसायात पैसे घालावेसे वाटत होते. ''आम्ही दोघांनी मिळून १०-१२ लाख रुपये उभे केले.''

हे पैसे 'टीम' उभी करण्यासाठी अत्यंत गरजेचे होते. सर्वांत आधी त्यांनी एनआयटी, सुरतकल इथल्या वर्गमित्रांना विचारलं. ''आम्ही म्हटलं, आमची ही अफलातून कल्पना आहे. तुम्ही आमच्याबरोबर त्यात का सामील होत नाहीत?''

सिद्धार्थ निहलानी सर्वप्रथम सामील झाला. हा अतिशय हुशार मुलगा होता. हातची सुरक्षित नोकरी डावलून तो या अपरिचित आणि नव्या कंपनीत सामील झाला. एकाच कारणास्तव- त्याला काहीतरी वेगळं करून दाखवायचं होतं.

आणखी दोन महिन्यांमध्ये इतर चौघे जणही 'प्रॅक्टो'मध्ये सामील झाले. त्यांतले दोघं जण कोडर्स (कॉम्प्युटर कोड लिहिणारे तज्ज्ञ) होते, तर इतर लोक विक्री क्षेत्रातले होते. या प्रारंभीच्या लोकांना अगदी बेताचा पगार मिळू शकणार होता. महिन्याला १० ते १२ हजार; पण प्रॅक्टोसाठी काम करण्यात एक मोठी जमेची

बाजू होती. निवासाची सोय फुकट होत होती. मुलं अजूनही शशांकच्या रिकाम्या बंगल्याचाच वापर करत होती. बंगल्याचा तळमजला ऑफिस म्हणून वापरला जात होता. पहिला मजला हे वसतिगृह बनलं होतं.

''आम्ही मित्रांना सांगायचो, तुम्हाला फक्त स्वतःची एक गादी आणावी लागेल!''

या मुलांनी अगदी स्वस्त किमतीत कॉम्प्यूटर्ससुद्धा मिळवले. पुढच्या शिक्षणासाठी अमेरिकेला जाणाऱ्या त्यांच्या मित्रांकडून त्यांनी ते स्वस्तात विकत घेतले.

''आम्ही अगदी एकेक रुपयांचा हिशोब करत होतो. तरीसुद्धा पैशांची प्रचंड चणचण जाणवत होती. सतत एका दडपणाखाली असल्याची भावना स्पष्टपणे जाणवत होती. यातून बाहेर पडण्याचा एकच मार्ग होता- विक्री वाढवणं.''

त्यांच्या डोळ्यांपुढे त्याबद्दल कोणतीही स्पष्ट, आखीव रूपरेषा नव्हती. त्यांना फक्त विश्वास वाटत होता की, आपण जोमानं प्रयत्न केला, तर नक्कीच यशस्वी होऊ. शशांकनं त्यांच्या टीममधल्या एकाला चेन्नईला धाडलं तर दुसऱ्याला मुंबईला धाडलं.

त्यांना एक सरळसोपी सूचना देण्यात आली होती. ''परत येऊ नका. तिथंच राहा आणि जमेल तेवढी विक्री करा!''

हॉटेलात राहण्यासाठी पैशांची तरतूद होणं शक्यच नव्हतं. त्यासाठी सोपी युक्ती वापरली जात होती. मुंबईत नोकरी करणारा मित्र शोधायचा आणि त्याच्या घरीच काही दिवस राहायचं. त्यानंतर दुसऱ्या मित्राच्या घरी मोर्चा वळवायचा. त्यांचं ऑफिस होतं 'कॅफे कॉफी डे'मधलं एक टेबल आणि स्वतःचा मोबाइल फोन.

पहिले सहा महिने 'जिंकू किंवा मरू!' या आवेशात गेले. त्यानंतर मात्र मागण्या येऊ लागल्या. दर महिन्याला आधी १०, मग १५, मग २० मागण्या येऊ लागल्या. महिन्याची उलाढाल एक-दोन लाखांच्या घरात पोहोचली होती. एखाद्या चांगल्या महिन्यात ती चार लाखांचा आकडासुद्धा गाठू लागली.

''आता आम्हाला तोटा होत नव्हता. निदान गरजेपुरते खर्च भागवण्याइतके पैसे येऊ लागले होते.''

या धडपडीच्या कालखंडात एकच ध्रुवतारा दिशा दाखवून उभारी देत होता. 'मॉर्फिअस व्हेंचर'* या कंपनीच्या भागीदारांनी अगदी नवजात, उदयोन्मुख कंपन्यांना मदत करण्यासाठी एक उपक्रम सुरू केला होता. त्यांच्या संकेतस्थळावर लिहिलेलं होतं, 'जे देदीप्यमान

* (नवजात कंपन्यांना मदत करणारी ही भारतातली पहिली कंपनी होती. ती २०१४ सालच्या फेब्रुवारी महिन्यात बंद पडली.)

''आम्हाला ठाऊक आहे की आम्हाला सारं काही करता येणार नाहीये. आम्ही सारं काही एकाच वेळेस करू पाहणारही नाही. पण एका वेळेस एका समस्येवरचा उपाय आम्हाला नक्कीच शोधता येईल.''

यश मिळवू इच्छितात, अशा उद्योजकांना आम्ही साहाय्य करणार आहोत.' हे वाक्य फारच आकर्षक वाटत होतं.

''आम्ही तिथं अर्ज पाठवला आणि आमच्याशी पंधरा मिनिटं बोलल्यावर त्यांचे भागीदार आम्हाला म्हणाले, आम्हाला तुम्ही आवडलात. हातमिळवणी करा!''

हा व्यवहार अगदी सोपा होता. नव्यानं सुरू झालेल्या प्रत्येक कंपनीला सुज्ञ सल्ला पुरवला जात होता आणि व्यवसायासाठी आवश्यक अशा व्यक्तींशी ओळख करून दिली जात होती. त्या बदल्यात 'मॉर्फिअस'ला नवजात कंपनीचं ४ ते ८ टक्के भागभांडवल दिलं जात होतं. त्यांनी मदत केलेल्या सुरुवातीच्या काही कंपन्यांमध्ये 'इंटरव्ह्यू स्ट्रीट' आणि 'कॉमनफ्लोअर' या कंपन्यांचा समावेश होता.

''आम्हाला त्यांच्याकडून पैसे मिळाले नाहीत; पण कुणीतरी तुमच्यावर विश्वास दाखवतंय, ही भावनाच फार मोलाची होती.''

मॉर्फिअसमुळे विक्री आणि विपणन या क्षेत्रांमध्येसुद्धा खूपच हातभार लागला. समील गुगलानी, इंडस खैतान आणि नंदिनी हिरियानिआ हे अनुभवी उद्योजक होते. महत्त्वाच्या मीटिंगजच्या वेळेस ही मंडळी केवळ उपस्थित राहिली, तरी प्रॅक्टोच्या विक्रीभाषणाला वजन येत असे.

''ही मंडळी आमच्यापेक्षा वयानं मोठी होती आणि त्यांच्या बिझनेस कार्डवर 'व्हेंचर पार्टनर्स' असं लिहिलेलं होतं. त्यामुळे ग्राहक अधिक गांभीर्यानं आमच्याकडे पाहत असत.'' पण अखेरीस एखादी विक्री करणं हे चांगल्या विक्रेत्यालाच जमतं. प्रॅक्टोच्या टीमला विक्रीतल्या खाचाखोचा आणि युक्त्या लवकरच समजल्या. त्यातली सर्वांत महत्त्वाची युक्ती होती, 'ताबडतोब समाधान मिळवून देणं.' तुम्ही जर डॉक्टरवर छाप पाडलीत आणि बघता बघता, त्याच्या डोळ्यांसमसोरच त्याच्या समस्येवर तोडगा शोधून काढलात, तर तुम्हाला तिथून हटकून मागणी येणारच!

''तुम्हाला ही जादू करून दाखवायची असते आणि त्यासाठी तुमच्या हाताशी अवघी पंधरा मिनिटं असतात. जर तशी जादू घडवता आली नाही, तर तुमच्या प्रॉडक्टची मागणी नोंदवायला तो सहा महिनेसुद्धा घेईल; पण तशी जादू करता आली तर तुम्हाला तिथल्या तिथंच तो चेक लिहून देईल.''

नशिबानं प्रॅक्टोला अशी जादू करण्यात यश मिळत गेलं. आपलं नाव आणि आपला फोननंबर प्रॅक्टो सॉफ्टवेअरमध्ये नोंदवायची सूचना डॉक्टर्सना दिली जात असे आणि ताबडतोब त्याचा मोबाइल व्हायब्रेट होऊ लागत असे.

विक्रेता त्या डॉक्टरला म्हणत असे, ''तुमच्या रुग्णांना आठवणीचे फोन धाडण्यासाठी तुम्ही हे सॉफ्टवेअर का नाही वापरत?''

''वा! हे शक्य आहे हे मला ठाऊकच नव्हतं!'' आणि तो आनंदानं चेकवर सही ठोकत असे.

हे सॉफ्टवेअर ३० दिवस मोफत वापरून पाहण्याची सवलत दिल्यामुळे डॉक्टरला निर्णय घेण्यास मदत होत असे. त्यानंतर तो ग्राहक वार्षिक आकार देऊ लागत असे. ही गोष्ट त्या वेळेस अत्यंत खळबळजनक होती.

''त्या वेळेस 'सॉफ्टवेअर अॅज अ सर्व्हिस' (SAAS) ही संकल्पना भारतात कुणीही ऐकलेली नव्हती. ही संकल्पना वापरात आणणाऱ्या पहिल्यावहिल्या अल्पसंख्य कंपन्यांपैकी आम्ही एक होतो.''

डॉक्टरांना सवय होती की पाच हजार रुपये देऊन सॉफ्टवेअर विकत घ्यायचं आणि ते आपल्या कॉम्प्यूटरवर टाकायचं. आता त्यांना प्रॅक्टो-सॉफ्टवेअर वापरण्यासाठी दर वर्षी १० हजार रुपये मोजावे लागणार होते. त्यामुळे त्यांना प्रॅक्टोचे सॉफ्टवेअर आवडलं तरी दर साल १० हजार रुपये मोजायला त्यांना उद्युक्त करणं, हे अवघड काम होतं. ती एक कला होती आणि ते एक विज्ञानही होतं.

त्यातलं विज्ञान होतं : प्रॅक्टोच्या ऑफिसमधला डॅशबोर्ड. कोणता डॉक्टर लॉगिंग करून हे सॉफ्टवेअर वापरतोय, हे त्या डॅशबोर्डवरून त्वरित कळत असे. असे डॉक्टर्स वार्षिक आकार भरायला राजी होण्याचा संभव खूपच होता- विक्रीतली कला होती : डॉक्टरबरोबर मैत्रीचे संबंध प्रस्थापित करणं. इतर डॉक्टरांनी केलेल्या शिफारशीमुळे हे काम सोपं होत असलं तरी बऱ्याचदा त्याहूनही जास्त प्रयत्न करावे लागत असत.

''तुम्ही त्या डॉक्टरबरोबर शाळेतून त्याच्या मुलीला आणताना सोबत जायचं. त्याच्याबरोबर दुपारचं जेवण घ्यायचं... आणि मैत्रभाव निर्माण करायचा.''

मार्च २०१०पर्यंत प्रॅक्टोची उलाढाल २० लाखांपर्यंत पोहोचली होती आणि ते वित्तनिवेशकांचा शोध घेऊ लागले होते. पण त्यांना कुणीही प्रतिसाद देत नव्हतं. भांडवल उभं करण्याच्या दृष्टीनं तो अत्यंत अवघड काळ होता आणि भरीत भर म्हणजे प्रॅक्टो भारतीय बाजारपेठेवरच लक्ष केंद्रित करत होती.

''व्हेंचर कॅपिटलिस्टना बाविशीची कोवळी पोरं भारतीयांना सॉफ्टवेअर विकताना दिसत आणि तेसुद्धा डॉक्टरांना! अशा मार्गानं आजवर कुणी व्यवसाय केलेला नव्हता. त्यामुळे आमच्याकडे ते ढुंकूनही बघायला तयार नव्हते!''

जेव्हा जग तुमच्याकडे पाठ फिरवतं, तेव्हा तुमच्यापुढे दोन पर्याय असतात. जगाला हवंय तसं रूप धारण करणं किंवा निष्ठेनं आपला मूळ स्वभाव जोपासणं. रंग बदलणारा सरडा आसमंतात मिसळून जातो. तो वेगळा उठून दिसत नाही.

''डॉक्टरांकडून मिळत गेलेल्या प्रतिसादामुळे आम्हाला पुढे जात राहण्याची ऊर्जा मिळाली. आम्ही त्यांना भेडसावणाऱ्या खऱ्याखुऱ्या समस्येचं निराकरण करत होतो. त्यामुळे शंकेला जागा नव्हती.''

चिकाटीचं फळ नेहमीच गोमटं असतं. २०१० मध्ये 'सिकोइआ कॅपिटल'च्या शैलेंद्रसिंग यांनी प्रॅक्टोच्या चमूला भेटायला होकार दिला. प्रॅक्टोची पोरं हरखून गेली. त्यांच्यासाठी हा मोठा मानाचा क्षण होता.

''मला आठवतंय, आम्ही मुंबईत एका सेल्स मीटिंगसाठी गेलो होतो. तिथं सारे जण लोकल ट्रेनच वापरतात. आम्हीसुद्धा तेच केलं होतं. त्यामुळे सिकोइआच्या मीटिंगपूर्वी मी घरी आलो आणि नीटपणे तयार झालो. मला घामट कपड्यांचा वास घेऊन तिथं जायचं नव्हतं आणि सिकोइआच्या मीटिंगला जाताना मी चक्क टॅक्सी घेतली. त्या काळात आम्हाला ती खूपच महागडी गोष्ट वाटत असे.''

परळमधल्या सिकोइआच्या ऑफिसच्या भिंतीवर अत्यंत यशस्वी झालेल्या इंटरनेट उद्योजकांचे फोटो लावले आहेत. अगदी स्टीव्ह जॉब्जपासून ते सर्जी ब्रिन आणि लॅरी पेजपर्यंत. सिकोइआ 'ॲपल' आणि 'गुगल' या दोहोंमधली प्रारंभिक वित्तनिवेशक व्हेंचर कॅपिटल फर्म होती. शशांकनं ताबडतोब फोटो काढायला सुरुवात केली.

''मी ते फोटो ताबडतोब सर्वांना पाठवायला सुरुवात केली. मी म्हणालो, 'पाहा! मी या ऑफिसात आलोय.' कारण अगदी प्रामाणिक कबुली द्यायची, तर मला वाटत होतं, की मी पुन्हा इथं कधीही येणार नाहीये.''

त्यानंतर शैलेंद्र सिंगांनी प्रवेश केला आणि नंतरचा तासभर अत्यंत विस्मयजनक चर्चा घडली. इतर संभाव्य वित्तनिवेशकांबरोबर घडणाऱ्या चर्चेपेक्षा ही चर्चा सर्वस्वी निराळी होती.

''सर्वसाधारणतः व्हेंचर कॅपिटलिस्ट (नव्या कंपन्यांत वित्तनिवेश करणारे विनिवेशक) तुम्हाला विचारतात, 'तुमची कंपनी केवढी मोठी होऊ शकेल?' किंवा 'तुमच्या कंपनीनं इतकी कमी बाजारपेठ का काबीज केलीय?' किंवा 'तुम्ही तुमच्या पॉवर

पॉइंट प्रेझेंटेशनमध्ये 'रिटर्न ऑन इन्व्हेस्टमेंट' (गुंतवणुकीवरचा परतावा) यांसारखे आकडे का दिलेले नाहीत?' त्याऐवजी शैलेंद्र सिंगांनी फक्त एकच प्रश्न विचारला, तुम्ही हे का करताय?''

हा प्रश्न विचारताक्षणी चर्चेत ऊर्जा सळसळू लागली. शशांकनं म्हटलं की, 'प्रॅक्टो' हे केवळ डॉक्टरांसाठीचं सॉफ्टवेअर नाहीये. त्यांच्या डोळ्यांपुढे त्याहून खूपच मोठं उद्दिष्ट आहे. रुग्णांचे सारे वैद्यकीय अहवाल डिजिटल रूपात साठवण्याचं त्यांचं ध्येय आहे.

शशांक अगदी मोकळेपणानं, प्रामाणिकपणानं आणि आंतरिक तळमळीनं बोलला. एक तास चर्चा झाल्यानंतर शैलेंद्र म्हणाले, ''तुमच्या कल्पनेत दम आहे. आम्ही तुम्हाला एवढे पैसे देऊ.''

त्या तरुणाचा स्वतःच्या कानांवर विश्वासच बसेना!

''त्या वेळेस बँकेच्या कंपनीच्या खात्यात अवघी चार आकडी रक्कम असायची आणि हे महाशय आम्हाला आठ आकडी रक्कम द्यायला तयार होते. ते आमची फिरकी तर घेत नव्हते?''

अजूनही धक्का बसलेल्या मनःस्थितीत असलेल्या शशांकनं त्याच्या मॉर्फिअस व्हेंचर पार्टनर्सना फोन केला आणि त्यांच्या कानांवर ही बातमी घातली. तेसुद्धा इतके थक्क झाले, की त्यांच्या तोंडून शब्दच फुटेनात. त्यांच्या पटावरच्या एकाही कंपनीला असा तत्क्षणी वित्तनिवेश मिळवता आलेला नव्हता. मॉर्फिअसनं सिकोइआला फोन केला आणि या बातमीच्या सत्यतेची खात्री करून घेतली.

शैलेंद्र सिंग म्हणाले, ''ही टीम ग्रेट आहे, त्यांचं प्रॉडक्ट ग्रेट आहे. त्यांना मिळू शकणारी बाजारपेठ मोठी आहे आणि आजवर इतर कुणी त्यांना हेरलं नव्हतं. त्यामुळे मी खरोखरच त्यांना अर्थसाहाय्य करायला तयार आहे.''

हा व्यवहार पूर्ण व्हायला सहा महिने लागले. त्या वेळेस प्रॅक्टो अत्यंत काटकसरीनं वागत राहिली आणि पैशांची हातमिळवणी करता करता मेटाकुटीला येत राहिली.

''आमचं एचडीएफसी बँकेत खातं होतं. मीच तिथला व्यवहार पाहत असे. एखादा चेक लिहिण्यापूर्वी आम्हाला विक्रीबद्दलचा चेक खात्यात जमा होण्याची वाट पाहावी लागत असे.''

मार्च २०११मध्ये सिकोइआचे पैसे प्रॅक्टोच्या खात्यात जमा होईपर्यंत त्यांची अशी भणंग अवस्था कायम राहिली. त्यानंतर मात्र पैशांची चणचण दूर झाली. त्याचा दृश्य परिणाम म्हणजे त्यांना पगार वाढवता आले, अधिक बरं जेवण आणि अधिक बरी बिअर परवडू लागली!

पण कामाबद्दल बोलायचं, तर हे लोक पहिल्यापेक्षाही जास्त नेटानं आणि जिद्दीनं प्रयत्न करत राहिले. कारण सिकोइआबरोबर झालेल्या करारामुळे त्यांना फक्त पैसेच मिळालेले नव्हते, तर त्यांचे प्रयत्न योग्य दिशेनं आणि योग्य प्रकारे सुरू असल्याची ती पावतीच होती!

"अवघ्या एक वर्षापूर्वी तुमचे आई-वडील आणि इतर सर्व जण म्हणत होते की तुमचे प्रयत्न हा निव्वळ मूर्खपणा आहे. आता इतर मोठमोठ्या कंपन्यांना अर्थसाहाय्य पुरवणारा हा व्हेंचर कॅपिटलिस्ट म्हणतोय, 'तुमच्या अंगी ती चमक दिसतेय!' असं झालं की जग जिंकल्यासारखं वाटू लागतं!"

पण त्या काल्पनिक सिंहासनावर दीर्घ काळ बसून न राहता, नवी राज्यं जिंकून घेण्याचे प्रयत्न करू लागण्यातच खरा सुज्ञपणा असतो! तसं करण्यासाठी तुम्हाला आणखी सेनापती आणि आणखी सैनिक गरजेचे असतात.

"आमचं लक्ष केंद्रित झालं होतं विक्रीवर! आम्हाला उत्पन्न वाढवून दाखवावं लागणार होतं. तसं करता आलं असतं, तरच वित्तनिवेशाचा पुढचा हप्ता आम्हाला मिळू शकला असता."

'नौकरी डॉट कॉम' आणि 'एचआरडी कन्सल्टंट्स'च्या मदतीनं त्यांना विक्रेत्यांचा चमू वाढवता आला. विक्रेत्यांचा आकडा वाढला तशी वेगवेगळ्या शहरांमध्ये कंपनीचं ऑफिस थाटण्याची गरज वाटू लागली. या सर्व गोष्टींसाठी पैशांची गरज होती. तो बँकेत होता; पण तो खर्चायला मन धजावत नव्हतं.

"माहीमच्या सितलादेवी रोडवर जिन्याखाली टेबल-खुर्ची मावेल एवढ्याच जागेत आमचं यापूर्वीचं ऑफिस असे. त्यासाठी आम्ही महिना पाच हजार रुपये देत असू. आम्ही पैशांच्या बाबतीत काळजीपूर्वक इतके काटेकोर वागत असू."

आता मुंबईतल्या नव्या ऑफिसच्या लीजवर सही करण्यापूर्वी शशांकनं कंपनीच्या संचालक मंडळावरच्या एका संचालकाला फोन करून विचारलं, "मी भाड्यासाठी महिना ३५ हजार रुपये खर्च केले तर चालेल का?"

तो म्हणाला, "बेलाशक पुढे जा! तुला त्याची गरज आहे आणि अशा कशासाठीही पुन्हा परवानगी विचारत बसू नकोस."

तरीसुद्धा व्यवस्थापनात अशी काटकसरी वृत्ती राखल्यामुळेच हा वित्तनिवेश मिळण्यापूर्वी प्रॅक्टो कंपनी जिवंत राहू शकली, आणि पैसे मिळाल्यानंतर जोमानं वाढूही शकली. अवघ्या सहाच महिन्यांत व्यवसाय जोमानं फोफावला.

महिना एक-दोन लाखांवरून उत्पन्न अनेक लाखांवर पोहोचलं. मार्च २०१२मध्ये संपलेल्या आर्थिक वर्षाची प्रॅक्टोची उलाढाल दोन कोटी रुपयांवर पोहोचली; प्रॅक्टोसाठी २५ कर्मचारी काम करू लागले होते आणि विक्रीसाठी त्यांची सहा ऑफिसं सुरू करण्यात आली होती.

त्याच वेळेस सिकोइआ त्यांच्याकडे आली आणि त्यांना म्हणाली, "थोड्या पैशांमध्ये तुम्ही जे काही साध्य करून दाखवलंय, ते पाहून आम्ही खूश आहोत. आता आम्ही तुम्हाला आणखी पैसे देऊ इच्छितो."

२०१२ सालच्या मध्याला, सिकोइआनं प्रॅक्टोमध्ये २५ कोटी रुपयांचा वित्तनिवेश केला. हे पैसे आल्यावर प्रॅक्टोच्या टीमनं सर्वप्रथम एक गोष्ट केली. त्यांनी रुग्णांच्या सक्षमीकरणासाठी एक संकेतस्थळ बनवलं. हे संकेतस्थळ ऑगस्ट २०१२मध्ये सर्वांसाठी खुलं करण्यात आलं. 'प्रॅक्टो डॉट कॉम'वर तुम्हाला डॉक्टर कुठे उपलब्ध आहे हे शोधता येतं आणि त्याची अपॉइंटमेंटसुद्धा घेता येते.

ऑक्टोबर २०१२ मध्ये प्रॅक्टोनं सिंगापूरमध्येसुद्धा पंख पसरले आणि तीन महिन्यांमध्ये तिथलं ऑफिस चालू केलं.

"भारतातील बाजारपेठ खूप मोठी आहे हे आम्हाला ठाऊक आहे; पण तरीही जागतिक स्तरावर स्वास्थ्यसेवेचं व्यासपीठ उपलब्ध व्हावं, अशीसुद्धा आमची महत्त्वाकांक्षा आहे."

दूरदेशात ऑफिस थाटल्यामुळे आणखी एक धोरणात्मक फायदा होणार आहे. कंपनीला आपलं भागभांडवल बाजारात आणणं त्यामुळे सोपं जाणार आहे.

"सिकोइआ आमच्याकडे दूरदृष्टीनं पाहून दीर्घकालीन संबंध ठेवू इच्छित असली तरी कोणत्यातरी टप्प्यावर प्रत्येक वित्तनिवेशक नफा घेऊन बाहेर पडू इच्छित असतोच!"

उद्योजक नेहमीच कंपनीचा विकास घडवण्याची संधी शोधत असतो. त्यासाठी तो अनेक वेगवेगळ्या गोष्टी करू पाहत असतो. चांगला व्हेंचर कॅपिटलिस्ट त्यासाठी त्याला योग्य मार्गदर्शन पुरवून विकासाची योग्य दिशा दाखवतो.

"एका टप्प्यावर आम्हाला 'बिझनेस टू बिझनेस ई-कॉमर्स' (B to B e-commerce) या क्षेत्रात प्रवेश करावासा वाटू लागला होता; पण सिकोइआनं आम्हाला सावध केलं की, त्या क्षेत्रात प्रचंड स्पर्धक आहेत आणि यशाची शक्यता अगदी कमी आहे. सरतेशेवटी आम्ही तो विचार सोडून दिला."

प्रॅक्टोचं लक्ष मुख्यतः डॉक्टर्स आणि रुग्ण यांच्यावरच केंद्रित झालं आहे आणि

प्रॅक्टो सॉफ्टवेअरमध्ये नित्य नवी मोलाची भर घातली जातेय. डॉक्टर्सना आता ई-मेल किंवा एसएमएसद्वारा प्रिस्क्रिप्शन्स पाठवता येतात; रुग्णांच्या वैद्यकीय नोंदी ठेवता येतात, अन्वेषण चाचण्यांचे अहवाल आणि एक्सरेजसुद्धा ठेवता येतात.

या साऱ्या गोष्टी डिजिटल रूपात साठवता येतात. प्रॅक्टो सॉफ्टवेअरमुळे बिलं पाठवणं, उरलेल्या सामानाचा आकडा टिपणं (inventory) आणि रुग्णांशी संपर्क साधण्यास मदत करणं या सर्व गोष्टी सुलभतेनं करता येऊ लागल्या आहेत. त्यामुळे, अनेक क्लिनिक्समधल्या टेलिफोन लाइन्स सतत व्यग्र राहू लागल्या आहेत.

"आम्ही कॉम्प्यूटरवर स्वागतिकेची सुविधा देऊ केलीय. त्याचं नाव आहे 'प्रॅक्टो हॅलो'. ती सुविधा वापरून तुम्ही आठवड्याचे सातही दिवस, दिवसाचे चोवीस तास अॅपॉइंटमेंट घेऊ शकता."

या टीमनं खास डॉक्टर्ससाठी एक टॅब्लेट वापरायला दिला आहे. त्याचा वापर करून डॉक्टरांकडे येणाऱ्या रुग्णांना किचकट फॉर्म्स भरून द्यावे न लागता, सॉफ्टवेअर वापरता येईल.

गेल्या दोन वर्षांत प्रॅक्टोची वाढ अत्यंत झपाट्यानं झालीय. कंपनीसाठी आता ३०० कर्मचारी काम करत आहेत आणि त्यांची अपेक्षित वार्षिक उलाढाल २० कोटी रुपयांवर पोहोचलीय. १० हजार डॉक्टर्स नित्यनेमानं हे सॉफ्टवेअर वापरत आहेत आणि एक लाखापेक्षा जास्त डॉक्टर्सनी 'प्रॅक्टो डॉट कॉम' या वेबसाइटवर आपलं नाव नोंदवलं आहे.

"येत्या दोन-तीन वर्षांत भारतातील ६०-७० टक्के डॉक्टरांपर्यंत पोहोचणं आणि चार-पाच देशांमध्ये व्यवसायाचा विस्तार करणं, हे आमचं सध्याचं उद्दिष्ट आहे."

गमतीची गोष्ट अशी की सर्व देशांतल्या समस्या समान आहेत. तुम्ही मुंबईत असा की दुबईत! क्लिनिकमध्ये सरासरी किती वेळ वाट पाहत थांबावं लागतं किंवा कोणता डॉक्टर लोकप्रिय आहे, हे तुम्हाला ठाऊक नसतं. अशा तऱ्हेची माहिती लवकरच प्रॅक्टो डॉट कॉमवर उपलब्ध होईल.

"बँकिंगच्या क्षेत्रात कॉम्प्यूटर टेक्नॉलॉजीचा भरपूर वापर होऊ लागला आहे. पण स्वास्थ्यसेवा क्षेत्रात कॉम्प्यूटर टेक्नॉलॉजीचा अद्यापही फारसा शिरकाव होऊ शकलेला नाही. आमच्यापुढलं तेच प्रचंड मोठं आव्हान आहे आणि आम्हाला उपलब्ध असलेली ती मोठी सुसंधीसुद्धा आहे!"

याच कारणास्तव प्रॅक्टो साहसात सहभागी झालेले प्रारंभीचे सातही भिडू अजूनही

प्रॅक्टोमध्येच टिकून राहिले आहेत. त्यांच्या मालकीचे कंपनीचे शेअर्स आहेत आणि कंपनीतली महत्त्वाची विविध पदं ते सांभाळत आहेत.

"आम्हा सर्वांचा विकास एकमेकांसमवेतच झालेला आहे आणि ही भावना मोठी सुखद आहे. फक्त आम्ही दोघे जणच (अभिनव आणि शशांक) कंपनीचे संस्थापक आहोत, असं आमच्या इतर टीममेंबर्सना जाणवून द्यावं, आमची अजिबात इच्छा नव्हती. आम्ही दोघे जणच उद्योजक नसून आमचा उद्योजकांचा संघ आहे!"

कारण आयुष्य हे फुटबॉलच्या मॅचसारखं असतं- जी टीम आपल्या गटात बॉल हस्तांतरित करत राहील, तीच अखेरीस गोल करू शकते!

हा खेळ स्नेहासाठी खेळा! हा खेळ पैशांसाठी खेळा! हा खेळ जिंकण्यासाठी खेळा! बॉल तिथंच, अगदी तुमच्या समोरच ठेवलेला आहे.

तरुण उद्योजकांना कानमंत्र

अभिनव

जितकी लवकर सुरुवात कराल तेवढं श्रेयस्कर ठरेल. कॉलेजात असतानाच व्यवसाय सुरू केलात, तर तो तुमच्या फुरसतीचा सर्वोत्कृष्ट वापर ठरेल. त्या वेळेस तुमच्यावर कोणतीही जबाबदारी नसते. तुमचा त्यात कोणताही तोटा होणार नसतो. फक्त प्रश्न एवढाच उरतो की, पदवी मिळवल्यानंतर नोकरी स्वीकारायची की आधी सुरू केलेला व्यवसायच चालू ठेवायचा? आधी एक-दोन वर्षे नोकरी करावी, अशी माझी प्रारंभीची मानसिकता होती; पण व्यवसायात स्वतःला झोकून देऊन लाटेवर स्वार होण्याचा जो निर्णय मी घेतला, तो मी घेतलेला अगदी योग्य निर्णय होता.

दुसरी महत्त्वाची गोष्ट म्हणजे, तुमच्या डोळ्यांपुढल्या स्वप्नांशी सदैव एकनिष्ठ राहा. 'माझी कंपनी १०० कोटींची असायला हवी,' असं ते स्वप्न असता कामा नये! तुमचं स्वप्न असायला हवं, 'मी या समस्येवर तोडगा शोधून काढेन!' जेव्हा तुम्ही समस्येवर तोडगा शोधत असता, तेव्हा इतर गोष्टी आपोआपच घडत जातात.

शशांक

भारतात सुरू होऊन नावारूपाला आलेल्या अनेक उत्तम कंपन्या आहेत. त्यामुळे यशस्वी होण्याची शक्यता भरपूरच आहे. त्यामुळे स्वतःला झोकून देऊन कोणतीतरी सुंदर गोष्ट आकाराला आणणं सयुक्तिक ठरेल. दुसरी गोष्ट म्हणजे महत्त्वाकांक्षा असावी. प्रत्येकालाच श्रीमंत आणि सुप्रसिद्ध व्हावंसं वाटत असतं; पण ते काही एका रात्रीत घडत नसतं. अनेक नेटवर्किंग इव्हेंट्सना हजेरी लावून सगळ्या ठिकाणी तुमच्या संकल्पनेबद्दल बोलायची चूक करू नका. त्याऐवजी त्या संकल्पनेवर ताबडतोब काम करायला सुरुवात करा.

तुम्ही एकवीस-बावीस वर्षांचे असता, तेव्हा तुम्हाला अनेक परीक्षांना सामोरं जाऊन आपली कुवत सिद्ध करावी लागणार असते. तुमच्यापुढे काही यशाचं ताट वाढून येणार नसतं. खूप चिकाटीनं कष्ट करा, उत्तम प्रॉडक्ट तयार करा आणि मग ते विकायच्या मागे लागा! विकत राहा! विकत राहा! भारतात जर यशस्वी उद्योग थाटायचा असेल, तर तुमचा निदान ७५ टक्के वेळ विक्रीसाठी खर्च करावा लागेल. 'विक्री'चा अर्थ आहे, संभाव्य ग्राहकाची समोरासमोर भेट घेणं. 'जस्ट डायल', 'नौकरी' किंवा 'झोमॅटो' या कंपन्यांकडे बघा. त्या सर्वांनी ग्राहक गाठण्यासाठी पायपीट करूनच पैसा खेचून आणला आहे. तुमचे पाय नेहमी जमिनीवर घट्ट रोवलेले असू द्या. आपल्या उद्दिष्टावर सतत चित्त स्थिर असू द्या. यशःश्री आपल्या पायांनी तुमच्यापर्यंत चालत येईल.

पुनीत मित्तल

सौरभ बन्सल

सिद्धार्थ बन्सल

तुम्हीही अशी जादू घडवू शकता!

सौरभ बन्सल (आयआयटी, खरगपूर)
पुनीत मित्तल (चार्टर्ड अकाउंटंट)
सिद्धार्थ बन्सल (आयआयटी दिल्ली, आयआयएम लखनौ)

मॅजिक्रेट

२००८ मध्ये आयआयटी, खरगपूर येथून पदवी मिळवून बाहेर पडलेल्या एका तरुणानं आणि नुकतीच चार्टर्ड अकाउंटंटची पदवी मिळवलेल्या आणखी एका तरुणानं ठरवलं की, एका पुरातन व्यवसायाला नवचेतना द्यायची. आज त्यांची 'मॅजिक्रेट' ही कंपनी १५० कोटी रुपयांची वार्षिक उलाढाल करू लागली आहे आणि या कंपनीनं देशभरातल्या बांधकाम व्यवसायाचा चेहेरामोहराच बदलून टाकला आहे.

आयआयटी, खरगपूर एका ओसाड जागी वसलं आहे. खरगपूर हे एक लहानसं संथ गाव आहे. जगभरातला सर्वांत लांबलचक रेल्वे प्लॅटफॉर्म हे त्याचं वैशिष्ट्य! पण त्याखेरीज तिथं इतर काही म्हणजे काही नाही. ना तिथं एखादा मॉल आहे, ना तिथं एखादं मल्टिप्लेक्स आहे आणि ना तिथं एखादं बऱ्यापैकी रेस्टॉरंट आहे!

जेव्हा २००८ मध्ये मी पहिल्यांदा आयआयटी खरगपूरला भेट दिली, तेव्हा मला वाटलं, "किती आगळीवेगळीच जागा आहे ही!" कॅम्पसवर रात्र घालवण्याचा एकमेव सर्वोत्तम उपाय म्हणजे मित्रांबरोबर 'टाइम पास' करणं! कुणाच्यातरी खोलीत एकत्र

जमून जगभरातल्या गोष्टींबद्दल तावातावानं चर्चा करणं! आणि 'खादाडी' करणं!

आर.के. हॉल रेसिडेन्सच्या डी-२०६ क्रमांकाच्या हॉस्टेल रूममध्ये सौरभ बन्सल खिचडी बनवत होता. ही खिचडी डाळ-तांदळाची नव्हती, तर ही खिचडी होती दुनियाभरच्या अचाट कल्पनांची. चर्चेसाठी ऐरणीवर घेतलेला विषय होता, 'तुम्हाला आयुष्यात काय करायचंय?' कुणी काही म्हटलं, इतर कुणी वेगळंच काही म्हटलं. त्या वेळेस हा तरुण उठून उभा राहिला आणि त्यानं भिंतीवर एक आकडा लिहिला – '५००० कोटी.' सौरभ बन्सल मला म्हणाला, "मी म्हटलं की मला स्वतःचा व्यवसाय चालू करून तो पाच हजार कोटींवर न्यायचा आहे."

त्या वेळेस सौरभ खरगपूर आयआयटीत तिसऱ्या वर्षांत शिकत होता. कॅम्पसवर कोणतातरी व्यवसाय सुरू केल्याचं बिझनेस कार्डसुद्धा त्याच्याजवळ नव्हतं. जसं की, 'अबक कॅम्पस स्टार्टअपचा संस्थापक.' पण त्याला आतून स्वतः व्यवसाय करायलाच हवा, अशी प्रचंड ओढ लागून राहिली होती.

कॅम्पसवर नोकऱ्यांसाठीचे इंटरव्ह्यू सुरू झाले की विद्यार्थी आपण सुरू केलेल्या कंपन्या गुंडाळून टाकत असत. नोकरीचा मोह फारच थोड्या जणांना टाळता यायचे, पण सौरभनं तो मोह टाळला. त्याच्या डोक्यात व्यवसायाबाबत कोणतीही ठोस कल्पना नव्हती; पण त्याला खात्री वाटत होती की, कोणतातरी व्यवसाय त्याला नक्कीच सुरू करता येईल. सरतेशेवटी तो उद्योजकांची कर्मभूमी असलेल्या सुरत शहराचा सुपुत्र होता!

"भरीला माझ्या ठायी भरपूर फाजील आत्मविश्वास होता. त्यामुळे मला वाटत होतं, की इतरांना जे शक्य होतंय, ते माझ्या आयआयटीच्या पदवीमुळे मी त्यांच्यापेक्षासुद्धा अधिक सरसरीत्या करू शकेन."

सात वर्षांनंतर त्यानं नेमकं तेच सिद्ध करून दाखवलं आहे. त्याची कंपनी 'मॅजिक्रेट', १५० कोटींपेक्षाही अधिक रकमेची वार्षिक उलाढाल करू लागलीय; पण त्याचं उद्दिष्ट त्याहूनही खूपच मोठं आहे. त्याच्या हॉस्टेलच्या खोलीच्या भिंतींना नवा रंग दिला गेला असला, तरी त्यानं एके काळी त्यावर खरडलेला पाच हजार कोटींचा आकडा अजूनही सौरभ बन्सलच्या मनावर स्पष्टपणे कोरला गेला आहे.

"एके दिवशी मी ते नक्कीच करून दाखवेन! पाच हजार कोटींची उलाढाल करून दाखवेन!" प्रत्येक खोलीला चार भिंती असतात. कुणीतरी त्यावर आपलं स्वप्न चितारण्याचीच काय ती कमी असते! आणि त्या स्वप्नांवर विश्वास ठेवण्याची, ती स्वप्नं जगण्याची आणि उघडे डोळे ठेवून स्वप्नं बघत राहण्याचीच काय ती कमी असते!

तुम्हीही अशी जादू घडवू शकता!

सौरभ बन्सल (आयआयटी, खरगपूर)
पुनीत मित्तल (चार्टर्ड अकाउंटंट)
सिद्धार्थ बन्सल (आयआयटी दिल्ली, आयआयएम लखनौ)
मॅजिक्रेट

''माझे वडील एका कापड उत्पादक कंपनीत निर्यात संचालक पदावर कार्यरत होते. १९९८ मंध्ये त्यांनी क्विक् लाइमचं- म्हणजे भाजलेल्या चुनखडीचं उत्पादन स्वतः सुरू केलं आणि ते एक उद्योजक बनले.''

त्या वेळेस सौरभ दहावीत शिकत होता आणि त्यानं वडिलांना व्यवसायात मदत करायला सुरुवात केली होती. ग्राहकांना भेटतेवेळी तो वडिलांबरोबर जात असे आणि धाकटा भाऊ सिद्धार्थ त्याला मदतीला घेऊन विक्रीसाठीच्या गोष्टी तयार करत असे.

सौरभला त्यामुळे लवकरच वाटू लागलं, 'मला माझा स्वतःचा व्यवसाय सुरू करायचा आहे.' त्या दृष्टीनं कॉमर्स ही ज्ञानशाखा अधिक योग्य ठरली असती; पण त्याच्या वडिलांचा दृष्टिकोन वेगळाच होता.

ते सौरभला म्हणाले, ''पुढील काळ हा तंत्रज्ञांचा काळ असणार आहे. तू अभियांत्रिकीची पदवी घ्यायला हवीस.''

आणि तसंही, चांगले विद्यार्थी विज्ञान शाखेकडेच कळप करून शिरतात. अशा प्रकारे 'आयआयटी जॉइंट एन्ट्रन्स एक्झॅम'साठी पूर्वतयारी करून घेण्याबाबत सुप्रसिद्ध असलेल्या कोटा येथील नामवंत बन्सल क्लासेसमध्ये सौरभनं आपलं नाव नोंदवलं. १७००पेक्षा वरचा क्रमांक मिळवून त्यानं आयआयटी खरगपूरमध्ये प्रवेश मिळवला. त्याला चार वर्षांच्या बी.टेक. अभ्यासक्रमात प्रवेश मिळाला नसल्यामुळे त्यानं पाच वर्षांचा दुहेरी पदवीचा- इंडस्ट्रियल इंजिनिअरिंग आणि मॅनेजमेंट- अभ्यासक्रम निवडला.

''पहिली दोन वर्षं मी अक्षरशः हवेत तरंगत होतो. आयआयटीत प्रवेश तर मिळवला, आता आयुष्यात सारं काही सहज साध्य होईल?''

"दहावीत मी एखाद्या मेंढराप्रमाणे कळपापाठोपाठ जात राहिलो. मी माझ्या मित्रांपाठोपाठ इंजिनिअरिंगकडे वळलो."

तिसऱ्या वर्षापासून सौरभच्या लक्षात आलं की पुढे अजून भरपूर अंतर कापावं लागणार आहे. पुढे काय करायचं याबद्दलचे विविध पर्याय विचारात घ्यावे लागणार होते. तिथं प्रत्येक जणच हुशार होता आणि स्पर्धा खूपच तीव्र होती. काही जण जीआरई ग्रॅज्युएट रेकॉर्ड एक्झामसाठी (अमेरिकेतील पदव्युत्तर शिक्षणासाठी आवश्यक असलेली परीक्षा) तयारी करत होते. इतर लोक बिझनेस स्कूलसाठी आवश्यक असलेल्या कॅट (CAT) या प्रवेशपरीक्षेची तयारी करत होते. पण सौरभला पुढे आणखी शिकण्याची ओढ वाटत नव्हती. त्याला आणखी दोन वर्षं कॉलेजच्या वर्गात बसावंसं वाटत नव्हतं. त्याला वाटत होतं, 'अभ्यास खूप झाला! आता प्रत्यक्ष काहीतरी करून दाखवायची वेळ आली आहे!'

"खरं तर आमच्या दुहेरी पदवीच्या अभ्यासक्रमातच आम्हाला 'सप्लाय चेन' आणि 'आंत्रप्रेन्युअरशिप' (उद्योजकत्व) हे विषय शिकवण्यात आलेले होते. या विषयांची पातळी एमबीए अभ्यासक्रमाच्या तोडीची नसली, तरी त्या विषयांची प्राथमिक माहिती आम्हाला मिळालेली होती."

सौरभ चांगला विद्यार्थी असला तरी कॅल्क्युलस या विषयात फारसा तयार नव्हता. त्यामुळे कॅम्पसवर त्याला दहापैकी सहा पॉइंट्सच मिळत असत. त्यामुळे सर्वोत्कृष्ट नोकरी मिळण्याची शक्यता अगदीच कमी होती; पण सौरभला नोकरी करण्यात रसच वाटत नव्हता. त्याच्या डोक्यात वेगवेगळ्या कल्पनांची रस्सीखेच चालू होती. प्रश्न एवढाच होता की त्यातली कोणती कल्पना व्यवसायासाठी योग्य ठरेल.

"मी माझा बी.टेक.चा प्रकल्प 'आरएफआयडी'*वर केला होता. त्यामुळे त्याच्यावर आधारित काहीतरी करावं, हा माझा प्रारंभीचा विचार होता. माझ्या डोक्यातली दुसरी कल्पना होती, रस्त्यावरची मालवाहतूक ऑनलाइन बुक करण्याची. तिसरी कल्पना होती कॉम्प्यूटरवर डिजिटल ॲड नेटवर्क चालू करण्याची."

अशा प्रकारे अनेक आकर्षक कल्पना सौरभच्या डोक्यात फेर धरून नाचत होत्या. त्यातल्या जवळजवळ सर्व कल्पना असंघटित क्षेत्रात सुव्यवस्थापन आणण्यासाठीच्या संदर्भातल्या होत्या. वेगवेगळ्या टेक्नो-मॅनेजमेंट स्पर्धांमध्ये 'व्यवस्थापन-आराखडा आणि धोरण' या विषयात भाग घेताना सौरभ या कल्पनांचा

---

* आरएफआयडी (RFID) – रेडिओ फ्रीक्वेन्सी आयडेंटिफिकेशन डिव्हाइस.

वापर करत असे. आयआयटी चेन्नई इथे 'सोशल बिझिनेस प्लॅन कॉंपिटिशन'मध्ये त्याच्या अशा एका प्रकल्पाला तिसरा क्रमांक मिळाला होता.

''त्सुनामीमध्ये सापडलेल्या कोळ्यांना जी.पी.एस. सुविधा असलेल्या बोटींद्वारा मदत करण्याचा हा आराखडा होता.''

'काय करता येईल?' या निर्णयाशी सौरभची झटापट चालू होती, तेव्हा सिद्धार्थनं वेगळ्या मार्गानं जायला सुरुवात केलेली होती. तो सौरभपेक्षा एका वर्षानंच लहान होता आणि तो वर्गात नेहमीच पहिला येणारा हुशार विद्यार्थी होता. त्यानं दिल्ली आयआयटीमध्ये 'इंजिनिअरिंग फिजिक्स' या विषयात शिक्षण घेण्यास प्रारंभ केला होता आणि सौरभ ज्या वर्षी पदवी मिळवणार होता, त्याच वर्षी सिद्धार्थलासुद्धा पदवी मिळणार होती. पण त्यानं मॅनेजमेंट स्कूलमधील प्रवेशासाठी 'कॅट' ही परीक्षा दिली होती आणि एखाद्या कन्सल्टिंग फर्ममध्ये (सल्लागार कंपनीत) नोकरी मिळवण्याची त्याची इच्छा होती.

''आम्ही असा निर्णय घेतला होता की, दोघांपैकी एकानं तरी धोपटमार्गानं जाणं श्रेयस्कर ठरेल; आणि घरचा व्यवसाय पुरेसा मोठा झाला, की त्यात सहभागी होणं अधिक योग्य ठरेल.''

पण हे सारं झालं भविष्यकाळाबाबत! तेव्हा आयआयटी खरगपूरमधून बाहेर पडायचा दिवस जवळ येत चालला होता आणि सौरभला अजूनही स्पष्ट दिशा सापडलेली नव्हती.

पदवी मिळायच्या एक-दोन महिन्यांपूर्वी त्याच्या वडिलांच्या सुरतेमधल्या मित्रानं म्हटलं होतं की, सोलर एनर्जी (सौर ऊर्जा) हे उदयोन्मुख क्षेत्र आहे. सौरभनं त्या संदर्भातलं वाचन सुरू केलं आणि त्याच्या लक्षात आलं की, 'थिन फिल्म सोलर' या तंत्रज्ञानाचा बराच गवगवा होत आहे. हा तरुण मे २००७ मध्ये सुरतला परत आला आणि या संकल्पनेवर काम करू लागला. ''ही संधी योग्य वाटत होती आणि माझे काका या व्यवसायात वित्तनिवेश करायला तयार होते.''

त्यानं या व्यवसायाबद्दल सखोल माहिती मिळवण्यासाठी तीन महिने प्रयत्न केले. त्या संदर्भातलं कोणतंतरी प्रदर्शन पाहण्यासाठी तो जर्मनीलासुद्धा जाऊन आला. त्याच्या लवकरच लक्षात आलं की, युरोपमधील सरकारं सौर ऊर्जेसाठी भरपूर आर्थिकमदत देत असल्यामुळे या क्षेत्रातील कंपन्या नफा मिळवू शकत आहेत. भारतातील सौर

'मला नोकरीचं आकर्षण कधीच वाटलं नाही. मला इतर कुणाची चाकरी करण्यात अजिबात गम्य वाटत नव्हतं.''

“मोठी स्वप्नं पाहा- नव्या कल्पना लढवा. बाजारपेठेत वित्तनिवेशकांची वानवा नाही. व्यवसायासाठी पैसा उभा करण्यात अजिबात अडचण येत नाही!”

ऊर्जा प्रकल्पनाला अशा प्रकारचं सरकारी अनुदान मिळणं शक्य नसल्यामुळे या व्यवसायात नफा मिळवणं शक्य होणार नाही.

“अखेरीस आम्ही हा विचार सोडून दिला आणि मी भाजलेल्या चुनखडीच्या उत्पादनात वडिलांना मदत करू लागलो.”

जेव्हा जुन्या व्यवसायात तरुण सळसळतं रक्त लक्ष घालतं, तेव्हा त्या जुन्या व्यवसायात नवचैतन्य निर्माण होतं. तो कारखाना अधिक कार्यक्षम कशी बनवता येईल आणि उत्पादन अनेक पटींनी कसं वाढवता येईल, याबाबत सौरभ गांभीर्यानं विचार करू लागला; पण उत्पादन वाढवलं तर ते विकत कोण घेईल?

“भाजलेल्या चुनखडीचा वापर मुख्यत्वेकरून ‘एफ्लुअंट ट्रीटमेंट’मध्ये (सांडपाण्याच्या / कारखान्यांनी प्रदूषित केलेल्या पाण्याच्या शुद्धीकरण प्रकल्पांमध्ये) केला जातो. याच चुनखडीचा वापर अन्य कोठे करता येईल याचा मी गांभीर्यानं शोध घेऊ लागलो. व्यवसायाचं फॉरवर्ड इंटिग्रेशन (चुनखडीचा वापर कच्चा माल म्हणून करणारा उद्योगसुद्धा आपणच सुरू करणं) कशा प्रकारे शक्य होईल, यावर मी विचार करू लागलो.”

एके दिवशी सकाळी सौरभच्या लक्षात आलं की एका ग्राहकानं भाजलेल्या चुनखडीची खूप मोठ्या प्रमाणात मागणी केली आहे. नेहमीप्रमाणे ५०-१०० टनांची ही मागणी नव्हती. या ग्राहकानं हजारो टनांची मागणी नोंदवली होती. सौरभचं कुतूहल जागं झालं- ‘हे लोक इतक्या साऱ्या चुनखडीचं करणार आहेत तरी काय?’ चुनखडीची मागणी करणाऱ्या कंपनीचं नाव होतं ‘सिपोरेक्स’. सौरभनं माहिती मिळवली की सिपोरेक्स कंपनी ‘ऑटोक्लेव्हड एअरेटेड कॉंक्रीट ब्लॉक्स’ म्हणजेच सिमेंट-क्राँक्रीटच्या भाजलेल्या विटा बनवते. “मी त्यांचा कारखाना बघायला जायचं ठरवलं. ते नेमकं काय करतात याचा मला शोध घ्यायचा होता.”

सौरभ पुण्याला गेला. त्यांच्या मालाचं वितरण करण्यात आपल्याला रस असल्याचं त्यानं सांगितलं. सिपोरेक्सचा कारखाना त्याला दाखवण्यात आला आणि त्यानं ताबडतोब निष्कर्ष काढला की, या व्यवसायात विकासाची भरपूर संधी उपलब्ध आहे. त्याच्या मनाला फक्त एकच प्रश्न सचिंत करत होता : ‘असं असूनही या व्यवसायात अद्याप इतर कंपन्यांनी का प्रवेश केलेला नाही?’ त्या वेळेस सिपोरेक्सखेरीज

देशभरात फक्त तीन इतर कंपन्या या मालाचं उत्पादन करत होत्या.

''मी या मालावर अधिक संशोधन केलं तेव्हा माझ्या लक्षात आलं की, हे ऑटोक्लेव्ह्ड एअरेटेड काँक्रीट ब्लॉक्स सामान्य विटेच्या दहापट आकाराचे असले तरी सामान्य विटेपेक्षा वजनानं ७० टक्के हलके असतात; पण त्यांचा मोठ्या प्रमाणात वापर होत नाही; कारण त्यांची किंमत विटेपेक्षा दुप्पट असते.''

ही किंमत खाली आणता आली असती, तर त्यासाठीची मागणी खूपच वाढू शकली असती. अर्थात या प्रकल्पाला भरपूर आर्थिक भांडवल लागलं असतं. एका कारखान्यासाठी २५ कोटी रुपये गुंतवावे लागले असते. नव्यानं पदवी मिळवलेला तरुण पदवीधर एवढी रक्कम कोठून उभी करू शकला असता?

''माझ्या डोक्यात एक विचार अगदी पक्का बसलेला होता की मी माझ्या वडिलांकडून एक रुपयासुद्धा घेणार नाही आणि तसाही त्यांचा व्यवसाय काही एवढा मोठा नव्हता की अशी गुंतवणूक करणं त्यांना शक्य व्हावं!''

पण सौरभला मनोमन खात्री वाटत होती की व्यवसायासाठी पैसा कुठूनतरी उभा राहील. व्यवसायाची चांगली कल्पना एखाद्या लोहचुंबकासारखी असते; ती योग्य वित्तनिवेशक खेचून आणते.

या तरुण इंजिनिअरनं बाजारपेठेचा अभ्यास केला आणि तो विलक्षण उत्तेजित झाला. विटा बनवण्याच्या व्यवसायात ५० हजार कोटी रुपयांची विक्री होत असते; पण पोलाद किंवा सिमेंटच्या व्यवसायासारखे मोठे उत्पादक त्यासाठी काम करत नाहीत. विटांचा कोणताही प्रसिद्ध ब्रँड नाही आणि विटांच्या दर्जातही सातत्य आढळत नाही. ''माझ्या मनात आलं की पोलाद आणि सिमेंट बनविणाऱ्या कंपन्यांची शेअर बाजारात नोंदणी झालेली असते; मग विटांचं उत्पादन करणाऱ्या कंपन्यांचं तसं का नसतं?''

युरोपात आणि आशिया खंडात घडलेल्या गोष्टींचा सौरभनं आढावा घेऊन निष्कर्ष काढला की, भारतातसुद्धा तसंच घडणार आहे. चीनमधल्या ५० टक्के इमारतींच्या बांधकामात ऑटोक्लेव्ह्ड एअरेटेड काँक्रीट ब्लॉक्स (एएसी ब्लॉक्स) वापरले जात होते. ही आकडेवारी गोळा केल्यावर त्यानं व्यवसायाचा पक्का आराखडा तयार केला. उत्पादन अधिक पद्धतशीरपणे केलं असतं तर उत्पादन खर्च कमी करता आला असता, असा त्यानं निष्कर्ष काढला.

> **''प्रारंभी मला बहुतांश भागभांडवल (शेअर कॅपिटल) माझ्या ताब्यात ठेवायचं होतं; परंतु मग मात्र मी व्यवहार्य निर्णय घेतला.''**

"जो माणूस फक्त आकडेमोड करत बसतो, तो या व्यवसायात शिरणं केवळ अशक्य आहे!"

"सिपोरेक्स कारखान्यात डिझेल बॉयलरचा वापर केला जात होता. कोळसा वापरणारे बॉयलर्स त्यापेक्षा ६० ते ७० टक्के स्वस्त पडले असते. त्यांचप्रमाणे इतर अनेक बाबतीत उत्पादनखर्च खाली आणता येईल, असा मला विश्वास वाटत होता."

एएसी ब्लॉक्सची किंमत विटांच्या किमतीपेक्षा तरीसुद्धा २० ते ५० टक्के जास्तच पडली असती; पण बांधकाम व्यावसायिकाला चुना, प्लॅस्टर आणि पोलाद यांवर कमी खर्च आला असता. त्यामुळे बांधकामाचा एकूण खर्च खूपच घटला असता. व्यवसायाचा हा आराखडा मोठा आकर्षक होता. तो वित्तनिवेशकांपुढे मांडायला काहीच हरकत नव्हती!

तोवर सिद्धार्थ आयआयएम, लखनौ येथे द्वितीय वर्षात शिकत होता. त्यानं 'बेरिंग प्रायव्हेट इक्विटी' या कंपनीत नुकतीच समर इंटर्नशिप पूर्ण केली होती. तिथल्या ओळखी वापरून त्यानं सौरभची तिथल्या काही वरिष्ठ मॅनेजर्सशी गाठ घालून दिली. या दोघा बन्सल बंधूंनी त्यांच्यापुढे मोठा महत्त्वाकांक्षी प्रकल्प-आराखडा सादर केला. या आराखड्यानुसार पाच वर्षांमध्ये या प्रकल्पाचे १० कारखाने एक हजार कोटी रुपयांची वार्षिक उलाढाल करू लागले असते.

"मागे वळून पाहताना जाणवतं की, आमचा प्रकल्प आराखडा जरा जास्तच महत्त्वाकांक्षी होता. आम्ही तरुण होतो. उत्साहानं सळसळत होतो. संभाव्य आव्हानांची आम्हाला कल्पना नव्हती."

तरीसुद्धा बेरिंगमधील लोकांना ही कल्पना आवडली; पण विकासाभिमुख वित्तनिवेशक असलेली ही कंपनी ५० लाख डॉलर्स किंवा त्याहूनही जास्त रकमेची गुंतवणूक फक्त सुस्थापित अशा चालू कंपन्यांमध्ये करायची. त्यामुळे या प्रकल्पात पैसे गुंतवण्यास त्यांनी नकार दिला.

"ते म्हणाले, तुमची कंपनी नव्यानं सुरू होतेय. अशा कंपन्यांमध्ये आम्ही पैसे गुंतवत नाही."

सुरतसारख्या शहरात कल्पनास्वरूपी आराखडा असलेल्या कंपन्यांमध्ये वित्तनिवेश करणारे एंजल इन्व्हेस्टर्स 'काका' लोक असतात. ही मंडळी तुमच्या कुटुंबीयांच्या परिचयाची 'हाय नेटवर्थ इंडिव्हिज्युअल्स' (मालदार लोक) असतात. असाच एक 'काका' अवतरला श्रीयुत राजेश पोद्दारांच्या रूपात. श्रीयुत पोद्दार हे मुरलेले उद्योजक होते. त्यांनी हा प्रकल्प बारकाईनं नजरेखालून घातला आणि त्यात 'दम' आहे असा

त्यांनी निष्कर्ष काढला. एवढंच नव्हे, तर हा प्रकल्प पुढे न्यायला सौरभ हाच योग्य माणूस आहे, असंही त्यांनी ठरवलं. 'तरुण आहे, पण त्याच्या अंगी दम आहे!' असं त्यांनी ठरवलं.

राजेश पोद्दार यांनी ७० टक्के भागभांडवलाच्या बदल्यात १० कोटी रुपये गुंतवायची तयारी दर्शवली. ''सुरुवातीला माझं मन दोलायमान होत होतं; कारण कंपनीतलं अधिकतर भांडवल माझ्या ताब्यातून सुटणार होतं. मग मी विचार केला, मी व्यवसायाला आता कुठे सुरुवात करतोय. कुणीतरी माझ्यावर इतका विश्वास टाकतंय, हीच मोठी उभारी देणारी गोष्ट आहे. मी त्यांचा प्रस्ताव मान्य केलाच पाहिजे!''

एकदा करार संमत झाल्यावर पुनीत मित्तलचं या प्रकल्पात आगमन झालं. त्या वेळेस पुनीत सीए करत होता. शेवटच्या परीक्षेची तो तयारी करत होता. राजेश पोद्दार आणि पुनीतचे वडील एका टेक्स्टाइल कंपनीत भागीदार होते. त्यामुळे या दोन कुटुंबांचा एकमेकांवर प्रगाढ विश्वास होता.

''श्रीयुत पोद्दार यांनी मला या नव्या प्रकल्पाचा अभ्यास करून त्यात सहभागी होण्याबाबत निर्णय घ्यायला सांगितलं.''

पुनीतनं अकाउंटिंगच्या निकषांवर या प्रकल्पाचा आराखडा तपासून पाहिला आणि ठरवलं की, त्यात उद्धृत केलेले आकडे योग्यच आहेत. अर्थात कागदावर अनेक गोष्टी योग्य वाटतात. व्यवसायात प्रत्यक्ष उडी घेण्यासाठी अंतर्मनाचा कौल गरजेचा ठरतो.

''मला मनातून वाटत होतं की, या व्यवसायात थोडासा धोका तर नक्कीच पत्करावा लागणार आहे. पण आम्ही नेटानं प्रयत्न केले, तर आम्ही यशस्वी ठरू शकू.''

२००८ सालच्या एप्रिल महिन्यात 'मॅजिक्रेट बिल्डिंग सोल्यूशन्स प्रायव्हेट लिमिटेड' या कंपनीची स्थापना झाली आणि संचालक मंडळावर राजेश पोद्दार, सौरभ बन्सल आणि पुनीत मित्तल यांची नियुक्ती करण्यात आली. सौरभ सीईओ (प्रमुख कार्यकारी संचालक) झाला तर पुनीतनं सी.एफ.ओ. (चीफ फायनान्स ऑफिसर) हे पद सांभाळायला प्रारंभ केला.

''आम्हा दोघांपैकी कुणाच्याच गाठीला कंपनी चालवण्याचा किंवा आर्थिक उलाढाली सांभाळायचा किंवा अन्य कोणताही अनुभव नव्हता!''

''प्रारंभीच्या काळात तर सारं काही नवनिर्मिती केल्यासारखं वाटत असे. अगदी या क्षेत्रात नित्य केल्या जाणाऱ्या गोष्टीसुद्धा विशेष सृजनाच्या वाटत असत.''

"मला वाटतं की, खरगपूर आय.आय.टी.कडून मला लाभलेली सर्वात मोलाची गोष्ट म्हणजे मला काहीही असाध्य असूच शकणार नाही असा आत्मविश्वास!"

पण काहीतरी नवं करू, काहीतरी चांगलं करू असा साहसी उत्साह मात्र त्यांच्या अंगी भरपूरच होता.

नशिबानं वित्तनिवेशक राजेश पोद्दार यांची मानसिकतासुद्धा त्यांच्यासारखीच होती. जेव्हा श्रीयुत पोद्दार पहिल्या प्रथम या तरुण उद्योजकांबरोबर चर्चेसाठी बसले, तेव्हा त्यांनी त्यांना एक अगदी साधा प्रश्न विचारला : "३० ट्रक भरतील एवढा माल तयार करायची आपल्या कारखान्याची क्षमता असणार आहे. तुम्हाला सुरुवातीला निदान तीन ट्रक भरतील एवढा तरी माल बनवता येणार आहे का?"

पुनीतनं होकारार्थ मान डोलावली.

"ठीक आहे. आता वर्षभरानंतर परिस्थितीचा आपण आढावा घेऊ."

रोम हे शहर काही एका दिवसात बांधून झालं नाही आणि नवे उद्योगसुद्धा एका दिवसात उभारता येत नसतात. सुरुवातीची योजना होती, कारखाना उभारून २००९ सालच्या पहिल्या तिमाहीपर्यंत उत्पादनाला प्रारंभ करण्याची. पण ते काही घडलं नाही. कारखान्याच्या बांधकामाला जरी योजनेनुसार प्रारंभ झाला, तरी बांधकाम थांबवावं लागलं.

कारखान्याची जागा सुरत जिल्ह्याच्या पलसाणा तालुक्यातली होती. जवळपासच्या शेतकऱ्यांनी निषेधमोर्चा काढून तक्रार केली की, कारखान्याच्या धुरामुळे त्यांच्या शेतातल्या पिकांवर प्रतिकूल परिणाम होईल.

"आम्ही घालुदा गावातल्या पंचायतीसमोर प्रस्तावाचं सादरीकरण केलं आणि प्रदूषण रोखण्यासाठी आम्ही अमलात आणत असलेली विविध धोरणं आम्ही त्यांना समजावून सांगितली; पण ते हटूनच बसले होते." त्यामुळे कारखान्याची जागा बदलण्याचा निर्णय घ्यावा लागला. या कारणास्तव प्रकल्पाला सहा महिन्यांचा विलंब लागला.

या कालावधीत हे तरुण उद्योजक प्रकल्पासाठी आवश्यक असलेल्या दहा कोटींच्या कर्जाची जुळवाजुळव करण्यात गुंतलेले होते. 'स्टेट बँक ऑफ इंडिया'नं या अननुभवी तरुण उद्योजकांवर विश्वास टाकला.

"त्या पहिल्या कर्जाची मंजुरी मिळाल्यावर मनोमन दाटलेली भावना मला आजसुद्धा

स्मरतेय. बँकेनं आमच्या कुवतीवर विश्वास ठेवून १० कोटींच्या कर्जाला मंजुरी दिलीय, ही गोष्ट आम्हाला फारच मोलाची वाटली.''

या क्षेत्रात नव्यानं प्रवेश केलेला असल्यामुळे दररोज नवं काहीतरी शिकायला मिळत होतं. दररोज कोणतातरी नवा शोध लागत होता. मशिनरी आयात करतेवेळी सर्वसाधारणपणे उद्योजक बँकेकडून १२ ते १३ टक्के व्याजानं कर्ज काढतात; पण 'बायर्स लाइन ऑफ क्रेडिट' ही नवी संकल्पना सौरभच्या पाहण्यात आली. ही संकल्पना वापरली की लिबोरपेक्षा* अर्धा टक्का जास्त व्याजदर देऊन कर्ज मिळवता येतं.

''अवघ्या दोन टक्के व्याजदरावर कर्ज मिळू शकतंय हे जेव्हा आमच्या लक्षात आलं तेव्हा आम्हाला तो मोठा चमत्कारच वाटला.'' पण तोट्याचा धोका टाळण्यासाठी प्रत्येक वेळेस कर्जउचल करताना संभाव्य तोटा टाळण्यासाठीची तरतूद करावी लागते. यासाठी बहुतेक वेळा 'फॉरवर्ड कॉन्ट्रॅक्ट'*साठी ७ ते ८ टक्के व्याज द्यावं लागतं. आणखी संशोधन करून या तरुणांनी शोधून काढलं की, आणखी थोडा धोका पत्करला तर व्याजाची ही रक्कम घटवण्याच्या आणखीही काही क्लृप्त्या उपलब्ध असतात.

''अशा प्रकारे आम्हाला ४ ते ५ टक्के व्याजदर देऊन कर्ज मिळवता आलं.''

आता त्यांच्यापुढलं पुढचं मोठं आव्हान होतं की मशिनरीची आयात कशी करायची. सर्वांत आधुनिक तंत्रज्ञान उपलब्ध होतं चीनमध्ये! पण विश्वास टाकण्याजोगा पुरवठादार शोधणं सोपं नव्हतं. साऱ्या वाटाघाटी दुभाष्याच्या मदतीनं कराव्या लागत असल्यामुळे ही गोष्ट आणखीच अवघड होऊन बसली होती. काही पुरवठादार विश्वासार्ह असतात, तर काही जण दगाबाज असतात. या दोहोंमधला फरक ओळखायला शिकणं गरजेचं असतं. तरीसुद्धा अखेरीस थोडा विश्वास टाकावाच लागतो.

''आमच्यापुढलं सध्याचं आव्हान आहे, आमच्या व्यवसायाभोवती सुरक्षिततेचं कुंपण कसं घालावं, हे!''

---

* (LIBOR = अल्पमुदतीच्या कर्जांसाठी बँका एकमेकांवर आकारत असलेला व्याजदर)
* फॉरवर्ड कॉन्ट्रॅक्टमध्ये मालमत्ता विकण्यासाठी किंवा विकत घेण्यासाठी एक ठरावीक तारीख आणि ठरावीक किंमत मुक्रर करावी लागते.

"एएसी ब्लॉक्सचा खर्च चौरस फुटांमागे फक्त ३० रुपये असतो. भिंत बांधण्यासाठी खर्चाचे लागणारे सारेच्या सारे ७० रुपये हस्तगत करण्याची आमची महत्त्वाकांक्षा आहे."

"सुदैवानं, चिनी लोकांबरोबर वाटाघाटी करण्याचा तो आमचा पहिलाच अनुभव असला तरी आम्हाला एक चांगला पुरवठादार भेटला."

एप्रिल २००९मध्ये नवसारी जिल्ह्याच्या अरक नावाच्या खेड्यात घेतलेल्या जागेवर कारखान्याचं बांधकाम सुरू झालं. पुढल्याच महिन्यात यंत्रसामग्रीसुद्धा येऊन पोहोचली "एएसी ब्लॉक्सचा खर्च चौरस फुटांमागे फक्त ३० रुपये असतो. भिंत बांधण्यासाठी खर्चाचे लागणारे सारेच्या सारे ७० रुपये हस्तगत करण्याची आमची महत्त्वाकांक्षा आहे."

आणि ऑक्टोबर २००९मध्ये मॅजिक्रेटचा कारखाना उत्पादनासाठी सुसज्ज झाला. सुरुवातीचे एएसी ब्लॉक्स तयार होऊन बाहेर पडले, तेव्हा या मुलांना प्रश्न पडला की हे विकायचे कोणाला?

"आम्हाला वाटलं होतं की, जे लोक आधीपासूनच ब्लॉक्सचा वापर करत आहेत, ते लोक आमचाही माल विकत घेतील. पण ही बाजारपेठ फारच लहान होती."

विटांचा बांधकामासाठी वापर करणाऱ्यांना एएसी ब्लॉक्स वापरण्यासाठी उद्युक्त करता आलं असतं, तर खूप ग्राहक मिळाले असते आणि ती गोष्ट केवळ आकर्षक किंमत देऊन साध्य होण्याजोगी नव्हती.

विटांचं तंत्रज्ञान एक हजार वर्षांपासून वापरात आहे. बांधकाम व्यावसायिकाला ते परिचयाचं असल्यामुळे तो त्याच्या वापराबाबत निःशंक असतो. ही मानसिकता बदलणं सोपं नसतं.

"लोक आम्हाला प्रश्न विचारत- प्लॅस्टरिंग नीटपणे करता येईल की नाही? त्यात खिळे ठोकता येतील की नाही? इमारत कोसळणार तर नाही?"

विश्वास बसण्यासाठी प्रथम ती गोष्ट वापरून पाहावी लागते. राजेश पोद्दार स्वतःच्या व्यवसायासाठी ब्लॉक्स वापरून पाहणारे आमचे पहिले ग्राहक बनले. त्यांच्या नव्या बांधकाम प्रकल्पात त्यांनी ब्लॉक्सचा वापर केला.

त्यानंतर राजेश पोद्दार यांनी या तरुण उद्योजकांची ओळख करून दिली 'रघुवीर डेव्हलपर्स'बरोबर. ते सुरतेमधले बलाढ्य बिल्डर होते.

सौरभ त्यांना भेटायला गेला तेव्हा तो आत्मविश्वासानं सळसळत होता. सरतेशेवटी तो एक क्रांती घडवणारं उत्पादन विकणारा, आयआयटीचा पदवीधर होता! त्याच्या मते ब्लॉक्स विकण्यासाठी महत्त्वाचे दोन मुद्दे होते की, त्यांच्या उत्पादनाने पर्यावरणाला* हानी पोहोचत नाही आणि त्यांचं उत्पादन करताना खूप कमी ऊर्जा वापरावी लागते.

मीटिंग सुरू होऊन अवघी पाच मिनिटं झाल्याबरोबर त्याच्या ध्येयवादाच्या ठिकऱ्या ठिकऱ्या उडाल्या. "त्या ग्राहकापुढे बसल्यावर माझ्या लक्षात आलं की, बांधकाम व्यावसायिकाला या गोष्टींमध्ये काडीचाही रस नसतो. त्याला पर्यावयरणसुरक्षेशी किंवा ऊर्जाबचतीशी काहीही देणंघेणं नसतं. त्याला फक्त एकच गोष्ट महत्त्वाची वाटत असते, हा माल वापरला तर त्याला कोणता आर्थिक फायदा मिळेल?"

या ग्राहकानं त्या तरुण इंजिनिअरला शंभर चौरसफूट भिंत बांधण्यासाठीचा खर्च समजावून सांगितला. ४५० विटा, ६ टक्के बांधकामाचा चुना वगैरे वगैरे. अगदी पै न् पैचा सारा हिशोब त्यानं समजावून सांगितला. सौरभजवळ त्याच्या उत्पादनाबाबतचे आकडे तयार नव्हते.

"त्या दिवशी माझ्या लक्षात आलं की, मी नीट अभ्यास करून मगच ग्राहकाची भेट घ्यायला हवी!" तो ऑफिसात परत आला. त्यानं विटा आणि एएसी ब्लॉक्स यांच्या खर्चाचा तुलनात्मक आराखडा बनवला : चार इंच विटांची भिंत आणि चार इंच ब्लॉक्सची भिंत, नऊ इंच विटांची भिंत आणि नऊ इंच ब्लॉक्सची भिंत. दर चौरस फूट बांधकामाला या दोहोंचा खर्च काय असेल?

त्यानंतर त्यानं एका स्ट्रक्चरल इंजिनिअरची मदत घेऊन फक्त एएसी ब्लॉक्सचा वापर केला असता, इमारतीच्या बांधकामाचा खर्च किती येईल याचा अंदाज बांधला.

त्या स्ट्रक्चरल इंजिनिअरनं अंदाज बांधला की विटा वापरून केलेल्या बांधकामाच्या तुलनेत, एएसी ब्लॉक्स वापरून केलेल्या बांधकामात फक्त १५ टक्के पोलाद वापरलं तरी चालेल.

"पोलादाच्या बचतीमुळेच बांधकामाचा खर्च चौरस फुटामागे पंचवीस रुपयांनी खाली उतरला. त्यामुळे एएसी ब्लॉक्सचा वापर अत्यंत किफायतशीर ठरणार होता."

हे आकडे ऐकून रघुवीर डेव्हलपर्सची खात्री पटली आणि त्यांनी त्यांच्या साऱ्या

---

* विटांच्या उत्पादनात लागणाऱ्या ऊर्जेच्या २० टक्के ऊर्जाच यासाठी पुरते.

"मी आता तीन महिन्यांतून एकदा कारखान्याला भेट देतो; कारण आता तिथली घडी नीट बसली आहे आणि सुसूत्रपणे काम करून घेणारी टीम जबाबदारी सांभाळत आहे."

प्रकल्पांमध्ये एएसी ब्लॉक्स वापरायला सुरुवात केली. इतर स्थानिक डेव्हलपर्ससुद्धा एएसी ब्लॉक्स वापरला लागले.

सुरत काबीज केल्यावर कंपनीनं मुंबईच्या प्रचंड मोठ्या बाजारपेठेकडे मोहरा वळवला. हे काम तुलनेत अधिक सोपं होतं; कारण तिथले बिल्डर्स यापूर्वीच सिपोरेक्सचे एएसी ब्लॉक्स वापरू लागले होते.

मुंबईतलं आव्हान होतं, माल उपलब्ध करून देणं. सिपोरेक्सकडे ब्लॉक्सची मक्तेदारी होती आणि त्यांना मागणीएवढा माल पुरवता येत नव्हता. वितरक मॅजिक्रेटच्या एएसी ब्लॉक्सचा साठा ठेवायला आनंदानं तयार झाले, कारण सिपोरेक्सच्या तुलनेत त्यांची किंमत अधिक आकर्षक होती.

"आम्ही आर्किटेक्ट्सची भेट घेऊन त्यांची खात्री पटवली की, त्यांना हवा तेवढा माल त्यांना हव्या त्या वेळेस आम्ही पुरवू शकू."

वस्तुतः सिपोरेक्स ही कंपनी 'बी. जी. शिर्के कन्स्ट्रक्शन ग्रुप'चाच एक भाग आहे आणि सिपोरेक्स कारखान्याचा प्राथमिक उद्देश आहे, त्यांच्या स्वतःच्याच बांधकाम प्रकल्पांना माल पुरवण्याचा.

त्याउलट मॅजिक्रेटचं सारं उत्पादन फक्त विक्रीसाठीच केलं जात होतं. त्यामुळे उत्पादन सुरू केल्यावर पहिल्याच वर्षी कंपनीनं आठ कोटी रुपयांची विक्री करून दाखवली.

ही गोष्ट जरी आनंदाची असली, तरी अजूनही कारखान्याच्या एकूण उत्पादनक्षमतेच्या फक्त ३० टक्के एवढंच उत्पादन केलं जात होतं. कंपनीनं अहमदाबाद आणि वडोदरा या नव्या बाजारपेठा काबीज करणं गरजेचं होतं; पण एकच सेनापती विविध आघाड्यांवर लढू शकत नाही.

"उत्पादनाकडे लक्ष पुरवणं आणि मालासाठी ग्राहक शोधण्यासाठी सर्वदूर प्रवास करणं या दोन्ही गोष्टी अवाक्याबाहेर जाऊ लागल्या.

माझ्या लक्षात आलं की, आम्हाला सक्षम लोक हाताशी धरून टीम तयार

करावी लागणार आहे. टीम जी माझ्याइतकीच नव्हे, तर माझ्यापेक्षासुद्धा अधिक चांगल्या प्रकारे काम करू शकेल.''

प्रत्येक उद्योजक योग्य माणसांच्या शोधात असतो. प्रश्न एवढाच असतो की अशा योग्य व्यक्तींचा शोध कुठं घ्यायचा? सौरभनं आयआयटी खरगपूर येथील आपल्या वर्गमित्रांकडे लक्ष वळवलं.

त्यांनी कॅम्पसवर मुलाखती देऊन नोकऱ्या मिळवलेल्या होत्या; पण सौरभनं त्यांना आणखी काहीतरी देऊ केलं. त्यानं त्यांना एका मोठ्या साहसात सहभागी होण्याची संधी देऊ केली!

सर्वप्रथम रुजू झाला- पी.व्ही.एस. श्रीकांत. तो सौरभच्या एक वर्ष मागे होता, पण त्याच्याच हॉस्टेलमध्ये राहत होता.

त्याच्यापुढे सौरभनं आव्हान ठेवलं होतं, मुंबई शाखेतील मार्केटिंगचा प्रमुख या पदावर राहून संपूर्ण पश्चिम भारतातील ग्राहक जिंकून घेण्याचं. नंतर सामील झाला गौरव सेंगर. तो सौरभचाच सहाध्यायी होता. त्यानं स्वतःचाच व्यवसाय सुरू केला होता; पण त्यात त्याचा मनाजोगता जम बसत नव्हता.

सौरभनं त्याच्यापुढे प्रस्ताव ठेवला, ''तू इकडे ये. आपण दोघे मिळून काम करू आणि विकास घडवू.'' याच सुमाराला सौरभचा श्वेताशी विवाह झाला. तीसुद्धा संचालक मंडळात सामील झाली. कंपनीतच वेगळ्या प्रकारची उत्पादनं सुरू करून तिनं स्वतःची एमबीएची पदवी सत्कारणी लावली.

''श्वेता माझ्यासाठी शुभशकुनी ठरली आहे,'' सौरभ पावती देतो.

मार्च २०११पर्यंत कंपनीची उलाढाल चौपट झाली होती आणि ३१ कोटी रुपयांवर पोहोचली होती. मॅजिक्रेटच्या पहिल्या कारखान्याची क्षमता दीड लाख क्युबिक मीटर्सची होती. ही क्षमता दुप्पटीनं वाढवण्यात आली.

त्यानंतर पहिल्या कारखान्यालगतच दुसरा कारखाना उभारण्यात आला. हे दोन कारखाने २५० किलोमीटर त्रिज्येच्या परिघातील संपूर्ण पश्चिम भारताला माल पुरवू लागले. आता आणखी इतर ठिकाणी कारखाने सुरू करायचा समय येऊन ठेपला होता.

''आम्ही तिसरा कारखाना दिल्लीजवळ सुरू करून राजधानीजवळच्या परिसरात मालाचा पुरवठा सुरू करण्याचा निर्णय घेतला.''

गुगल मॅप्सची मदत घेऊन सौरभच्या टीमनं झाझ्झर हे हरियाणातलं गाव त्यासाठी

सर्वांत सोयीचं असल्याचं ठरवलं. हे गाव वीजनिर्मिती केंद्राजवळ असल्यामुळे तिथून एएसी ब्लॉक्ससाठी अत्यंत महत्त्वाचा फ्लायॲश हा कच्चा माल नियमितपणे मिळवता येणार होता. जयपूर, आग्रा आणि चंडीगढ यांसारख्या महत्त्वाच्या बाजारपेठांपासून झाझर योग्य अंतरावर आहे, ही आणखी एक जमेची बाजू होती.

"या सुमाराला सिद्धार्थनंसुद्धा कंपनीत प्रवेश केला आणि आम्ही वित्तनिवेशकांचा शोध घ्यायला सुरुवात केली."

आयआयएम लखनौ येथून पदवी मिळवल्यानंतर सिद्धार्थनं 'मॅकिन्झीन' आणि त्यानंतर 'लाइट हाउस' या खासगी वित्तनिवेशक कंपनीत नोकरीचा अनुभव घेतला होता. त्यामुळे त्याच्या गाठीला खासगी वित्तनिवेशाच्या क्षेत्राबाबत बरीच माहिती जमा झालेली होती. त्याच्या या ज्ञानाचा या नव्या कंपनीला खूपच फायदा झाला.

त्यांनी पहिल्या प्रथम 'लाइट हाउस'पुढे प्रकल्प-आराखडा सादर केला. त्यांनी त्यात रस घेऊन ताबडतोब कंत्राटाच्या अटींचा मसुदा मॅजिक्रेटपुढे ठेवला. 'अॅव्हेंडस-आय बँके'मध्येसुद्धा सिद्धार्थचा संपर्क होता. त्यांच्या मदतीनं मॅजिक्रेटनं आपला प्रकल्प-आराखडा इतर अनेक खासगी वित्तनिवेशकांपुढे ठेवला.

मार्च २०१३मध्ये 'मोतीलाल ओस्वाल प्रायव्हेट इक्विटी'नं मॅजिक्रेटमध्ये पुढील विकासासाठी ३५ कोटी रुपयांचा वित्तनिवेश केला.

"आम्ही जेव्हा वित्तनिवेशकांचा शोध घेत होतो, तेव्हा त्यांची पहिली काळजी असे ही टीम उत्तम कुवतीची आहे की नाही याबद्दल! त्या बाबतीत चांगल्या युनिव्हर्सिटीची पदवी आणि आयआयटीचा ब्रँड उपयुक्त ठरत असे."

तरीसुद्धा पाच वर्षांच्या अल्पावधीत इतक्या जलद गतीनं कंपनीची वाढ झालेली असल्यामुळे ही कंपनी निवेशकांना अत्यंत आकर्षक वाटत होती. मार्च २०१३मध्ये संपलेल्या आर्थिक वर्षात कंपनीची वार्षिक विक्री १०० कोटी रुपये झाली होती आणि त्याबद्दलचा या टीमचा दृष्टिकोन पूर्णतः व्यवहाराला धरून आहे.

"खरं तर आम्ही ज्या मार्गानं चाललो आहोत, त्या मार्गाचा आराखडा आम्ही २००७-२००८मध्येच नक्की केला होता. आम्ही जेव्हा व्यवसायाची रूपरेषा निश्चित केली होती, तेव्हा आमच्या मनात पक्का विचार होता की, काही वर्षांतच आमचे आठ-दहा कारखाने असतील."

कोणत्याही प्रकारच्या व्यवसायात चुकतमाकत व्यवसायाच्या खाचाखोचा शिकून

घेताना दमछाक होतच असते. हा चढ तुम्हाला एखाद्या यात्रेकरूसारख्या भक्तिभावानं, विश्वास आणि मनोधैर्य राखून पार करावा लागतो. शिखर गाठण्यासाठी 'हेलिकॉप्टर'ची सुविधा लाभत नसते. "पाच वर्षं तर व्यवसाय शिकण्यातच खर्च होतात. त्यानंतर तुमचा खराखुरा विकास होऊ लागतो."

जोमानं वाढणाऱ्या या कंपनीत आणखी एक आयआयटीचा पदवीधर नोव्हेंबर २०१२मध्ये सामील झाला. सौरभच्या एक वर्ष पुढे असणारा हा आयआयटी खरगपूरचा मेकॅनिकल इंजिनिअर होता सिद्धार्थ शर्मा- आता मॅजिक्रेटची धोरणात्मक कार्यप्रणाली सांभाळतो. खालपासून वरपर्यंत या संस्थेतील सर्व पदं गुणवत्तेनुसार दिली गेली आहेत.

"कंपनीतील कोणत्याही पदाच्या भरतीसाठी आम्ही वर्तमानपत्रात जाहिरात देतो. उमेदवार परीक्षेला बसतात. त्यानंतर मुलाखती घेतल्या जातात."

मॅजिक्रेटमध्ये वशिलेबाजीने शिरकाव करून घेता येत नाही. गुणवत्तेच्या बळावरच तिथं नोकरी मिळवता येते. त्याखेरीज कोण नवीन गोष्टी आत्मसात करण्यासाठी उत्सुक आणि राजी आहे ही गोष्टसुद्धा महत्त्वाची ठरते.

बरेचसे कर्मचारी स्थानिक कॉलेजमधले कॉमर्स शाखेचे पदवीधर आहेत. त्याखेरीज दोन चार्टर्ड अकाउंटंट कंपनीत पूर्ण वेळ काम करतात. वित्तव्यवस्थापनात पैशांची उपलब्धी सतत चालू ठेवणं, ही गोष्ट शिकून घेणं अत्यंत महत्त्वाचं असतं.

"जोमानं सुरू असलेल्या कंपनीत बिलं चुकवणं आणि बिलं वसूल करणं यात सतत रस्सीखेच सुरू असते," असं पुनीत कबूल करतो.

प्रारंभीच्या काळात सात दिवसांत देय असलेली रक्कम हाती लागायला बऱ्याचदा दोन-तीन महिने लागत असत. त्यामुळे प्रचंड तणाव जाणवत असे. हळूहळू परिस्थिती नियंत्रणात येऊ लागली. कारण व्यवस्थित कार्यप्रणाली स्थापन केली गेली आणि वसुलीवर बारकाईनं नजर ठेवली जाऊ लागली.

"आता आम्ही उत्कृष्ट ई.आर.पी. (एन्टरप्राइज रिसोर्स प्लॅनिंग) कार्यान्वित केली आहे. जर बिलाच्या वसुलीची तारीख उलटून गेली असेल, तर पुढला माल पाठवणं आपोआपच ताबडतोब थोपवलं जातं."

व्यवसायातल्या खाचाखोचा कॉलेजच्या वर्गात बसून शिकता येत नाहीत. त्यासाठी घाम गाळावा लागतो, यातना भोगून अनुभव गोळा करावा लागतो.

मार्च २०१४ मध्ये मॅजिक्रेटची वार्षिक विक्री १३० कोटी रुपयांपेक्षाही जास्त

झाली. वेगवेगळे १५०० बिल्डर्स आता कंपनीचे ग्राहक बनले आहेत; पण त्याबरोबरच स्पर्धासुद्धा अधिक तीव्र बनली आहे.

आता देशभरात वेगवेगळे ५० कारखाने एएसी ब्लॉक्स बनवू लागले आहेत. त्यामुळे नफ्याची टक्केवारी ४० टक्क्यांवरून २० टक्क्यांवर घसरली आहे.

तर मग व्यवसायाभोवती कुंपण घालून व्यवसाय सुरक्षित कसा ठेवायचा? "आम्ही ओरिसा आणि कर्नाटकसारख्या नव्या राज्यांमध्ये व्यवसायाचा विस्तार करू लागलो आहोत. तिथं अजूनही फारच थोडे असे कारखाने आहेत."

पण आता त्यांनी यापलीकडे झेप घेण्यावर चित्त केंद्रित केलं आहे. कंपनीनं आणखी दोन नवी उत्पादनं सुरू केली आहेत.

'ड्राय मॉर्टर' (बांधकामाचा सुका चुना किंवा रेतीमिश्रित सिमेंट) आणि 'प्री-फॅब्रिकेटेड कन्स्ट्रक्शन' (कारखान्यातच तयार केलेली घरं). या तरुण उद्योजकांची पक्की खात्री आहे की, अल्पावधीतच मजुरांची कमतरता पडू लागेल. जागेवर बांधकाम करून घेणं महागात पडू लागेल.

"लवकरच असा दिवस उजाडेल की कारखान्यातच तयार झालेली घरं प्लॉटवर उभारली जातील. साऱ्या गोष्टी कारखान्यातच तयार करून पाठवल्या जातील."

त्यांच्या व्यवसायातल्या एका गोष्टीबद्दल या टीमला अभिमान वाटतोय-पर्यावरणावरल्या कामगिरीबद्दल.

एएसी ब्लॉक्स फ्लायॲशपासून (कोळशाच्या ज्वलनानंतर उरणारी राख) बनवले जातात. पोलादाचे कारखाने आणि वीजनिर्मिती प्रकल्पांमधून निर्माण होणारा फ्लायॲश हा टाकाऊ पदार्थ असतो.

"आम्ही लक्षावधी टन वजनाची टाकाऊ फ्लायॲश पुन्हा उपयोगात आणतो आणि त्यावर पैसा मिळवतो. ही कचऱ्यापासून धननिर्मिती झाली!"

येत्या दोन-तीन वर्षांत या कंपनीचे शेअर्स बाजारात विक्रीला काढण्याचा या तरुण उद्योजकांचा मनसुबा आहे.

त्यांच्या ठायी महत्त्वाकांक्षा नक्कीच आहे! पण आयुष्याच्या इतर महत्त्वाच्या अंगांबद्दलसुद्धा ते सजग आहेत. ते म्हणजे कुटुंब, मित्र, पितृत्व. दोघे बन्सल बंधू आणि पुनीत चिमुकल्या कन्यकांचे 'प्राउड पपा' आहेत.

तान्हुल्या लेकींना बाटलीनं दूध पाजणं आणि त्यांचे डायपर्स बदलणं, हा त्यांचा

दैनंदिन नित्यक्रम बनला आहे; विशेषतः सौरभचा! कारण त्याला दोन जुळ्या कन्यांची प्राप्ती झाली आहे. "माझे वडील नेहमी म्हणत असत की, आयुष्याच्या चक्राचे सहा महत्त्वाचे आरे आहेत- वित्त, कुटुंब, समाज, शारीरिक स्वास्थ्य, भावनिक स्वास्थ्य, आध्यात्मिक स्वास्थ्य. या सर्वांमध्ये जाणीवपूर्वक संतुलन राखणं आवश्यक असतं."

लोक म्हणतील, "हे शक्य नाही, ते शक्य नाही." पण कोणतीही गोष्ट शक्य होऊ शकते.

जर तुमच्या मनानं ते स्वप्न पाहिलं, जर तुमच्या हृदयानं त्यावर विश्वास ठेवला, तर तुम्ही ती गोष्ट वास्तवात उतरवू शकता. प्रयत्न करून तर पाहा!

तरुण उद्योजकांसाठी अनुभवाचे चार शब्द

सौरभ

माझा पहिला सल्ला आहे, मोठी स्वप्न पाहा! मी कॉलेजात शिकत होतो तेव्हा मी माझ्या पलंगालगतच्या भिंतीवर '५००० कोटी' हा आकडा लिहिला होता आणि लोक टिप्पणी करत असत, 'काय लिहिलं आहेस? वेड लागलंय का? काही विचार करता येतोय की नाही?' माझा विश्वास होता की हा आकडा आवाक्यातला आहे. त्या वेळेस माझ्या वडिलांचा व्यवसाय जेमतेम एक कोटीच्या घरात होता; पण तरीही मी धाडसानं म्हणत होतो, 'हो! मी ते साध्य करून दाखवेन.' त्यामुळे मोठी स्वप्नं पाहा आणि अर्थातच भरपूर प्रयत्न करा. नवनव्या सुधारणा घडवा आणि उद्दिष्टापर्यंत पोहोचण्याचे सर्वतोपरी प्रयत्न करा. व्यवसायात लवकर उडी टाका. वीस ते तीस वर्षं हा वयाचा सर्वांत गतिमान, चैतन्यशील कालखंड असतो. त्या कालखंडाचा उत्तम वापर करून घ्या!

पुनीत

मोठी स्वप्नं पाहा आणि भरपूर कष्ट करा. जोमानं केलेल्या कामाला दुसरा पर्याय नसतो; पण कामाला सुरुवात करण्यापूर्वी कामाची निश्चित अशी रूपरेषा आखणं महत्त्वाचं आहे. विशेषतः पहिल्या दोन-तीन वर्षांबाबत तुमचे विचार अगदी स्वच्छ आणि स्पष्ट असले पाहिजेत की, मी कोणत्या मार्गानं जायला हवं! जे हाती घ्याल, त्याला प्रारंभीची तीन ते पाच वर्षं चिकटून राहा. त्यानंतर आणखी उंच झेप घ्यायचं साहस करा.

सिद्धार्थ

सुरुवातीच्या तीन-चार वर्षांनंतर व्यवसायात व्यावसायिकता आणणं अत्यंत महत्त्वाचं असतं. व्यवसायाची वाढ पुढल्या टप्प्यापर्यंत नेण्यासाठी खासगी वित्तनिवेशकांकडून आणि वित्तनिवेशक संस्थांकडून भांडवल मिळवणं आणि महत्त्वाच्या पदांवर बाहेरचे तज्ज्ञ व्यावसायिक नियुक्त करणं, अत्यंत महत्त्वाचं ठरतं. 'कार्यप्रणाली सुसूत्रपणे चालू ठेवणं' या गोष्टीवर उद्योजकांनी नेहमीच लक्ष केंद्रित केलं पाहिजे. जर संस्थापकांच्या टीमनं १५ ते ३० दिवसांची सुट्टी घेतली आणि तरीही त्यांच्या गैरहजेरीत व्यवसायात वाढ होत राहिली, तर ही वस्तुस्थिती दर्जेदार व्यवस्थापनाचा पुरावा म्हणता येईल. आणि सर्वांत महत्त्वाची गोष्ट म्हणजे नेहमीच व्यवसाय काटेकोर काटकसरीनं करत राहा. झकपक ऑफिसं, मोठा प्रवासखर्च आणि अनुत्पादक स्वरूपाची उधळपट्टी अशा अनावश्यक खर्चाचा ताण व्यवसायावर पडू देऊ नका!

प्रकाश मुन्ध्रा

वक्तृत्वकलेची देणगी

प्रकाश मुन्ध्रा (एससीएमएचआरडी, पुणे)

सेक्रेड मोमेंट्स

त्यानं 'बिझनेस प्लॅन कॉम्पिटिशन'मध्ये गंमत म्हणून भाग घेतला; आणि पदवी मिळवून कॅम्पसबाहेर निघताना त्याच्या हाती तत्काळ सुरू करण्याजोग्या व्यवसायाची समग्र योजना होती. त्या गोष्टीला आता आठ वर्षं झाली आहेत.

तो आता साडेचार कोटींची उलाढाल करणाऱ्या कंपनीचा सीईओ आहे आणि त्याबद्दल त्याला अजिबातच खेद वाटत नाहीये.

'एससीएमएचआरडी' ही ह्यूमन रिसोर्स व्यावसायिक बनू इच्छिणाऱ्या प्रत्येकाची पंढरी आहे. चांगल्या एम.बी.ए.इन्स्टिट्यूटप्रमाणे, इथून बाहेर पडलेल्या प्रत्येकावर सन्मानाचा 'उत्तम नोकरी'चा शिक्का आपोआप मारला जातो.

हीच महत्त्वाकांक्षा बाळगून प्रकाश मुन्ध्रानं इथं प्रवेश घेतला. आणि तरीसुद्धा दोन वर्षांनंतर त्यानं हाती आलेल्या नोकरीकडे पाठ फिरविली. कारण तोपर्यंत त्याच्यापुढे दुसरा एक पर्याय खुला झालेला होता.

त्या साऱ्याला प्रारंभ झाला, बिझनेस-प्लॅन कॉम्पिटिशनपासून! कॅम्पसवर घेतल्या जाणाऱ्या अशा प्रकारच्या अनेक स्पर्धांपैकीच ही एक स्पर्धा होती; पण प्रकाशच्या दृष्टीनं ती गोष्ट फारच महत्त्वाची होती.

त्यात यश मिळवण्याचा त्याला ध्यास लागलेला होता. या स्पर्धेमुळे राष्ट्रीय पातळीवरच्या टीव्ही चॅनेलकडे नेणारा दरवाजा खुला होणार होता.

"मी झी टीव्हीच्या 'बिझनेस बाजिगर शो'मध्ये सहभाग घेतला आणि शेवटच्या दहा जणांमध्ये समाविष्ट झालो."

कॉलेजच्या दुसऱ्या वर्षात असताना प्रकाशनं अनेक बिझनेस प्लॅन स्पर्धा जिंकल्या. बक्षिसांचे जवळजवळ दीड लाख रुपये त्यानं हस्तगत केले. एम.बी.ए.चा अभ्यासक्रम पूर्ण झाला तेव्हा त्याच्या हातात दोन गोष्टी होत्या. हे दोन पर्याय होते : नोकरी किंवा व्यवसायासाठीची ठोस संकल्पना. त्यानं व्यवसायाची निवड केली.

प्रकाशनं बिझनेस स्कूलमधली त्याची दोन वर्षं आपला व्यवसायाबाबतचा संकल्पना स्पष्ट करण्यात आणि व्यवसायाच्या आराखड्याचा प्रातिनिधिक स्वरूपाचा नमुना बनवण्यात सत्कारणी लावली. पदवी मिळवून बाहेर पडताना त्याच्या मनात व्यवसायातील यशस्वीतेबद्दल पक्की खात्री निर्माण झाली होती.

आठ वर्षांनंतर 'सेक्रेड मोमेंट्स' ही त्याची कंपनी 'कॉर्पोरेट गिफ्टिंग कंपनी' या स्वरूपात यशस्वी झाली आहे आणि प्रकाश एक कुशल उद्योजक बनला आहे. प्रारंभीच्या दिवसांच्या आठवणींमध्ये तो रमून जातो.

"मी विद्यार्थी असतानाच माझी संकल्पना तयार ठेवली, याचा मला आनंद वाटतो. त्यामुळे मी व्यवसाय ताबडतोब सुरू करू शकलो."

तुमच्या डोक्यात व्यवसायाबाबत एखादी संकल्पना असेल, तर ताबडतोब त्यात उडी घ्या. व्यवसायात जम बसेल किंवा बसणारही नाहा; पण त्यामुळे तुमच्यापुढे कदाचित अन्य पर्याय खुले होतील.

वक्तृत्वकलेची देणगी

प्रकाश मुन्ध्रा (एससीएमएचआरडी, पुणे)

सेक्रेड मोमेंट्स

प्रकाश मुन्ध्राचा जन्म रांचीमध्ये झाला आणि सुरुवातीची वर्षं त्यानं कोलकाता येथे व्यतीत केली.

''मी मारवाडी-माहेश्वरी समाजात जन्मलो. आमचे भाईबंद प्रामुख्याने स्वतःचा व्यवसाय करतात. आमचं कुटुंब सुती कापडाच्या व्यवसायात होतं.''

प्रकाश एकत्र कुटुंबात वाढला. त्याचे आजोबा, काका आणि चुलत भावंडं कोलकाता येथील बडा बझार भागात एकत्र राहत असत. तो सुप्रसिद्ध अशा दौलतराम नौपाणी विद्यालयात शिकला. चौथीपासूनच तो अभ्यासात चमकला.

''इतर मुलांप्रमाणे मलासुद्धा क्रिकेट आवडत असे. 'ही मॅन', 'रामायण' आणि 'क्विझ टाइम' हे टीव्ही शोज मला प्रिय होते; पण एकंदरीत मी शिस्त पाळणारा आणि सौजन्यानं वागणारा मुलगा होतो.''

१९९४मध्ये कुटुंबाचा व्यवसाय वाढला. त्यामुळे प्रकाशनं आपल्या आई-वडिलांबरोबर आणि भावंडांबरोबर ठाण्याला स्थलांतर केलं. दहावीनंतर त्यानं इंजिनिअर बनण्याचं स्वप्न उरी घेऊन विज्ञान शाखा निवडली; पण अकल्पितपणे अपघात घडल्यामुळे त्याला बारावीच्या बोर्डाच्या परीक्षेला बसता आलं नाही. त्यामुळे त्याच्या या स्वप्नाच्या ठिकऱ्या ठिकऱ्या झाल्या.

''महत्त्वाचं वर्षं हातचं गेल्यामुळे मी अत्यंत दुःखीकष्टी झालो. पण त्यातून मी एक महत्त्वाचा धडा शिकलो : 'संकटं पूर्वसूचना न देता आघात करतात आणि त्यांना टक्कर देऊन तुम्हाला पुन्हा उभं राहावं लागतं!'

या वळणावर प्रकाशनं विज्ञान शाखा सोडून 'वाणिज्य शाखा' (कॉमर्स) स्वीकारायचं ठरवलं. बारावीच्या परीक्षेत वाणिज्य शाखेत ८० टक्के गुण मिळवल्यावर त्यानं मुंबईमधील चर्चगेटजवळच्या सिडनहॅम कॉलेजमध्ये नव्यानं सुरू झालेल्या बी.एम.एस. (बॅचलर ऑफ मॅनेजमेंट स्टडीज) या अभ्यासक्रमासाठी प्रवेश घेतला.

''मी अनेक 'क्विझ कॉन्टेस्ट्स'मध्ये भाग घेत असे. त्यामुळे मी यशस्वी उद्योजकांची चरित्रं वाचलेली होती. अशी चरित्रं वाचल्यामुळे मी आयुष्याबाबतचे अनेक मोलाचे धडे शिकलो.''

''मी कॉलेजात असताना अभ्यासक्रमाबाहेरील अनेक उपक्रमांमध्ये सहभाग घेतला. सिडनहॅम बुक सर्कल आणि अनेक क्विझ कॉन्टेस्ट्समध्ये मी सहभागी झालो.''

या कालखंडात त्यांच्या कुटुंबाचा व्यवसाय कठीण परिस्थितीतून जात होता. त्यामुळे एम.बी.ए.ची पदवी मिळवून कंपनीमध्ये नोकरी मिळवणं हा प्रकाशला सुज्ञ निर्णय वाटत होता. कॉलेजच्या तिसऱ्या वर्षात गेल्यापासून प्रकाशनं एम.बी.ए. प्रवेशासाठी आवश्यक असलेल्या कॅट (CAT) प्रवेशपरीक्षेसाठी आणि तशाच अन्य प्रवेशपरीक्षांसाठी तयारी करायला प्रारंभ केला; पण नेटानं प्रयत्न करूनही सर्वोत्कृष्ट बिझनेस-स्कूल्सपैकी एकाही ठिकाणी तो प्रवेश मिळवू शकला नाही.

''प्रवेश ज्या मार्कांवर बंद केला जात असे, त्याहून अवघे काही मार्क मला कमी मिळालेले असत किंवा मुलाखतीत मला बाद केलं जात असे. पदवी मिळवल्यानंतरची माझी दोन वर्षं फार खडतर गेली.''

या दोन वर्षांच्या कालखंडात प्रकाशनं कुटुंबाच्या उद्योगात सहभाग घ्यायला सुरुवात केली होती. त्यानं 'एमएसएई'मधला (मायक्रो अँड स्मॉल एन्टरप्रायजेस डेव्हलपमेंट इन्स्टिट्यूट) एक लहान अभ्यासक्रमसुद्धा पूर्ण केला. पण तो एम.बी.ए.चा ध्यास मात्र मनाआड करू शकला नाही. त्यानं त्यासाठी शेवटचा एक प्रयत्न करून पाहायचं ठरवलं आणि या वेळेस मात्र त्यानं एससीएमएचआरडीमध्ये (सिम्बॉयसिस सेंटर फॉर मॅनेजमेंट अँड ह्यूमन रिसोर्स डेव्हलपमेंट) प्रवेश मिळवला.

'एम.बी.ए. करतानाचा प्रारंभीचा अनुभव फारच उत्तेजक होता; कारण मी घराबाहेर पहिल्यांदाच राहिलो होतो.''

प्रकाश सर्वसामान्य विद्यार्थ्यांपेक्षा वरच्या दर्जाचा विद्यार्थी असला तरी तो सर्वोत्कृष्ट विद्यार्थ्यांमध्ये समाविष्ट होऊ शकला नव्हता; पण तरीसुद्धा तो त्याच्या सामान्यज्ञानाबद्दल सुप्रसिद्ध बनला होता. चरित्रं आणि व्यवसायासंदर्भातली मासिकं वाचण्याच्या त्याच्या वेडामुळे त्याचं सामान्य ज्ञान चांगलं बनलं होतं.

पहिल्या वर्षाच्या पहिल्या सहामाहीत कॅम्पसवर आय.टी.सी. कंपनीच्या 'मेरा गाँव, मेरा देस' या बिझनेस प्लॅन कॉन्टेस्टचा खूपच बोलबाला होऊ लागला. आय.टी.सी. कंपनीच्या सध्याच्या उत्पादनांशी निगडित असलेल्या नवीन ग्रामीण

उद्योग संकल्पना सुचवण्यासाठी सर्वोत्कृष्ट बिझनेस स्कूल्समधील विद्यार्थ्यांना आमंत्रण देऊन या स्पर्धेत भाग घेण्यासाठी बोलावलं जात होतं. ही स्पर्धा जिंकल्यावर केवळ बक्षिसाचे पैसेच मिळणार नव्हते, त्या जोडीला या सुप्रसिद्ध कंपनीत नोकरीसुद्धा मिळणार होती.

बऱ्याचशा विद्यार्थ्यांनी बनवलेला बिझनेस प्लॅन 'ई-चौपाल'*शी संबंधित असला तरी प्रकाशचा विचार वेगळा होता. आय.टी.सी.च्या उत्पादनांवर नजर टाकली असता त्याला 'मंगलदीप अगरबत्ती' दिसली. त्यानं एका साध्याशा कारणास्तव त्यावर लक्ष केंद्रित करायचं ठरवलं.

"अगरबत्ती हे माझ्या आकलनाला येईल असं एकमेव उत्पादन होतं!"

प्रकाशला आपला बिझनेस प्लॅन तयार करायला फारसा वेळ लागला नाही. त्यानं आपल्या बिझनेस प्लॅनमध्ये नामवंत ब्रँडचं पूजासाहित्य (हळद, पूजेचं तबक, धार्मिक स्थळांची यात्रा) समाविष्ट केलं. त्याचं तर्कशास्त्र होतं : अमूल हा दुधाचा ब्रँड बनला आहे, त्याप्रमाणे 'मंगलदीप अगरबत्ती' हा धार्मिक उत्पादनांचा ब्रँड बनू शकेल.

"मी फारच सुंदर बिझनेस प्लॅन बनवला होता. तो एक्सेलवर फारच छान दिसला असला, तरी तो पहिल्याच फेरीत बाद करण्यात आला."

हा निकाल निराशाजनक होता; पण बिझनेस प्लॅन बनवण्याचा आणि संधींचा शोध घेण्याचा अनुभव प्रकाशला फारच थरारक वाटला. हा थरार त्याला पुन्हा पुन्हा अनुभवासा वाटू लागला.

कॉलेज वाचनालयात जाण्याची प्रकाशची सवय खूपच उपयुक्त ठरली; कारण तेथेच त्याच्या नजरेला पडली 'बिझनेस बाजिगर' स्पर्धेसाठीची जाहिरात! हा झी टीव्हीवरचा कार्यक्रम व्यवसायासाठीच्या कल्पक संकल्पनांसाठी सर्वसामान्य माणसांना आवाहन करत होता.

"पूजासामग्रीची यापूर्वीची संकल्पनाच घासूनपुसून चकचकीत करून पुन्हा सादर करायचा मी विचार केला. आमचे एम.बी.ए.साठीचे प्रकल्प चिमट्याने खेचून,

"मी एमबीए अभ्यासक्रम सुरू केला, तेव्हा आयआयएमएमधल्या वरदान काब्राचं नाव चर्चेत होतं. त्यानं शाळा सुरू करण्यासाठी कॅम्पसवर मिळालेली नोकरी डावलली होती. उद्योजकत्वाला प्राधान्य देण्याची मानसिकता वाढीस लागली होती."

---

* 'ई-चौपाल' हा आय.टी.सी.नं कार्यान्वित केलेला उपक्रम आहे. त्यायोगे शेतकरी इंटरनेटच्या साहाय्यानं आपला माल थेट ग्राहकांना विकू शकतात.

''एमबीएसाठी करावे लागणारे 'केस स्टडी' प्रकल्प खूपच किचकट असतात. त्यामुळे विद्यार्थी अगदी पहिल्या दिवसापासून धोरण आखू लागतात. परंतु प्रत्यक्ष व्यवसाय करताना प्रकल्पाची कार्यवाही करण्यातली कुशलतासुद्धा खूप महत्त्वाची ठरते.''

ठाकठोकून नेटके करण्यात आम्ही विलक्षण कुशल बनलेले असतो.''

सर्वप्रथम प्रकाशनं पूंजासामग्रीच्या ब्रँडचं नाव बदलून 'शुभ लाभ' हे नवं नाव दिलं. ही संकल्पना कल्पक असणं गरजेचं होतं. त्यामुळे त्यानं वेगवेगळ्या समारंभांसाठी वेगवेगळी 'पूजा किट्स' बाजारात विक्रीसाठी आणण्याचा विचार केला. उदाहरणार्थ, एका प्रकारचं 'पूजा किट' दिवाळीसाठी; दुसऱ्या प्रकारचं विवाहविधींसाठी वगैरे. असं 'पूजा किट' तरुणाईला आवडेल असा त्याचा होरा होता.

''मला दिसत होतं की आमच्या पिढीला पूजा करावीशी वाटते खरी! पण तो अनुभव त्यांना विनासायास मिळवायचा असतो!''

'बिझनेस-बाजिगर' स्पर्धेसाठी दोन लाख बिझनेस प्रकल्प सादर करण्यात आले होते. त्यांतले ५०० प्रकल्प निवडीच्या द्वितीय फेरीसाठी स्वीकारले गेले. 'शुभ लाभ किट'चा या ५०० प्रकल्पांमध्ये समावेश झाला होता. मुलाखतींनंतर आणखी काही प्रकल्प बाद केले गेले आणि त्यानंतर आधी ५० आणि पुढल्या चाळणीनंतर एकूण २० प्रकल्प अंतिम फेरीसाठी निवडले गेले. या विसांतसुद्धा प्रकाशच्या 'शुभ लाभ पूजा किट'ची निवड झाली.

''आमच्या संपूर्ण वर्गाला दहा दिवसांच्या विपश्यना कोर्ससाठी उपस्थित राहावं लागणार होतं. माझं सुदैव असं की आमच्या संचालकांनी- सुब्बू सरांनी मला त्यातून सुट्टी दिली आणि तोच वेळ स्पर्धेची तयारी करण्यासाठी सत्कारणी लावायची परवानगी दिली.''

अंतिम फेरीत निवड झालेल्या २० स्पर्धकांना प्रत्येकी ५० हजार रुपये देण्यात आले होते. 'पायलट प्रोजेक्ट' करून, उत्पादनाचा प्रत्यक्ष नमुना तयार करण्यासाठी या निधीचा वापर करण्याची सूचना देण्यात आलेली होती. ही रक्कम मिळाल्यामुळे प्रकाशला एका डिझायनरची मदत घेणं आणि कच्चा माल पुरवणाऱ्यांना, पंडित-ज्योतिष्यांना आणि किरकोळ विक्रेत्यांना भेटण्यासाठी प्रवास करणं शक्य झालं होतं. अशा प्रकारे प्रकाश 'पूजा किट'चा प्रत्यक्ष नमुना बनवून तो 'बिझनेस बाजिगर' स्पर्धेत सादर करू शकला.

"या 'पायलट प्रॉजेक्ट'* मुळे मला खर्चाचा अंदाज बांधता आला; कच्च्या मालाच्या दर्जाची माहिती मिळवता आली. बाजारपेठेच्या आकाराचा आराखडा बांधता आला; स्पर्धेचा अंदाज आला आणि आधुनिक किरकोळ विक्रेत्यांच्या साठवणुकीच्या धोरणाची कल्पना आली."

फेब्रुवारी २००५मध्ये मुंबईत या टीव्ही शोच्या चित्रीकरणाला प्रारंभ झाला. प्रारंभी शोवर मौजमस्ती होती. पण हळूहळू सहभाग घेणाऱ्यांचं व्यवसायाबाबतचं सखोल ज्ञान तपासून पाहण्यासाठी त्यांच्यापुढे आव्हानं ठेवली जाऊ लागली. प्रत्येक फेरीनंतर काही स्पर्धक बाद होत गेले. प्रकाशनं सर्वोच्च १० स्पर्धकांमध्ये प्रवेश मिळवला आणि 'मिनी बाजिगर' हा सन्मान मिळवून तो शोबाहेर पडला.

"ज्या तीन स्पर्धकांना हा विशेष सन्मान देण्यात आला होता, त्यांत माझा समावेश होता. आम्हाला हा सन्मान देण्यात आला; कारण परीक्षकांना वाटलं की आमच्या संकल्पनेत 'दम' आहे!"

इतर स्पर्धकांबरोबर विचारांची देवघेव केल्यावर प्रकाशला त्याच्या बिझनेस प्लॅनबद्दल आत्मविश्वास वाटू लागला. त्याचा बिझनेस प्लॅन व्यवहार्य होता आणि वित्तनिवेशकांच्या मदतीशिवाय त्याची कार्यवाही करणं शक्य होतं.

प्रकाश कॅम्पसवर परत गेला आणि त्यानं त्याची संकल्पना अधिक नेटकी केली. 'ब्रॅंडेड पूजा साहित्या'ऐवजी तो 'ब्रॅंडेड पूजा किट्स' तयार करणार होता. परदेशस्थ भारतीय आणि भेटवस्तूंची बाजारपेठ त्यासाठी योग्य ठरली असती.

अनेक शक्यता डोळ्यांपुढे दिसत होत्या; पण डिसेंबर महिना उजाडला आणि कॅम्पसवर प्लेसमेंट इंटरव्ह्यूची धामधूम वाढली.

"मला त्या क्षणी निर्णय घेणं शक्य झालं नाही. त्यामुळे मी प्लेसमेंट इंटरव्ह्यू दिले आणि मला दोन कंपन्यांनी नोकऱ्या दिल्या – 'आयसीआयसीआय प्रुडेन्शिअल' आणि 'एस्सार.'"

"मला वाटत होतं की, मला आर्थिक मदत मिळाली तर मी हा व्यवसाय मोठ्या प्रमाणात करू शकेन. पण मला आर्थिक मदत मिळवता आली नाही, तरीसुद्धा स्वबळावर मी हा व्यवसाय सुरू करू शकेन!"

---

* पायलट प्रोजेक्ट : प्रायोगिक स्वरूपाचा प्रकल्प. अंतिम प्रकल्पासाठी याची मदत होते.

* (हा शो मार्च २००६ ते ऑगस्ट २००६ या कालावधीत झी टीव्हीनं प्रक्षेपित केला.)

"जेव्हा एससीएमएचआरडीमधली माझी एक परीक्षा नेमकी बिझनेस-प्लॅन स्पर्धेच्या दिवशीच घेतली जाणार होती, तेव्हा मी परीक्षेला दांडी मारली."

प्रकाशचे वर्गमित्र शेवटच्या सहा महिन्यांत आराम करत असले तरी प्रकाशनं त्याचा बराजसा वेळ 'पूजा किट्स'ची जुळवाजुळव करण्यात खर्च केला. त्याखेरीज त्यानं बिझनेस प्लॅनच्या अन्य स्पर्धांमध्येसुद्धा भाग घेतला. त्यानं अशा एकूण सहा स्पर्धांमध्ये भाग घेतला आणि त्यातल्या पाच स्पर्धा तो जिंकला. आयआयएम लखनौ, टीएपीएमआय आणि आयआयटी, खरगपूर येथील स्पर्धांचा या पाच विजयांमध्ये समावेश होता.

"मला खात्री वाटत होती की मी योग्य मार्गच निवडला आहे!"

या स्पर्धांमधल्या परीक्षकांनी व्यक्त केलेल्या मतांचा आणि सूचनांचासुद्धा प्रकाशला खूपच फायदा झाला. पण आता निर्णय घेण्याचा क्षण समोर उभा ठाकला होता. नोकरी स्वीकारायची की व्यवसायात उडी घ्यायची? प्रकाशला ११ मे, २००६ रोजी आयसीआयसीआय प्रुडेन्शिअलच्या नोकरत रुजू व्हावं लागणार होतं. ७ मे रोजी त्यानं त्यांना ई-मेल पाठवून ही नोकरी डावलली. अशा प्रकारे 'सेक्रेड मोमेंट्स' या कंपनीचा जन्म झाला.

व्यवसाय सुरू करण्यासाठी प्रकाशला सहा लाख रुपयांची गरज होती. वेगवेगळ्या 'बिझनेस प्लॅन' स्पर्धांद्वारा त्याला दोन लाख रुपये बक्षीस रूपात मिळाले होते. उरलेली रक्कम त्यानं त्याच्या वडिलांकडून कर्जाऊ घेतली. त्यांनी त्याला मनःपूर्वक पाठिंबा दिला.

"पूजा किट'साठी मी 'ब्लेसिंग्ज' हे नाव निवडलं आणि मी ब्रँडेड नमुने बनवायला सुरुवात केली."

प्रकाशनं तीन-चार पंडितांचा सल्ला घेतला आणि दिवाळीसाठीचं 'पूजा किट' बाजारात आणायचं ठरवलं. प्रत्येक पूजा किटमध्ये दिवाळीसाठी लागणाऱ्या ३२ गोष्टी असतात. मूर्ती, हळद, पूजेचं तबक, खडीसाखर, गंगाजळ इत्यादी. त्यात पूजा कशी करायची याचं मार्गदर्शन करण्यासाठी बिधींची पुस्तिकासुद्धा दिलेली असते.

'पूजा किट'चे प्रारंभिक नमुने मुंबईत भरलेल्या 'गिफ्टेक्स' प्रदर्शनात ३ ते ७ ऑगस्ट २००६ दरम्यान ठेवण्यात आले होते.

"मला उत्तम प्रतिसाद मिळाला आणि 'बेस्ट न्यू प्रॉडक्ट' हे पारितोषिकसुद्धा मिळालं; पण माझ्याकडे नुसत्या पृच्छा आल्या. प्रत्यक्षात कुणीही मागणी नोंदवली नाही."

या वळणावर प्रकाशनं एक धाडसी निर्णय घेतला. त्यानं व्यवसायात बेधडक उडी

ठोकून १२ हजार पूजा किट्स बनवायचं ठरवलं. ही किट्स कंत्राट तत्त्वावर बनवून घेतली गेली होती. त्यातील वेगवेगळ्या गोष्टीसुद्धा इतरांकडून मागवल्या गेल्या होत्या आणि बाहेरूनच भरून घेतल्या गेल्या होत्या. प्रकाशनं त्याच्या वडिलांचं 'मस्जिद बंदर'चं जुनं ऑफिस यासाठी वापरात आणलं.

या वेळेचं त्याच्यापुढलं सर्वांत मोठं आव्हान होतं, देशभरातील ४० वेगवेगळ्या पुरवठादारांचा समन्वय साधून 'पूजा किट'मधील सर्व गोष्टी एकत्र करणं. व्यवसायाचा हा विभाग सुसंघटित नसल्यामुळे वेळेत मालाची उपलब्धी मिळवणं, ही एक डोकेदुखीच असते.

"जरी एक गोष्टसुद्धा वेळेत मिळवता आली नाही तरी पूजा किट भरणारी ॲसेंब्ली लाइन बंद पडते!"

पूजा किट्समधील एक गोष्ट आहे २० ग्रॅम वजनाची साजूक तुपाची थैली. प्रकाशला सर्वांनी सांगितलं की ही गोष्ट मुंबईत उपलब्ध नाही; त्यामुळे त्यानं ती गोष्ट किटमध्ये समाविष्ट करायचा नाद सोडावा; पण त्याला हा सल्ला स्वीकारार्ह वाटला नाही. त्यानं इंटरनेटवर कसून शोध घेतला आणि हॉटेल्सच्या पार्सल सर्व्हिससाठी तुपाच्या छोट्या थैल्या पुरवणाऱ्या तिरुपूरमधील एका पुरवठादाराचा शोध लावला.

त्याखेरीज अन्य लहान लहान बाबी होत्या : उदा. देवाचा फोटो उभा कसा ठेवायचा? प्रकाशनं त्यासाठी एक छोटासा फोटो-स्टँड देण्याचं ठरवलं. पण खर्चाकडे बघितल्यावर अशा सर्वच संकल्पनांची कार्यवाही करणं शक्य झालं नाही!

"एका ग्राहकाला 'पूजा किट'मध्ये चांदीचं नाणं हवं होतं. ते परवडणं शक्य नव्हतं. त्यामुळे आम्ही त्याऐवजी चांदीच्या दुर्वा दिल्या."

दरम्यान मालासाठी मागण्या हळूहळू येऊ लागल्या होत्या. मागणी करणाऱ्या कंपन्या होत्या : 'द टाइम्स ऑफ इंडिया ग्रुप', 'अल्ट्राटेक सिमेंट', 'लिंक पेन्स' आणि 'पिरामल हेल्थ केअर'. दिवाळी जवळ आल्यावर 'ब्लेसिंग्ज किट्स' मुंबईतल्या 'द एशिॲटिक' आणि 'अकबर अलीज' या डिपार्टमेंट स्टोअर्समध्येसुद्धा ठेवण्यात आली होती.

"प्रत्येकाला वाटलं होतं की, पूजा किट संकल्पना मी केवळ बिझनेस प्लॅन स्पर्धा जिंकण्यासाठी आणि बक्षिसाचे पैसे मिळवण्यासाठी तयार केलीय; परंतु ही संकल्पना माझ्या रक्तात भिनली होती."

"एमबीए पदवीनं मला आशावाद शिकवला आणि समस्यांवर तोडगे शोधायला शिकवलं."

"मी दिवाळीपर्यंत १० हजार किट्स विकली. गमतीची गोष्ट म्हणजचे दिवाळीनंतरही ५०० किट्ससाठी मागणी आली."

उदाहरणार्थ, एका पंजाबी कुटुंबानं लग्नाच्या वेळेस साऱ्या वऱ्हाडाला ही किट्स भेट म्हणून दिली. आणखी कुणीतरी भागवतकथेनंतर ही किट्स भेट म्हणून वाटली. आय.एम.टी. नागपूरनं त्यांच्या कॅम्पसवर भरलेल्या परिषदेतील उपस्थितांना ही किट्स भेटीदाखल दिली. व्यवसायासाठीचं फिरतं भांडवल काटेकोर काटकसरीनं वापरावं लागत होतं; पण काही पुरवठादारांनी पैसे चुकवण्यासाठी थोडी मुदत दिली तर काही कंपन्यांनी आगाऊ पैसे दिले. तरीदेखील प्रकाशला दिवाळीपूर्वी चार मित्रांकडून तीन लाख रुपये उसने घ्यावे लागले. ते त्यानं त्यांना अल्पावधीतच परत केले.

प्रकाशनं १२ हजार किट्स तयार करण्याचा जो जुगार खेळला होता, त्यात त्याला भरभरून नफा मिळाला.

"मी ४००० किट्स दिवाळीआधीच्या आठवड्यात विकली. ही किट्स माझ्याजवळ तयार नसती तर माझ्या हातून तो व्यवसाय निसटला असता."

एकूण विक्री ३५ लाख रुपये झाली. (प्रत्येक किट रुपये ३५०/- किमतीचं होतं). त्यातून पाच लाख रुपये नफा सुटला. त्याला नोकरीतून जो पगार मिळाला असता, त्या बरोबरीची ही रक्कम होती.

"खरं तर मला आणखी नफासुद्धा मिळवता आला असता; पण मी व्यवसायात नवखा होतो. त्यामुळे माझ्या हातून लहानमोठ्या चुका घडल्या!"

दिवाळीनंतर प्रकाशनं तीन महिन्यांची रजा घेतली. त्यानं त्या काळात बहिणीच्या लग्नात मदत केली आणि तो स्वतःसुद्धा विवाहबद्ध झाला. नवं वर्ष उजाडल्यावर त्यानं पुन्हा व्यवसायावर चित्त एकाग्र केलं; पण आता त्याच्यापुढे एक नवंच आव्हान उभं होतं : पुढची दिवाळी अनेक महिने दूर होती. दरम्यानच्या काळात कोणती गोष्ट विकायची?

प्रकाशनं अनेक कल्पना विचारात घेतल्या – कमी किमतीची (२०० रुपये किमतीची) किट्स मोठ्या किरकोळ विक्रीच्या बाजारपेठेसाठी बनवणं; गृहप्रवेशासाठी पूजा किट्स बनवणं, गाडीच्या पूजेसाठी पूजा किट्स बनवणं वगैरे वगैरे! दरम्यान त्यानं त्याच्या ग्राहकांकडे जाऊन त्यांना विचारलं, "तुम्हाला कोणत्या गोष्टींची गरज आहे?"

''माझ्या लक्षात आलं की अनेक फार्मा कंपन्यांना त्यांचा लोगो असलेल्या कापडी वस्तू- टॉवेल्स, हातरुमाल इत्यादी सहज मिळवता येत नाहीत.''

त्याचे वडील आणि भाऊ याच व्यवसायात होते. त्यांना फक्त असा लोगो विणून घ्यावा लागणार होता. प्रकाशनं निर्यातीसाठीच्या बाजारपेठेचीसुद्धा माहिती काढायला सुरुवात केली. पूजा किट्सच्या निर्यातीसाठी वाढीव मागण्या येऊ लागल्यावर त्यानं पूजा किट्सचं काही उत्पादन अहमदाबादेत हलवलं. तिथं उत्पादनखर्च कमी येत होता.

संधी नेहमीच तुमचं दार ठोठावत येत नसते; कधीकधी ती तुमच्याशी बोलतेसुद्धा! व्यापाऱ्यांशी आणि निर्यातदारांशी गप्पा मारताना प्रकाशला समजलं की, त्यांना मातीच्या पणत्या पुरवण्यात अडचण येतेय. वाहतुकीच्या वेळेस खूपसा माल तुटत-फुटत होता. ''अधिक चांगल्या प्रकारे हा माल पॅक करून सेफ्टी गॅरेंटी देऊन मी मातीच्या पणत्यांचा पुरवठा करायचं ठरवलं.''

त्यासाठी प्रकाशनं ठाण्यात एक लहानसं उत्पादनकेंद्र सुरू केलं. तिथं त्यानं मातीच्या पणत्या रंगवून सुशोभित करायला प्रारंभ केला. त्याखेरीज त्यानं तिथं तोरणं, रांगोळी, पूजेचं तबक यांसारख्या धार्मिक समारंभांसाठी आवश्यक असलेल्या कुशल हस्तव्यवसायाच्या गोष्टींचं उत्पादन सुरू केलं.

त्यानं अमेरिका, इंग्लंड, दक्षिण आफ्रिका, झिंबाब्वे, ऑस्ट्रेलिया येथील आयातदारांशी संपर्क साधला. त्यानं भारतभेटीच्या वेळेस त्याच्या उत्पादनकेंद्राला भेट द्यायचं या आयातदारांना आमंत्रण दिलं. अशा प्रकारे आपल्या मालासाठी घाऊक स्तरावरच्या मागण्या मिळवण्यात तो यशस्वी झाला.

२००९ मध्ये त्याच्या कुटुंबाशी परिचित असलेला त्याचा एक मित्र एका कंपनीत काम करू लागला. या कंपनीकडे नऊ उंची परफ्यूमची भारतात आयात आणि वितरण करण्याचे अधिकृत हक्क होते. हे ऐकल्यावर प्रकाशला एक गोष्ट उमगली. लोकांना सवलतीच्या दरात ब्रँडेड गोष्टी हव्या असतात. पण हा माल बनावट तर नाही, अशी शंका त्यांना सतावत असते.

''मी माझ्या कंपनी ग्राहकांना सवलतीच्या दरात माल पुरवू लागलो आणि तो माल बनावट नसल्याची खात्रीसुद्धा पुरवू लागलो.''

अशा प्रकारे त्याचा उद्योग 'भेटवस्तू उद्योग' या रूपात परिवर्तित झाला. 'पूजा किट'

''मी व्यवसायात नवा असल्यामुळे मी अनेक लहानमोठ्या चुका केल्या.''

''मला माझ्या निर्णयाबद्दल अजिबात खेद वाटत नाहीये. मला माझं काम आवडतंय. मी दररोज काहीतरी नवं शिकतोय.''

ही या भेटवस्तूंमधली एक गोष्ट होती. सर्वसाधारण पद्धतीप्रमाणे एक व्यापारी शंभरनिरनिराळ्या वस्तू शंभर वेगवेगळ्या ग्राहकांना पुरवत असतो. प्रकाशनं हजार ग्राहकांना फक्त आठ ते दहा वस्तू पुरवण्याचा अवघड मार्ग स्वीकारला.

असं असूनही मार्च २०१४पर्यंत 'सेक्रेड मोमेंट्स' या प्रकाशच्या कंपनीची वार्षिक विक्री साडेचार कोटी रुपयांच्या घरात पोहोचली. (त्यातले ४५ टक्के पैसे पूजा किट्स आणि इतर धार्मिक गोष्टींपासून मिळाले.) सध्या त्याच्या कंपनीत सात कायमस्वरूपी कर्मचारी काम करत आहेत आणि इतर पंचवीस जण हंगामी रोजगारावर काम करत आहेत. हा हंगाम असतो जुलै ते ऑक्टोबर या काळात. त्या वेळेस पूजेसाठीच्या गोष्टींसाठी सर्वांत जास्त मागणी असते.

पूजेव्यतिरिक्त ज्या इतर गोष्टी प्रकाश पुरवतो, त्यामुळे त्याला वर्षभर व्यवसाय सुरू ठेवता येतो. अशा प्रकारे आणखी कोणती गोष्ट पुरवावी, याचा प्रकाश सतत शोध घेत असतो. ''मी फक्त बिझनेस टु बिझनेस या बाजारपेठेवरच लक्ष केंद्रित करतो आणि ज्या गोष्टींमध्ये, पॅकेजिंगमध्ये किंवा सेवेत त्रुटी आढळते, त्या गोष्टी पुरवायला मी प्रारंभ करतो.''

प्रकाशचा एक नवीन नियम आहे : जो माल नमुना स्वरूपात दाखवता येण्याजोगा असतो आणि जो माल कुरियरद्वारा पाठवणं शक्य होणार असतं, तोच माल प्रकाश विक्रीसाठी ठेवतो. कारण अशा मालासाठीच तो जगभरातून ग्राहक मिळवू शकतो. तो एमबीए धर्तीची SWOT* समीक्षासुद्धा करतो. गेल्या पाच वर्षांत या मालासाठीच्या मागणीचा आलेख कसा होता? चीनकडून या मालाबाबत किती स्पर्धा उद्भवेल?

प्रकाशच्या व्यवसायाच्या विस्तारासाठी त्याचा एक 'स्लीपिंग-पार्टनर' (व्यवसायात केवळ वित्तनिवेश करणारा, पण व्यवस्थापनात सहभाग न घेणारा भागीदार) पैसा पुरवतो; पण त्याच्या प्लॅस्टिक पॅकेजिंग प्रॉडक्ट्सच्या आगामी व्यवसायासाठी प्रकाश नफ्यातून बाजूला टाकलेले पैसेच भांडवल म्हणून गुंतवणार आहे.

''आजपर्यंत मी कोणत्याही बँकेकडून फिरतं भांडवल किंवा मुदतीचं कर्ज उचललेलं नाही.''

---

* SWOT = स्ट्रेंग्थ, वीकनेस, ऑपॉर्चुनिटी, थ्रेट

कंपनीतील उच्चपदस्थ नोकरीत असतं, तसंच त्याचं आयुष्य अत्यंत घाईगडबडीचं असतं. सोमवार ते शनिवार दररोज तो १० तास कामाला जुंपलेला असतो. रविवारी तो तीन तास काम करतो; पण नोकरीपेक्षा व्यवसायात त्याला अधिक समाधान मिळतं. व्यवसाय त्याला अधिक आव्हानात्मक वाटतो.

''व्यवसायात पडल्याबद्दल मला अजिबात खेद वाटत नाही. मला माझ्या कामातून आनंद मिळतो. मी दररोज काहीतरी नवं शिकत असतो.''

व्यवसायाचा ताणतणाव असूनही प्रकाश समाजाचं ऋण फेडण्यासाठी काही वेळ बाजूला ठेवतो. तो 'ठाणे महेश्वरी युवा समिती'चा उपाध्यक्ष आहे. ही त्यांच्या समाजातील तरुणांची संस्था आहे. त्याखेरीज तो वेगवेगळ्या बिझनेस स्कूल्समध्ये उद्योजकत्वावर भाषणं देत असतो. आणि तरीसुद्धा दररोज तो त्याच्या प्रेमाच्या कुटुंबासमवेत 'खास' असा राखीव वेळ व्यतीत करतो.

''मी अजूनही एकत्र कुटुंबातच राहतोय. माझे कुटुंबीयच माझा आधारवड आहेत!''

प्रकाश अजूनही व्यवस्थापनावरची पुस्तकं वाचतो. उद्योजकांच्या भाषणाचे इंटरनेटवर उपलब्ध असलेले व्हिडिओज आणि हौसेनं 'टेड टॉक्स' ऐकतो. कारण स्फूर्तिदायक कल्पना चौफेर उपलब्ध असतात.

तुम्हाला एकलव्याप्रमाणे झाडामागे लपून गुरू द्रोणाचार्य यांकडून शिकावं लागत नाही. तुमचे स्वतःचे गुरू तुम्ही स्वत:च निवडायचे असतात आणि त्यांचे शब्द, त्यांचं कार्य आणि त्यांचं यश यांपासून बोध घ्यायचा असतो!

तुम्ही स्वतःला देऊ शकाल अशी हीच सर्वांत मोलाची भेटवस्तू असते!

तरुण उद्योजकांसाठी अनुभवाचे चार शब्द

बिझनेस स्कूलमधून किंवा कॉलेजातून शिकून बाहेर पडल्याबरोबर थेट व्यवसायाला सुरुवात करायला कचरू नका. विशेषतः तुमच्या व्यवसायासाठी कंपनीतील नोकरीचा अनुभव गरजेचा नसला तरी अजिबातच काळजी करू नका!

'इंडियन इन्स्टिट्यूट ऑफ मॅनेजमेंट'च्या विद्यार्थ्यांच्या व्यवसायातल्या यशोगाथा सर्वश्रुत आहेत; पण 'इंडियन इन्स्टिट्यूट ऑफ मॅनेजमेंट'मधून बाहेर न पडलेल्या इतर विद्यार्थ्यांनीसुद्धा आत्मविश्वास राखला पाहिजे.

तुमच्या एम.बी.ए .अभ्यासक्रमात तुम्ही जे शिकलात, ते तुमच्या उद्योगासाठी महत्त्वाचं ठरणार आहे. त्यासाठी आयआयएमचं बिरुद गरजेचं नाही!

तुमचा व्यवसाय जिवंत ठेवण्यासाठी कधीकधी तुम्हाला बाहेरच्यांची फसवणूक करावी लागेल; पण स्वतःच्या व्यवसायाबाबत स्वतःचीच फसवणूक कधीही करून घेऊ नका.

आजकाल अयशस्वी ठरलेल्या संकल्पनेसाठीसुद्धा लोक प्रसिद्धीच्या झोतात येत असतात; पण उद्योजकत्व यशस्वीपणे निभावण्यासाठी टीव्ही चॅनेल्सवर किंवा नियतकालिकांमध्ये झळकणं गरजेचं नसतं.

तुम्ही सर्व गोष्टींतच प्रवीण नसता, या सत्याचा स्वीकार करा आणि आवश्यक तेथे इतरांची मदत घ्या. तुमच्या व्यवसायाच्या यशासाठी अत्यावश्यक असलेल्या गोष्टीबाबत चिक्कूपणानं काटकसर करू नका.

उदाहरणार्थ, माझ्या 'पूजा किट'च बॉक्सच्या निर्मितीसाठी मी व्यावसायिक डिझायनरची मदत घेतली. डीटीपी ऑपरेटर्स स्वस्तात उपलब्ध असूनही मी खर्चिक पर्याय निवडला. कारण 'पूजा किट'च्या बॉक्सचं डिझाइन मला फार महत्त्वाचं वाटत होतं.

अवघड कालखंडात सकारात्मक दृष्टिकोन आणि चिकाटी राखा. फक्त चिकाटी

असून भागत नसतं; नकारात्मक दृष्टिकोन अपयशाला कारणीभूत ठरत असतो.

विक्रीचं बळ कमी लेखू नका. इंटरनेटचा वापर करा. सोशल मीडिया मार्केटिंग (प्रसारमाध्यमांचा वापर करून त्याद्वारा विक्री) आणि टेलिकम्युनिकेशन्स या गोष्टी विक्रीसाठी फार उपयुक्त ठरतात.

रिपीटर्स

या वल्लींनी केलेला प्रयत्न फसला खरा; परंतु त्यांनी तो मनापासून केला होता. कारण कोणतीही मोलाची गोष्ट कधीच सहजी मिळवता येत नसते. आणि प्रयत्न करणं सोडून देणं हा कधीही पर्याय असूच शकत नाही!

प्रभकिरण सिंग

सिद्धार्थ मुनोत

'महामूर्ख' दुक्कल

प्रभकिरण सिंग आणि सिद्धार्थ मुनोत
(आयआयटी, मुंबई)

बेवकूफ ब्रँड्स

आयआयटीमध्ये तिसऱ्या वर्षात शिकत असताना प्रभकिरण सिंगनं सुगंधी लस्सी विकायला प्रारंभ केला. हा प्रयोग फसला; पण त्या अनुभवातून प्रभकिरण आयुष्याबद्दलचा महत्त्वाचा धडा शिकला. हाच लस्सीवाला आज तरुणाईला इंटरनेटद्वारा माल पुरवण्याचा, पाच कोटी विक्री करणारा व्यवसाय चालवत आहे! १९९९ मध्ये कंवल रेखी या आयआयटी मुंबईच्या माजी विद्यार्थ्यानं आयआयटी मुंबई इथं एक इन्क्युबेटर* स्थापन केला. कॅम्पसवर उद्योजकत्वाला उत्तेजन देणारा तो पहिलाच

* इन्क्युबेटर (Incubator) प्राथमिक संकल्पना-स्वरूपातील व्यवसायाला मदत करून त्या यशस्वी रूपात साकार करण्यासाठी साहाय्य पुरवणारी यंत्रणा. कोंबडी अंडी उबवते आणि त्यातून पिल्लं जन्म घेतात. त्यासदृश ही कल्पना असल्यामुळे त्या यंत्रणेला 'इन्क्युबेटर' (ऊब पुरवणारी) असं म्हणतात.

प्रकल्प होता. विद्यार्थी आणि शिक्षक पुढे सरसावले आणि त्यांनी तंत्रज्ञानावर आधारित असलेल्या संकल्पना मांडल्या-अल्गॉरिदम्स, रोबोटिक्स, सेमी कंडक्टर्स, इंटरनेट सोल्युशन्स इत्यादी इत्यादी.

सर्वांना वाटत होतं : ही आयआयटी आहे. इथं काहीतरी बुद्धिकौशल्याचं– डोक्याचं काम होणं आवश्यक आहे.

त्यानंतर लुधियानाच्या प्रभकिरण सिंगनं आयआयटीत प्रवेश घेतला आणि त्यानं लस्सीचा व्यवसाय चालू केला. अगदी आयआयटीच्या प्रवेशद्वारापुढेच! 'खडके लस्सी'चा कॅम्पसवर प्रचंड बोलबाला झाला. ही बातमी राष्ट्रीय स्तरावरसुद्धा प्रसृत केली गेली.

लोकांचं नेहमीचं पालुपद होतं : "अरे! हेच करायचं होतं तर आयआयटीत प्रवेश कशासाठी घेतला? एक जागा फुकट घालवलीस!"

दुर्दैवानं लस्सीचा व्यवसाय बंद पडला; पण प्रभकिरणनं त्याच्याच सहाध्यायीबरोबर- सिद्धार्थबरोबर- हातमिळवणी केली आणि टी-शर्ट्सचा व्यवसाय सुरू केला. तोच व्यवसाय विकसित होऊन 'बेवकूफ डॉट कॉम'मध्ये परिवर्तित झाला. अनादर दर्शवणारं नाव असलेला हा ब्रँड तरुणांच्या पसंतीला उतरला आहे.

आज हे दोघं तरुण उद्योजक इंटरनेटवरून तरुणांना अनौपचारिक ढंगाचे, गमतीशीर डिझाइनचे कपडे आणि पेहरावाच्या अन्य गोष्टी विकत आहेत. त्यांच्या मालाला येणारी मागणी महिन्याला एक कोटी रुपयांचा आकडा ओलांडून पुढे गेली आहे! बेवकूफ ब्रँड प्रामुख्यानं त्याच्या फेसबुक पेजच्या आधारे वाढवला गेला आहे. १४ लाख लोक हे फेसबुक पेज विनामूल्य पाहत असतात.

असा व्यवसाय सुरू करण्यासाठी तुम्ही आयआयटीचे पदवीधर असण्याची गरज नसते. त्यासाठी तुमच्या ठायी आत्मविश्वास आणि धैर्य असावं लागतं. तुमच्यात वेगळा विचार करण्याची आणि चाकोरीबाहेरचा मार्ग स्वीकारण्याची धमक असावी लागते.

यश हे आयआयटीच्या प्रवेशपरीक्षेसारखं– जेईईसारखं– असतं; फरक एवढाच की त्यासाठी कुठंही प्रशिक्षण घेण्याची सोय नसते. तुम्ही प्रवेशासाठी फक्त दरवाजा निवडायचा असतो आणि तो ठोठावत राहायचं असतं.

'महामूर्ख' दुक्कल

प्रभकिरण सिंग आणि सिद्धार्थ मुनोत
(आयआयटी मुंबई)
बेवकूफ ब्रँड्स

प्रभकिरण सिंग लुधियानात जन्मला आणि लहानाचा मोठा झाला.

"माझ्या वडिलांचा स्वतःचा व्यवसाय होता आणि आई गृहिणी आहे. मी सेक्रेड हार्ट कॉन्व्हेंट स्कूलमध्ये शिकलो."

दहावीनंतर प्रभकिरण आयआयटी प्रवेशपरीक्षेच्या प्रशिक्षणासाठी कोटा इथं गेला. खरं म्हणजे त्या वेळेस आयआयटी ही काय भानगड असते, याची त्याला सुतराम कल्पना नव्हती. मित्र जाणार होते, म्हणून त्यानंसुद्धा तिथं जायचं ठरवलं.

"काही दिवसांनंतर मला आयआयटीचं महत्त्व उमगलं. त्यानंतर मी त्या प्रवेश-परीक्षेकडे गांभीर्यानं पाहू लागलो आणि त्यासाठी नेटानं अभ्यास करू लागलो."

प्रभकिरणनं सिव्हिल इंजिनिअरिंग शाखेत प्रवेश घेतला. ही शाखा फारशी लोकप्रिय नव्हती; पण मुंबईला जाणं हे त्यानं उरी जपलेलं स्वप्न असल्यामुळे तो खुशीत होता.

आयआयटीमधील पहिली दोन वर्षं सरधोपट होती. तिसऱ्या वर्षी इन्टर्नशिप सुरू व्हायची. आयआयटीत हा काळ महत्त्वाचा असतो; कारण तेव्हापासून मुलं भविष्यात काय करायचं याचा आराखडा आखू लागतात. प्रभकिरणचे बरेचसे सहाध्यायी फायनान्स, कन्सल्टिंग किंवा टेक्निकल नोकऱ्या शोधू लागले असले, तरी प्रभकिरणचा विचार सर्वस्वी निराळा होता.

कॅम्पसवर आलेल्या पहिल्याच कंपनीत- डॉइश बँकेत त्यानं अर्ज केला; पण प्राथमिक फेरीत त्याची निवड झाली नाही. त्याची एकीकडे थोडी निराशा झाली असली तरी त्याला हलकंसुद्धा वाटलं. मुलाखतीपूर्वी जी माहिती देण्यात आली होती, ती ऐकल्यानंतर त्याला ती नोकरी फारच मर्यादा घालणारी आणि कंटाळवाणी वाटली होती. आपण त्या नोकरीसाठी योग्य आहोत की नाही, असा त्याच्या मनात संदेह उद्भवला होता.

"त्यानंतर मी नोकऱ्यांसाठी अर्ज पाठवायचंच बंद केलं. स्वतःचा व्यवसाय सुरू करायचा, असा मी निर्णय घेतला."

पण त्यासाठी योजना आखायला सुरुवात तरी कोठून करायची? एके दिवशी क्रॉसवर्ड बुकशॉपमध्ये प्रभकिरणला 'स्टे हंग्री, स्टे फुलिश' नावाचं पुस्तक दिसलं. त्या पुस्तकात आयआयएम, अहमदाबाद येथील पदवीधर उद्योजकांच्या यशोगाथा लिहिल्या होत्या. त्यानं ते पुस्तक विकत घेतलं आणि वाचून काढलं. त्यानं ते पुन्हा एकदा वाचून काढलं.

" 'स्टे हंग्री' हे सत्य घटनांवर आधारित असलेलं, मी वाचलेलं पुस्तक होतं. ते वाचून मी खूपच प्रभावित झालो. त्यानंतर मी धीरूभाई अंबानींच्या जीवनावरचं 'पॉलिएस्टर प्रिन्स' हे पुस्तक वाचलं. किशोर बियानींवरचं 'इट हॅपन्ड इन इंडिया' हे पुस्तक वाचलं आणि इतर अशीच अनेक पुस्तकं वाचली."

स्वतःचा व्यवसाय सुरू करण्यासाठी सर्वप्रथम शोधावी लागते, व्यवसायाबाबतची संकल्पना. प्रभकिरणनं तीन-चार महिने खर्चून अशी आगळीवेगळी संकल्पना शोधायचा भरपूर प्रयत्न केला; पण त्याच्या डोक्यात ज्या ज्या कल्पना आल्या, त्यांवर आधीच कुणीतरी उद्योग सुरू केले होते किंवा त्यांतल्या काही त्याला फारशा आवडल्याही नाहीत.

या सुमाराला प्रभकिरणला रेल्वेनं दोन-तीन वेळा प्रवास करावा लागला. या प्रवासादरम्यान त्यानं सुगंधी लस्सीचा आस्वाद घेतला होता. पुण्यात त्यानं स्ट्रॉबेरी लस्सी चाखली होती आणि आग्र्यात गुलाबाच्या वासाची लस्सी चाखली होती. सुगंधी लस्सीची कल्पना त्याला आवडली. प्रत्येक पंजाबी सुपुत्राच्या नसांमधून लस्सी वाहत असते; पण ती एकतर खारी, नाहीतर गोडी लस्सी असते. वेगवेगळ्या सुगंधांची लस्सी ही कल्पना त्याला फारच भावली.

"'स्टारबक्स'ची कहाणी आणि भारतातील 'जम्बो किंग'ची यशोगाथा वाचून मी मंत्रमुग्ध झालो होतो. मला वाटत होतं, की त्यांच्यासारखंच यश आम्ही लस्सीच्या उद्योगातून मिळवू शकू."

आतापर्यंत २००९ सालचा ऑक्टोबर महिना उजाडला होता. प्रभकिरणनं त्याचा जिवलग मित्र हिमांशू धीमन याला या कल्पनेवर काम करण्यासाठी सोबत घेतलं होतं. आयआयटी मुंबईच्या आंत्रप्रेन्युअरशिप सेलनं आयोजित केलेल्या काही कार्यक्रमांमुळे या मुलांना 'बिझनेस प्लॅन' (व्यवसायाचा आराखडा) ही संकल्पना माहीत झाली होती.

“तुमच्या संकल्पनेत दम असला तर तुम्ही वित्तनिवेश मिळवू शकाल अशी तेव्हाची हवा होती. तुमचा बिझनेस प्लॅन दमदार असला तर तुम्ही ताबडतोब व्यवसाय सुरू करू शकता, असा समज तेव्हा प्रचलित होता.”

पण प्रत्यक्षात हा बिझनेस प्लॅन बनवायचा तरी कसा? तुम्ही एक्सेल शीटवर कोणताही आकडा टाकू शकता; पण तो आकडा बरोबर आहे की नाही हे कसं जाणून घ्यायचं? कोणतंही तर्कशास्त्र, कोणतंही सूत्र तुम्हाला सांगू शकत नाही, की पहिल्या महिन्यात किती माल विकला जाईल, दुसऱ्या महिन्यात किती माल विकला जाईल. ही मुलं अगदी गोंधळून गेली होती!

“मग आमच्या मनात आलं की उन्हाळ्याच्या सुट्टीत आम्ही आप्तमित्रांकडून दोन लाख रुपये उभे करू शकू आणि त्या पैशांच्या मदतीनं दुकान टाकू शकू.”

काय करावं, कसं करावं यावर या दोघांनी नीटपणे विचार सुरू केला; पण १८ फेब्रुवारी २०१० रोजी सारंच बदलून गेलं. प्रभकिरणची देवाशिष चक्रवर्ती नावाच्या सद्‌गृहस्थांशी ओळख झाली. त्यांनी त्याला एक अत्यंत व्यवहार्य सल्ला दिला.

“जर तुमचा माल तयार असेल तर तो थेट विकू लागा!” वा! गोष्ट इतकी सोपी होती? विक्री चालू करायचा प्रभकिरणनं ताबडतोब तिथल्या तिथं निर्णय घेऊन टाकला आणि त्यासाठी स्वतःला तीन दिवसांची मुदत घालून दिली. हिमांशूनं त्याचा महिन्याचा पॉकेटमनी (रुपये ५,०००/-) दिला आणि प्रभकिरणनं त्याचा महिन्याचा पॉकेटमनी (रु.३,०००/-) गंगाजळीत टाकला. ही ‘मोठ्ठी’ रक्कम वापरून त्यांनी एक स्वस्तातला मिक्सर, एक ब्लेंडर आणि काही भांडी विकत घेतली; पण त्यांना लस्सीची विक्री कोणत्या जागी करता येणार होती?

त्या मुलांनी पवईमधले सारे रस्ते पालथे घातले; पण दुकानांची भाडी दरमहा २० ते ४० हजार रुपयांच्या घरात होती. त्याशिवाय दोन लाख रुपये डिपॉझिट म्हणून द्यावे लागत होते. हे आकडे त्यांच्या आवाक्याबाहेरचे होते!

“मग आम्ही आयआयटी गेटबाहेरच्या भाजीबाजाराकडे मोर्चा वळवला; पण ती जागासुद्धा मुंबई महानगरपालिकेला पैसे देणाऱ्या विक्रेत्यांसाठी राखून ठेवलेली होती. त्यामुळे तो विचार आम्हाला सोडून द्यावा लागला.”

“माझ्या आई-वडिलांची इच्छा होती की मी आयआयटी दिल्लीमध्ये प्रवेश घ्यावा; कारण दिल्ली आमच्या गावापासून जवळ आहे. पण माझी इच्छा मुंबईला येण्याची होती!”

''तुमचा बिझनेस प्लॅन आकर्षक असला पाहिजे आणि तुम्हाला मोठा वित्तनिवेशक मिळवता आला पाहिजे अशी गैरसमजूत प्रचलित आहे. प्रत्यक्षात तुम्ही 'येन केन प्रकारेण' व्यवसाय सुरू करणंच महत्त्वाचं असतं.''

अखेरीस नव्यानं चालू झालेल्या एका केकशॉपपाशी हे दोघे पोहोचले. या दुकानाचा अजून जम बसलेला नव्हता. दुकानाबाहेरची लहानशी जागा रिकामी होती. या मुलांनी दुकानाच्या मालकाला गाठून त्याच्यापुढे एक प्रस्ताव ठेवला, ''आम्हाला ही रिकामी जागा वापरू द्या. आम्ही तुम्हाला दरमहा ६ हजार रुपये भाड्यापोटी देऊ.''

''आम्ही त्याला दोन हजार रुपये आगाऊ देऊन म्हटलं, 'आम्हाला पैसे मिळू लागले की आम्ही तुम्हाला उरलेली रक्कम देऊ.' आणि त्यानं ही गोष्ट मान्य केली.''

अजूनही या मुलांपुढे एक-दोन समस्या होत्या. मेन्यूमध्ये कोणत्या गोष्टी ठेवाव्यात? पुढले चार-पाच दिवस त्यांनी त्यांच्या हॉस्टेलच्या खोलीत वेगवेगळे प्रयोग करून पाहिले. त्यासाठी त्यांनी हॉस्टेलच्या मेसमधून चोरून आणलेल्या दह्याचा वापर केला. त्यांच्या मित्रांनी वेगवेगळ्या फ्लेवर्सचा आस्वाद घेऊन अभिप्राय दिला. अखेरीस या मुलांनी चार फ्लेवर्सची निवड केली : चॉकोलेट, स्ट्रॉबेरी, रोझ आणि ग्रेप्स. लस्सीत आइस्क्रीमचा समावेश ग्राहकाच्या मागणीनुसार केला जाणार होता.

शेवटची समस्या होती काउंटरची सोय करण्याची. स्टेनलेस स्टीलच्या टेबलाला २५ ते ३० हजार रुपये खर्च आला असता. तो खर्च त्यांना परवडण्याजोगा नव्हता. अखेरीस त्यांनी जुनं कॉम्प्यूटर टेबल मिळवलं आणि त्यावर सनपॅक बोर्डचं आच्छादन घातलं.

''ते टेबल अधिक आकर्षक दिसावं म्हणून आम्ही त्यावर पंजाबमधील सृष्टीसौंदर्याची आणि लस्सीची चित्रं छापून घेतली. हा पर्याय देखणा ठरला!''

अशा प्रकारे २३ फेब्रुवारी २०१० रोजी 'खडके ग्लास्सी' व्यवसायात रुजू झाली. फेसबुक पेज आणि मौखिक सांगोवांगीची जाहिरात यांच्या मदतीनं ते गर्दी खेचू शकले आणि त्यांच्या दुकानापुढे ग्राहकांची रांग उभी राहिली. 'बघू तरी, हा सरदार करतोय तरी काय!' अशा उत्सुकतेनं पोरांची रीघ लागली.

पहिल्याच दिवशी ग्लासमागे पंचवीस रुपये आकारून त्यांनी लस्सीचे ४४ ग्लास विकले. पण ते शेफारून गेले नाहीत किंवा त्यांनी यशाचा जल्लोशही साजरा केला नाही. संध्याकाळपर्यंत हिमांशूनं व्यवसायातून काढता पाय घ्यायचा निर्णय घेतला

होता. त्याचा निर्णय ऐकून प्रभकिरणला मोठाच धक्का बसला. त्यानं कसंबसं अवसान गोळा केलं आणि दुसऱ्या दिवशी दुकान उघडलं. मग आणखी एका दिवशी उघडं ठेवलं आणि आणखी एका दिवशी...

"आमची प्रयोगशाळा प्रयोगांसाठी संध्याकाळी पाच वाजेपर्यंत उघडी असे. त्यामुळे मी दररोज फक्त सायंकाळी पाच ते रात्री दहा वाजेपर्यंत दुकान उघडं ठेवत असे."

सुरुवातीला प्रभकिरणला हे फारच क्लेशकारक वाटत होतं. तो स्वभावतः अंतुर्मख होता. तो सहजगत्या लोकांशी संवाद साधू शकत नसे. त्याखेरीज हा 'इज्जत का सवाल' बनला होता. त्यांचाच एक वर्गमित्र मजुरासारखं राबताना पाहून त्याच्या सहाध्यायांची कोणती प्रतिक्रिया होईल, याची त्याला काळजी वाटत होती!

"मी मनोमन घाबरलो आणि बावचळलो होतो; पण लोकांनी उत्तम प्रतिसाद दिला."

काही जण जरी कुत्सितपणे फिदिफिदी हसले असले, तरी बहुतांश लोकांना प्रभकिरणचं कौतुक वाटलं होतं. काही जणांनी तर चक्क त्याच्याजवळ येऊन त्याला घट्ट मिठी मारली आणि म्हटलं, "आम्ही लोक तर नुसतीच बडबड करत राहतो. तू काहीतरी करून दाखवलं आहेस!"

हे सर्व ऐकून प्रभकिरणची उमेद खूपच वाढली; पण दहा दिवसांमध्येच त्याचे सारे मित्र अभ्यासात व्यग्र झाले आणि लस्सीसाठी त्याच्या दुकानात येईनासे झाले. दर दिवशी येणाऱ्या ग्राहकांची संख्या कमी होऊ लागली. त्याबरोबरच या तरुण उद्योजकाच्या उत्साहालासुद्धा ओहोटी लागली.

"आमच्या चाचणी परीक्षा आणि इतर महत्त्वाच्या परीक्षा जवळ येऊ लागल्या होत्या; पण मला न चुकता दररोज दुकानात जावंच लागत होतं. अगदी शनिवारी-रविवारीसुद्धा मला तिथं जावं लागत होतं." यावर एकच पर्याय होता : दुसऱ्या कुणालातरी नोकरीवर ठेवणं; पण ते सोपं नव्हतं. मुंबईबाहेरून आणलेल्या मजुराला राहायची जागा द्यावी लागली असती. प्रभकिरणला ती गोष्ट परवडणार नव्हती. मुंबईतल्या मजुरांना सध्याची नोकरी सोडण्यापूर्वी निदान महिन्याची आगाऊ सूचना द्यावी लागली असती.

"मला वाटत होतं की मी एक आठवडाभर लस्सी विकेन; पण प्रत्यक्षात मी ते काम सलग ४२ दिवस करत राहिलो. त्यासाठी मला प्रचंड शिस्त पाळावी लागली."

> **"लस्सी विकल्यानंतर मी निर्लज्ज बनलोय! आता आयुष्यात समोर ठेपलेली कोणतीही परिस्थिती मला अस्वस्थ करू शकत नाही!"**

''तुमच्यापाशी पैसा असेल तर तुम्ही तुमची वेबसाइट बनवण्यासाठी कुणाचीतरी मदत घेऊ शकता. नाहीतर तुम्हाला ते काम स्वतःच करावं लागतं!''

१४ मार्च २०१० रोजी 'द टाइम्स ऑफ इंडिया'च्या मुंबई आवृत्तीनं एक सत्य कहाणी छापली : 'आयआयटीअन स्कोअर्स विथ लस्सी बार' (आयआयटीच्या छात्रानं लस्सीबार काढून यश मिळवलंय). रातोरात प्रभकिरणचा 'खडके ग्लास्सी' लस्सीबार प्रसिद्ध पावला. त्या भागातले आणि आजूबाजूच्या भागातले लोक तिथं लस्सीसाठी गर्दी करू लागले. व्यवसाय तेजीनं चालू लागला. दररोज लस्सीचे १५० ग्लास खपू लागले.

''मला एक मित्र मदतीला घ्यावा लागला!''

ही बातमी लुधियानात मोठ्या नाट्यमय पद्धतीनं पोहोचली! प्रभकिरणचा भाऊ लुधियानात एम.बी.ए. करत होता. त्यांचे एक प्राध्यापक वर्गात आले. त्यांनी टेबलावर वृत्तपत्र ठेवलं आणि ते म्हणाले, ''हा मुलगा बघा, तो आहे पंजाबातला आणि लस्सीचा व्यवसाय करतोय मुंबईत! तुम्ही सारे जण अगदी कुचकामी आहात.''

प्रभकिरणच्या आई-वडिलांना तर धक्काच बसला. त्यांना वाटलं, 'काय? हे काम करण्यासाठी आम्ही आमच्या लेकाला मुंबईला धाडलं? आणि ही बातमी आम्हाला पेपरद्वारा समजावी?'

''खरं तर माझ्या वडिलांचा स्वतःचा व्यवसायच होता; पण मी जेव्हा शाळेत होतो, तेव्हा त्यात त्यांना खूप तोटा सोसावा लागला आणि त्यांनी तो व्यवसाय बंद करून टाकला. त्यामुळेच त्यांना वाटत होतं की मी आयआयटीत शिकून नोकरी करावी!''

पण त्याच्या वडिलांना काळ्या ढगात एक रुपेरी कडही दिसली. ''मुंबईला जाऊन पोरगं कुमार्गालासुद्धा लागू शकलं असतं. ठीक आहे! पोरगा कोणतीतरी उपयुक्त गोष्ट तर करतोय! शिकेल त्यातून काहीतरी!''

''मी माझ्या वडिलांना म्हटलं, काळजी करू नका! मी हे गंमत म्हणून करतोय. कालांतरानं मी नोकरीच करणार आहे.''

अशा प्रकारे आयआयटी गेट क्रमांक एकपासून हाकेच्या अंतरावर लस्सी बनत राहिली. 'खडके ग्लास्सी'मध्ये अगदी नियमितपणे येणारा एक ग्राहक होता, सिद्धार्थ मुनोत. तो चॉकलेट लस्सीसाठी दररोज येत असे.

“खरं तर आम्ही दोघंही तिसऱ्या वर्षातच शिकत होतो. दोघंही सिव्हिल इंजिनिअरिंगचेच विद्यार्थी होतो. पण आम्ही दोघं वेगवेगळ्या हॉस्टेलमध्ये राहत होतो. आम्ही एकमेकांना चेहेऱ्यानं ओळखत होतो; पण आम्ही मित्र नव्हतो.”

वस्तुतः या दोघांमध्ये खूपच साधर्म्य होतं. प्रभकिरणप्रमाणेच सिद्धार्थसुद्धा चाकोरीबाहेरचा विचार करायचा. आयआयटीच्या अगदी पहिल्या वर्षापासून त्याला नोकरीपेक्षा स्वतःचा व्यवसाय करण्याचीच अधिक ओढ वाटत होती. त्यामुळे तो वेगवेगळ्या गोष्टी करून पाहत होता.

सिद्धार्थ म्हणतो, “माझ्या डोक्यात आलेला पहिला विचार होता ‘ऑनलाइन बिझनेस’ करून पैसा कमावण्याचा; पण त्यानंतर मी निष्कर्ष काढला की, कसून मेहनत केल्याखेरीज या व्यवसायात यश मिळणं शक्य नाही.”

सिद्धार्थनं ‘वेबसाइट’ कशी बनवायची हे शिकायला सुरुवात केली. त्याच्या लक्षात आलं की Google Ad Senseद्वारा पैसे मिळवणं शक्य आहे; पण त्यासाठी अनेकांनी तुमची वेबसाइट पाहणं आवश्यक असतं. वेबसाइटकडे अनेकांना आकृष्ट करून घेण्यासाठी सिद्धार्थनं एक कॉम्प्यूटर गेम तयार केला. त्यात भाग घेणाऱ्यांना विशेष निवड न करता मनाला येईल त्याप्रमाणे बक्षिसं वाटली जात होती. या वेबसाइटचं नाव होतं interpaise.com आणि त्या वेबसाइटवर बऱ्यापैकी लोक येऊ लागले. आता मात्र या वेबसाइटचं व्यवस्थापन करणं कठीण पडू लागलं.

“मी दिवसाकाठी ७०-८० मेल्सना उत्तरं देत होतो. लोक ‘या गेममध्ये सहभाग कसा घ्यायचा’, ‘बक्षिसं काय ठेवली आहेत’ अशा प्रकारचे प्रश्न विचारत होते. मी उत्तरं देता देता वैतागून जायचो आणि मी ती वेबसाइटच बंद करून टाकली.”

त्याच सुमाराला एका जवळच्याच आयआयटी प्रवेशपरीक्षा प्रशिक्षण केंद्रात सिद्धार्थनं फिजिक्स (भौतिकशास्त्र) शिकवायला प्रारंभ केला होता. या प्रशिक्षण केंद्राचं नाव होतं ‘पेस ॲकॅडेमी’. त्याला तिथं शिकवायला मनापासून आवडत होतं आणि वीकएन्डला तर तो तिथं सलग सात-आठ तास शिकवू लागला होता. त्याला पैसेही बऱ्यापैकी दिले जात होते. महिना २० हजार रुपये! त्याखेरीज सुरुवातीला सिद्धार्थनं शेअर बाजारातही खरेदी-विक्री करून पाहिली; पण लवकरच त्याला वित्तनिवेशासाठी त्याहून आकर्षक पर्याय सापडला.

“मी डोमेन नेम्स विकत घ्यायला सुरुवात केली. तो माझा छंदही होता आणि करमणुकीचं साधनही होतं!”

''जे लोक एके काळी माझी पाठ थोपटत होते, तेच लोक आता म्हणू लागले होते, हे तर होणारच होतं. हा व्यवसाय बसेल, हे आम्हाला ठाऊकच होतं.''

यातली खुबी होती, आगळीवेगळी आणि विकली जातील अशी 'डोमेन नेम्स' विकत घेण्याची. दर तीन-चार दिवसांनी सिद्धार्थ असं एखादं 'हटके' डोमेन नेम शोधून काढत असे. बऱ्याचदा त्याला असं डोमेन शंभर रुपयांएवढ्या अल्प किमतीत विकत घेता येत असे.

सिद्धार्थ अशा वेगवेगळ्या प्रकल्पांमध्ये आणि योजनांमध्ये इतका व्यग्र राहू लागला होता की तो सुट्टीत घरी जाईनासाच झाला होता. २०१० सालचा उन्हाळासुद्धा याहून फारसा वेगळा नव्हता.

याच सुमाराला प्रभकिरणच्या लस्सी व्यवसायाला आणखी जोराची बरकत येऊ लागली होती. आयआयटी मुंबईत वरच्या वर्गात शिकणाऱ्या एका विद्यार्थ्याला 'खडके ग्लास्सी' ही कल्पना फारच आवडली आणि त्यानं या व्यवसायात पैसे गुंतवायची तयारी दर्शवली. १० लाख रुपयांत अशी १० विक्री-केंद्रं सुरू करावीत असा त्याचा प्रस्ताव होता; पण तसं करण्यापूर्वी या वित्तनिवेशकानं या कल्पनेच्या यशस्वीतेबाबत चाचणी घेऊन पाहण्याचा निर्णय घेतला.

''माझं बस्तान 'गॅलेरिया शॉपिंग सेंटर'मध्ये हलवण्यासाठी त्यानं मला ५० हजार रुपये दिले. गॅलेरियात ग्राहकांची खूपच वर्दळ असते. तिथं 'खडके ग्लास्सी'ला कसा प्रतिसाद मिळतोय, हे त्याला बघायचं होतं.''

जून २०१० मध्ये गॅलेरियातलं विक्री केंद्र उघडलं गेलं. विक्री उत्तम होत होती. तिथं किमती वाढीव असूनही उत्तम प्रतिसाद मिळत होता; पण पावसाळा सुरू झाल्याबरोबर विक्रीचे आकडे गडगडले. आधी दिवसाला ५० ग्लास विकली जाणारी लस्सी आता फक्त पाच ग्लासांवर येऊन पोहोचली होती. पुढले दोन महिने असंच चालू राहिलं.

सप्टेंबर २०१० मध्ये प्रभकिरणनं सुट्टी घ्यायचं ठरवलं आणि हे केंद्र बंद करून टाकलं. ''जे लोक कधी काळी माझं अभिनंदन करत होते, तेच आता 'असंच काहीतरी होणार हे आम्हाला माहीतच होतं,' असं म्हणू लागले.''

पण आतापर्यंत प्रभकिरण अशा वाग्बाणांनी घायाळ होईनासा झाला होता. त्याचं मन खंबीर बनलं होतं. तो जाणून होता, ''हे नाही तर दुसरं काहीतरी नक्कीच सापडेल. माझ्या नशिबात आणखी काहीतरी नक्कीच असणार आहे!''

या सुमाराला प्रभकिरणनं सिद्धार्थबरोबर 'पुरानी जीन्स और टी-शर्ट' या सामाजिक उपक्रमात भाग घ्यायला प्रारंभ केला होता. त्यांच्यापुढलं काम होतं आयआयटीमधल्या प्रत्येक खोलीत जायचं आणि लोकांना जुने कपडे दान करून टाकायला उद्युक्त करायचं. याच्या आदल्या वर्षी फक्त ८००-९०० कपडे जमा झाले होते. या वेळेस चार हजारपेक्षा जास्त कपडे जमा झाले. हे सारे कपडे 'गुँज' या सेवाभावी संस्थेकडे पाठवले गेले.

"आम्हा दोघांची भागीदारी यशस्वी झाली. आम्ही जोडीनं उत्तम काम केलं. आम्हा दोघांना एकत्रितपणे चांगलं काम करता येईल, हे यावरून स्पष्ट झालं."

त्या वेळेस सिद्धार्थनं 'बेवकूफ डॉट कॉम' नावाची वेबसाइट सुरू केली होती आणि त्यावर त्याचे प्रयोग सुरू होते. त्याची कल्पना होती की, लोकांनी या वेबसाइटवर आपली बेवकूफी म्हणजेच आपला मूर्खपणा नमूद करावा आणि इतरांनी त्याचा दर्जा ठरवावा. अशा प्रकारे 'बेवकुफी इन्डेक्स' तयार करावा. स्वतःच्या या नव्या वेबसाइटची जाहिरात करण्यासाठी सिद्धार्थनं एक खास टी-शर्ट बनवून घेतला होता आणि कॅम्पसवर असताना सिद्धार्थ तोच टी-शर्ट वापरत होता.

मुलांना तो टी-शर्ट फारच पसंत पडला. मुलं विचारू लागली, "असा टी-शर्ट कुठं विकत मिळेल?"

"मग आम्हाला वाटलं की, हा व्यवसाय बरा दिसतोय! आपणच असे टी-शर्ट पुरवावेत."

अशा प्रकारे ऑक्टोबर महिन्यात सिद्धार्थ आणि प्रभकिरणनं टी-शर्टचा व्यवसाय सुरू केला. कॅम्पसवरच त्यांच्या मालाला भरपूर मागणी येऊ लागली. दर वर्षी प्रत्येक हॉस्टेलमध्येच २००-३०० टी-शर्ट्स विकले जाऊ लागले. या दोघांनी त्यांच्या मागच्या वर्गात शिकणाऱ्या एका विद्यार्थ्याची मदत घ्यायला सुरुवात केली. त्यानंतर लवकरच त्यांना आयआयटी मुंबईचे दोन माजी पदवीधर भेटले. ते अशा प्रकारचाच व्यवसाय करत होते.

"आम्ही त्यांच्याबरोबर हातमिळवणी करून भागीदारीत व्यवसाय सुरू करायचं ठरवलं. त्यामुळे आम्ही एका नव्या प्रायव्हेट लिमिटेड कंपनीची नोंदणीसुद्धा केली."

"दिवस असो की रात्र! आम्ही बाहेर जाऊन आमची कल्पना सांगत होतो. आमचं म्हणणं ऐकण्याची तयारी दर्शवणाऱ्या प्रत्येक माणसापुढे आम्ही आमची कल्पना मांडत होतो!"

ही भागीदारी अवघे तीन महिने टिकली. भागीदारांचं एकमेकांबरोबर जुळेना! आता पुनश्च 'हरिओम' करावा लागणार होता. या वेळेस सिद्धार्थच्या डोक्यात 'ऑनलाइन करिअर कन्सल्टिंग' म्हणजे कॉम्प्यूटरवर इंटरनेटच्या मदतीने व्यवसायाबद्दलचं समुपदेशन व सल्ला देणं, हा व्यवसाय सुरू करायची कल्पना आली.

''मी सिव्हिल इंजिनिअरिंग शाखा निवडली, तेव्हा ते कशाशी खातात, याची मला काहीही कल्पना नव्हती. मी ज्या कोचिंग क्लासमध्ये शिकवतो, तिथल्या विद्यार्थ्यांची तीच अवस्था आहे. त्यामुळे अशा सल्ल्यासाठी भरपूर मागणी येईल, असं मला वाटलं.''

सिद्धार्थनं या कल्पनेवर महिनाभर काम केलं. त्यानं वेबसाइट तयार केली, जाहिरातपत्रकं छापून घेतली आणि ऑफिससाठी जागा देण्यासाठी तयार असलेला भागीदारही शोधून काढला. पण महिन्याभरातच त्या भागीदारानं काढता पाय घेतला!

''आम्ही आमच्या टी-शर्टच्या व्यवसायाकडे पुन्हा एकवार वळलो आणि एप्रिल २०११मध्ये पदवी मिळवल्यावर आम्ही तोच व्यवसाय चालू ठेवला.''

या दोघांनी पवईमध्ये दोन बेडरूम्स, हॉल, किचन असलेला एक फ्लॅट भाड्यानं घेतला. या फ्लॅटचाच निवास आणि ऑफिस असा दुहेरी उपयोग करायला सुरुवात केली. त्यांच्या मालाला अजूनही अर्धी मागणी आयआयटी मुंबईतूनच येत होती. उरलेली निम्मी मागणी इतर कॉलेजांमध्ये शिकत असलेल्या मित्रांमार्फत येत होती. त्यांनी कंपन्यांपुढेसुद्धा आपल्या मालाची जाहिरात करणारी भाषणं द्यायला सुरुवात केली. कंपन्यांना ते फक्त टी-शर्ट्सच नव्हे, तर त्यांना आवश्यक असलेल्या बॅग्ज, बॅजेस (बिल्ले), ट्रॉफीज यांसारख्या इतर गोष्टी पुरवायलासुद्धा तयार होते. अशा प्रत्येक गोष्टीसाठी सर्वोत्कृष्ट माल सर्वांत कमी किमतीत विकणारा मुंबईतला पुरवठादार शोधणं, हे त्यांच्यापुढलं मुख्य आव्हान होतं!

त्या वेळेस त्यांच्यासाठी फक्त एक कर्मचारी काम करत होता आणि 'कोणी कोणतं काम करायचं' याबद्दल या दोघा भागीदारांच्या कल्पना सुस्पष्ट झालेल्या नव्हत्या. त्यांची कल्पना होती की, कष्ट करून यश मिळवत राहायचं आणि त्यानंतर वित्तनिवेशक शोधायचा; पण हे काम काही सोपं नव्हतं!

''आयआयटीतून आम्ही जेव्हा बाहेर पडलो, तोवर आम्ही कमावलेला सारा पैसा फ्लॅटसाठीच्या डिपॉझिटसाठीच खर्च झाला.''

फ्लॅटसाठी त्यांना एक लाख रुपयांचं डिपॉझिट द्यावं लागलं.

"सुरुवातीला तर जेवणासाठीचे पैसेसुद्धा आम्हाला इथून-तिथून उसने घ्यावे लागत होते!"

हळूहळू परिस्थिती सुधारत गेली आणि व्यवसायातून दरमहा दोन लाख रुपये उभे राहू लागले. आता मुलांनी 'एंजल इन्व्हेस्टर'चा शोध घ्यायला सुरुवात केली. त्यांनी मित्रांपुढे, आयआयटीच्या माजी विद्यार्थ्यांपुढे त्यांच्या वित्तनिवेशकाच्या शोधाबाबत बातमी प्रसृत केली आणि असंख्य लोकांपुढे आपलं म्हणणं मांडलं.

सारे जणच आस्थेनं ऐकून घेत नसत. काही जण तर चक्क म्हणत, "आयआयटीनंतर हे काय करताय? तुम्ही आयआयटीची एक सीट वाया घालवली आहे!"

हे ऐकून 'लस्सीवाला' फक्त खांदे उडवत असे. आतापर्यंत त्याला अशा वक्तव्याची सवय झाली होती. त्यांच्यापुढलं आणखी एक मोठं आव्हान होतं : तिशी-चाळिशीच्या वित्तनिवेशकांच्या गळी 'यूथ ब्रँड' ही संकल्पना उतरवणं! अखेरीस आयआयटीचा एक माजी विद्यार्थी त्यांना भेटला. त्याला त्यांची संकल्पना पटली आणि त्यानं तत्काळ निर्णय घेतला.

"सुरुवातीलाच तो म्हणाला, 'हो! तुम्हाला हे जमेल!' त्याला आमच्याबद्दल असा विश्वास वाटत होता. गुजराती व्यावसायिक कुटुंबातला असल्यामुळे त्याला समजत होतं की यात 'दम' आहे! ही कल्पना यशस्वी ठरतेय."

अशा प्रकारे 'बेवकूफ'ला पहिला वित्तनिवेशक मिळाला. आताचंच काम अधिक मोठ्या प्रमाणावर करण्यासाठी त्यांना पैसे मिळाले. यातले काही पैसे त्यांनी प्रिंटिंग युनिट उभं करण्यासाठी गुंतवले. लोकांकडून टी-शर्टवरची डिझाइन्स छापून घेणं सोयीचं होतं; पण स्वतःच्या छापखान्यात डिझाइन्स छापण्याच्या सोयीमुळे, त्यांना त्याबाबत प्रयोग करणं शक्य झालं आणि गरज पडली तर त्याच दिवशी छपाई करणंसुद्धा शक्य झालं.

"आम्ही बाहेरून डिझाइन्स छापून घेत होतो, तेव्हा पुरवठादार चुका करत. ते आम्हाला नमुना दाखवायलासुद्धा तयार नसत! त्यामुळे ती एक मोठीच डोकेदुखी होऊन बसली होती."

छपाईचं मशिन येऊन पोहोचलं, तेव्हा या दोघांनी मालासाठी आणखी मागणी मिळवण्यासाठी जोमानं प्रयत्न सुरू केले. त्यासाठी कॉलेजमधील स्नेहसंमेलनांमध्ये आणि कंपन्यांमध्ये थेट विचारणा करू लागले.

"आमच्या ऑफिसमध्ये तुम्ही नजर टाकलीत, तर तुम्हाला पंचविशीच्या वरच्या वयाचं कुणीच दिसणार नाही."

“आम्ही व्यवसायाला सुरुवात केली, तेव्हा आमची विक्री महिन्याला एक लाखाच्या घरात होत होती. आता आमची मासिक विक्री बऱ्याचदा एक कोटी रुपयांपेक्षाही जास्त असते.”

त्यासाठी त्यांना प्रचंड धावपळ करावी लागत होती आणि भरभर माल छापून घेऊन तो ताबडतोब रवाना करावा लागत होता. त्याच वेळेस 'बेवकूफ' ही संकल्पनासुद्धा मूळ धरू लागली होती.

“मॅगेझिनपासून आम्ही स्फूर्ती घेतली आणि 'बेवकूफ मॅगेझिन' सुरू केलं. त्यात आम्ही गमतीशीर अवतरणं आणि लेख लिहू लागलो; पण त्यानंतर आम्ही ठरवलं की आमचा ब्रँड फक्त फेसबुकच्या मदतीनंच पसरवत न्यायचा!”

डिसेंबरमध्ये आयआयटी मुंबई येथे प्रसिद्ध 'मूड इंडिगो फेस्टिव्हल' आयोजित केला जातो. तो अगदी उंबरठ्यावर येऊन ठेपला होता. 'बेवकूफ'नं तयार केलेल्या मालाला प्रसिद्धी देण्यासाठी ती सर्वोत्कृष्ट संधी होती. या दोघांनी तिथं एक स्टॉल घेतला आणि अवघ्या पंधरा दिवसांत त्यांनी सात वेगवेगळ्या डिझाइनचे आणि आकाराचे एकूण ३०० टी-शर्ट्स बनवून घेतले. या सर्व टी-शर्ट्सवर त्यांनी 'बेवकूफ'चा काळा-पिवळा लोगो छापून घेतला होता.

“आम्हाला कसा प्रतिसाद मिळणार आहे याची आम्हाला अजिबातच कल्पना नव्हती. त्यामुळे आम्ही फक्त ३०० टी-शर्ट्स बनवून घेतले. आम्हाला वाटत होतं की त्यातले निम्मे टी-शर्ट्स आम्हाला विकता येतील.”

आश्चर्याची गोष्ट अशी की, अवघ्या अडीच दिवसांत त्यांचा सर्व माल विकला गेला. त्या टी-शर्ट्सवरचं 'घंटा इंजिनिअरिंग' डिझाइन इतकं लोकप्रिय झालं, की लोक त्यांच्या स्टॉलवर आले आणि म्हणाले, “आमचं नाव आणि पत्ता लिहून घ्या आणि माल आम्हाला कुरिअरनं पाठवून द्या.”

आणि या मंडळींनी त्यासाठी आगाऊ पैसे दिले. हे पाहून या मुलांना कल्पना सुचली की, आपण वेबसाइट तयार करून त्याद्वारा भारतभरातील कॉलेजांमधल्या मुलांना आपला माल का विकू नये?

“खरं तर त्या वेळेस आमचा विचार होता की, वेगवेगळ्या दुकानांमध्ये आमचे टी-शर्ट्स किरकोळीनं विकण्यासाठी ठेवावेत. त्या वेळेस ई-कॉमर्सचं इतकं प्रस्थ नव्हतं.”

पण 'मूड इंडिगो'दरम्यान त्यांना मिळालेला प्रतिसाद पाहून त्यांनी त्वरित निर्णय घेऊन टाकला.

"आम्ही लोकांना आश्वासन दिलं की जानेवारी महिन्यात आम्ही आमची वेबसाइट सुरू करून अनेक नवी डिझाईन्स बाजारात आणत आहोत!"

१० फेब्रुवारी २०१२ रोजी 'बेवकूफ डॉटकॉम'नं इंटरनेटवरून मालाची विक्री सुरू केली. पहिल्याच महिन्यात इंटरनेटवरून ५० टी-शर्ट्स विकले गेले. हा माल त्यांनी डीटीडीसी कुरिअरमार्फत किंवा स्पीडपोस्टनं पाठवला. काही माल हरवला किंवा चुकीच्या पत्त्यावर गेला; पण माल प्रचंड मोठ्या प्रमाणात पाठवावा लागत नसल्यामुळे या तक्रारींचं त्वरित निवारण करणं शक्य झालं.

"आम्ही मालासाठी आलेल्या प्रत्येक मागणीकडे वैयक्तिक लक्ष पुरवत होतो. माल पोहोचलाय की नाही याची आम्ही चौकशी करत होतो. ई-कॉमर्स व्यवसायात माल पोहोचवणं किती महत्त्वाचं आहे, याची आम्हाला जाणीव होऊ लागली होती!"

मागणी जशी वाढू लागली, तसं 'बेवकूफ डॉटकॉम'नं अधिक विश्वासार्ह कुरिअरद्वारा-ब्लू डार्टद्वारा माल पाठवायला प्रारंभ केला. वाढत्या मागणीला मालाचा पुरवठा करण्यासाठी वेबसाइटकडे लक्ष पुरवणारे कर्मचारी वाढवण्याची गरज भासू लागली. आयआयटी मुंबई कॅम्पसवर मागणीनुसार काम करणारे अनेक प्रोग्रॅमर्स मिळू शकत होते; पण या दोघा भागीदारांना ठाऊक होतं की, हा पर्याय तात्पुरता असणार आहे; आणि तात्पुरता पर्याय व्यवहार्य ठरणार नाही.

"योग्य माणसं मिळवणं अवघड असतं; पण आम्ही ठरवलं होतं की, आम्ही पूर्ण वेळासाठी प्रोग्रॅमर्स नियुक्त करायला हवेत."

जेव्हा तुम्ही कशाचीतरी विक्री करत असता, तेव्हा त्याबद्दलची माहिती शक्य तेवढ्या लोकांपर्यंत पोहोचवणं अत्यंत गरजेचं असतं; पण प्लॅटफॉर्मवर येऊन गाडी थांबली की 'चाय चाय' ओरडत फिरणाऱ्या पोऱ्यासारखा व्यवसाय करून चालत नसतं. तुम्हाला 'कॅफे कॉफी डे' पद्धतीनं व्यवसाय करावा लागतो. अशा ठिकाणी लोक आपल्या पायांनी चालत येतात आणि पुन्हा पुन्हा येतच राहतात.

"फेसबुकच्या माध्यमातून 'बेवकूफ' ब्रॅंड लोकप्रिय करण्यात आम्हाला यश मिळालंय. टी-शर्ट्सखेरीज आम्ही लोकांना करमणूक आणि मनोरंजनही पुरवतो. त्यामुळे फेसबुकवर आता नवीन काय दिसेल याची ते वाट पाहत असतात."

बेवकूफच्या फेसबुक पेजवर दिवसाकाठी १५ ते २० वेळा नवनवी माहिती टाकली जाते. त्यात देशभरातील लोकांनी पाठवलेले वेगवेगळ्या विषयांवरले विनोदही

उद्धृत केले जातात. अर्थात यामुळे कधीकधी काही समस्यासुद्धा उद्भवू शकतात. उदाहरणार्थ, राजकारणावरचे, खिल्ली उडवणारे विनोद अत्यंत लोकप्रिय असतात; पण राजकारण्यांना त्यांचा राग येऊ शकतो.

"फेसबुककडून एक-दोन वेळा सावधगिरीच्या सूचना आल्यानंतर 'राजकारण' हा विषय वर्ज्य करण्याचा आम्ही निर्णय घेतला. त्याप्रमाणे धर्मिक किंवा लोकांना राग येईल असा तत्सम अन्य विषयसुद्धा आम्ही टाळतो!"

वर्षभराच्या आत 'बेवकूफ' इंटरनेटवर दिवसाकाठी २०० ते २५० टी-शर्ट्सची विक्री करू लागली होती. बऱ्याचशा ई-कॉमर्स कंपन्या नफा करत नाहीत. बेवकूफचा याला अपवाद आहे. ही कंपनी नफा मिळवतेय. गमतीची गोष्ट म्हणजे ही कंपनी टी-शर्ट्स मुंबईतूनच मिळवते. त्यामुळे माल ताबडतोब पुरवणं शक्य होतंय. "आज मालासाठी मागणी आली, माल उद्या तयारही होईल, त्यावर डिझाइनही छापून तयार होईल आणि तो कुरिअरने पाठवलाही जाईल." इतका झटपट व्यवहार होतो.

"तुम्ही जर लुधियाना किंवा तिरुपूरहून टी-शर्ट मागवले असते, तर तो माल तुमच्यापर्यंत यायलाच दहा दिवस लागले असते."

१ एप्रिल या 'एप्रिल फूल्स डे'ला 'बेवकूफ' डॉटकॉमनं ग्राहकांना किमतीत लहानशी सवलत दिली आणि मालाची मागणी दसपटींनी वाढली. तरीसुद्धा त्यांना सारा माल तीन दिवसांत ग्राहकांकडे धाडता आला आणि ग्राहकांना खूश ठेवता आलं.

मार्च २०१४ पर्यंत बेवकूफनं अनेक नव्या गोष्टी विक्रीसाठी ठेवायला प्रारंभ केला होता. बॉक्सर शर्ट्स, पजामा सूट्स, स्वेटशर्ट्स आणि मुलींसाठी वेगळा विभाग. त्याच्या जोडीलाच 'हटके' डिझाइन्सची मोबाइल कव्हर्स आणि लॅपटॉप कव्हर्स. मार्च २०१४मध्ये संपलेल्या आर्थिक वर्षाची उलाढाल पाच कोटी रुपयांपेक्षाही जास्त झाली आणि कंपनीच्या आकारात वाढ केल्यामुळे, या वर्षी ही उलाढाल त्याच्या दुप्पट होईल अशी अपेक्षा आहे.

"आमचा काही वस्त्रोद्योग नाही! आम्ही तरुणाईसाठीचा ब्रँड आहोत. त्यामुळे येत्या दोन-तीन वर्षांत तुम्हाला 'बेवकूफ कॉलेज', 'बेवकूफ टीव्ही चॅनेल' अशा गोष्टीसुद्धा दिसू शकतील. काहीही घडू शकेल; पण ते सारं असेल 'बेवकुफी'चंच!

आजमितीला, कंपनीसाठी १५० कर्मचारी काम करत आहेत. त्यांतले निम्मे लोक उत्पादन आणि माल पाठवणं याकडे लक्ष पुरवत आहेत आणि उरलेले लोक ग्राहक सेवा, डिझाइन आणि मार्केटिंग या गोष्टींकडे बघत आहेत. 'बेवकूफ'ला इंटर्नशिपसाठी

तुफान मागणी आहे. डझनावारी आयआयटी विद्यार्थ्यांनी गेल्या वर्षी इन्टर्नशिपसाठी अर्ज पाठवले. त्यांच्यापैकी सहा जणांची इंटर्नशिपसाठी निवड झाली.

अकाउंटिंगसदृश महत्त्वाच्या गोष्टींसाठी कंपनी तज्ज्ञ व्यावसायिकांवर भिस्त ठेवते; पण चांगल्या सीएची नियुक्ती केली, तरीसुद्धा उद्योजकाचं 'काय चाललंय' यावर बारीक लक्ष असणं आवश्यक असतं.

"जर तुम्हाला तुमच्या व्यवसायाबद्दल अंतर्बाह्य माहिती नसेल, तर कुणीही तुमच्या डोळ्यांत धूळ फेकू शकेल!"

तुम्हाला 'खूप लहान वयाचे', 'खूप भोळसट', 'खूप अननुभवी' लेखणाऱ्यांवर कुरघोडी करता येण्यासाठी, तुमच्यात व्यवहारज्ञानाची चलाखी असणं अत्यावश्यक असतं.

'बेवकूफ डॉटकॉम' अल्पकाळातच खूप मोठी झालीय. पण या दोन उद्योजकांचं स्वप्न त्याहूनही मोठं आहे. कंपनीची आणखी वाढ करण्यासाठी ते वित्तनिवेशकांचा शोध घेत आहेत.

"आम्हाला येत्या पाच वर्षांमध्ये कंपनी 'पब्लिक' न्यायचीय!" म्हणजेच कंपनीचे शेअर्स बाजारात विक्रीसाठी काढायचे आहेत.

जहाँपन्हाँ! आपण थोर आहात. आमचा प्रणाम स्वीकारा! प्रत्येक वर्षी असेच दोन-चार 'महामूर्ख' पैदा करा!

तरुण उद्योजकांसाठी अनुभवाचे चार शब्द

सिद्धार्थ

एक महत्त्वाची गोष्ट म्हणजे कष्ट तर करावेच लागतात! चिकाटीनं, सातत्यानं भरपूर कष्ट करत राहा. प्रयत्न करत राहा! करत राहा! त्यासाठी स्वतःला प्रेरित करत राहा.

आमच्या दोघांच्या बाबतीत असं घडत असे की, एक जण निराश बनला तर दुसरा त्याला उमेद देत असे. प्रभकिरण हिंमत हरू लागला तर मी त्याला उत्साह पुरवत असे आणि कधी मी गळाठलो, तर तो मला उमेद देत असे. त्यामुळे व्यवसायात एक भागीदार घेणं मला गरजेचं वाटतं आणि माझं स्पष्ट मत आहे की, दोघं संस्थापक असले, तर व्यवसाय नीटपणे चालतो.

प्रभकिरण

तुम्ही लहान वयातच व्यवसाय सुरू करता, तेव्हा महत्त्वाच्या लोकांशी तुमच्या ओळखी नसतात, तुमच्यापाशी पैसा नसतो. गोष्टी अवघड असतात. पावलोपावली तुम्हाला स्वतःची कुवत सिद्ध करून दाखवावी लागते; पण जमेची बाजू अशी की, तुम्ही स्वतंत्र असल्यामुळे तुम्हाला वेगवेगळे प्रयोग करून पाहता येतात.

प्रत्येकालाच 'हमखास यश खेचणारी' योजना हवी असते; पण तुम्हाला वेगवेगळ्या गोष्टी करून पाहाव्या लागतात. त्यातल्या काही गोष्टी यशस्वी होतात तर काही होत नाहीत. आपण चुकांमधून शिकत असतो आणि प्रगती करून घेत असतो. त्यामुळे चुकांबाबत काळजी करू नका.

तुम्हाला बाहेर जाऊन हातपाय हलवावेच लागतात. शिकण्यासाठी अन्य कोणताही मार्ग उपलब्ध नसतो. यश मिळवण्यासाठी दुसरा कोणताही पर्याय उपलब्ध नसतो!

अंकित गुप्ता, ध्रुव सोगानी

लोचा-ए-बिझनेस हो गया!

अंकित गुप्ता, नीरज अगरवाल, ध्रुव सोगानी
(बिट्स पिलानी)

इन्नोव्हेज टेक्नॉलॉजीज

दोन मित्रांना एक मोठी आकर्षक संकल्पना सुचली आणि त्यांनी ती संकल्पना व्यवसायात परिवर्तित करण्याचा मार्ग शोधून काढला. 'इन्नोव्हेज' कंपनी नूतन कंपन्यांमधला चमकता तारा बनली होती; पण त्यानंतर वैयक्तिक स्वरूपाच्या विसंवादांमुळे ही कंपनी धुळीला मिळाली. त्यांच्या अनुभवांवरून आपल्याला खूप काही शिकता येईल!

जेव्हा मी पहिल्यांदा 'बिट्स पिलानी'ला भेट दिली, तेव्हा मला तिथली 'जादू' जाणवली. आम्ही सवाई माधोपूर स्टेशनवर आगगाडीतून उतरलो आणि कॅम्पसवर जाण्यासाठी बसमध्ये बसलो. हे कॅम्पस अगदी निर्जन जागी वसलं आहे. तरीसुद्धा ते जिवंतपणानं, रंगढंगानं आणि ऊर्जेनं फसफसत होतं; कारण तिथं त्यांच्या

'ओॲसिस' या वार्षिक उत्सवाचा जल्लोष सुरू होता.

'आयआयटी' आणि 'बिट्स' या दोन्ही संस्थांची नावं समान आदरानं घेतली जातात. या दोन्हीही संस्था त्यांच्या अलौकिकत्वाबद्दल नामवंत आहेत; पण तरीही काही बाबतीत त्या संपूर्णतः निराळ्या आहेत.

पिलानीच्या विद्यार्थ्यांना खूपच स्वातंत्र्य मिळतं. त्यांना कोर्सची निवड करण्याचं, वर्गात अनुपस्थित राहण्याचं, मनाजोगतं स्वतःच्या ढंगानं वागण्याचं तिथं स्वातंत्र्य असतं.

अनेक जण याला आराम करायचा परवाना समजत असले, तरी थोडके मूठभर लोक या स्वातंत्र्याचा सुज्ञपणे आणि नीट वापर करतात. अंकित गुप्ता, नीरज अगरवाल आणि ध्रुव सोगानी या तीन 'बिटसियन्स'चा अशा सुज्ञांमध्ये समावेश आहे.

"मला नेहमीच काहीतरी वेगळं करण्याची ओढ वाटत असे. म्हणून तिसऱ्या वर्षात शिकताना मी 'वेब डेव्हलपमेंट कंपनी' सुरू केली आणि माझ्या वर्गमित्राला– नीरजला त्यात सामील करून घेतलं. नंतर आम्ही आमच्या कंपनीत ध्रुवलासुद्धा सामील करून घेतलं."

उद्योजकत्व हे काही अंशी प्रेमात पडण्यासारखंच असतं. व्यवसायासंबंधित अनेक वेगवेगळ्या कल्पना तुम्हाला आकर्षक वाटत असतात; पण एके दिवशी तुम्हाला खऱ्याखुऱ्या पसंतीची एक कल्पना सापडते. मग काय? तुम्ही स्वतःला त्या कल्पनेलाच वाहून घेता! अंकित आणि नीरज यांना 'यो कॅप्चा' (Yo Captcha) ही संकल्पना सापडली, तेव्हा त्यांचीही स्थिती नेमकी अशीच झाली. पण कोणत्याही सुंदर प्रेमकथेप्रमाणे एका खलनायकानं पटावर प्रवेश केला. तो खलनायक होता- अहंकार!

एक उदयोन्मुख व्यवसाय धुळीला मिळाला. अखेरीस 'इन्नोव्हेज' ही कंपनी त्यांना एका जर्मन बहुराष्ट्रीय कंपनीला- 'ग्रुनर + जऱ्ह' या कंपनीला विकून टाकावी लागली. अंकित आणि ध्रुव सध्या या जर्मन कंपनीत काम करत आहेत, तर नीरजनं ॲनालिटिक्स आणि 'बिग डेटा' या क्षेत्रात नवी कंपनी सुरू केलीय.

प्रेम तुमचं मन खंबीर बनवतं आणि तुम्हाला आत्मिक सुख देतं. ते कायम टिकत नसलं तरी या गोष्टी महत्त्वाच्या असतात. त्यामुळे तुमच्या मनाची कवाडं प्रेमासाठी नेहमी खुली ठेवा. आयुष्यावरचं प्रेम, कामावरचं प्रेम, विकासावरचं प्रेम आणि वृद्धीवरचं प्रेम तुमच्या मनात झिरपू द्या.

अपयशाला घाबरू नका, बरं का!

लोचा-ए-बिझनेस हो गया!

अंकित गुप्ता, नीरज अगरवाल, ध्रुव सोगानी
(बिट्स पिलानी)

इन्नोव्हेज टेक्नॉलॉजीज

अंकित गुप्ता जयपूरमध्ये जन्मला आणि वाढला.

''माझ्या वडिलांचा स्वतःचा व्यवसाय आहे, तर माझी आई सरकारी नोकरीत आहे.'' अंकित लहानाचा मोठा होत असताना त्याला सतत त्याच्या वडिलांची वेगवेगळ्या व्यवसायामध्ये जम बसवताना होणारी दमछाक दिसत होती. तरीसुद्धा स्वतःचा स्वतंत्र व्यवसाय सुरू करण्याची कल्पना त्याला विलक्षण रोचक वाटत होती. तसं करणं अगदी 'कूऽऽल' आहे, असं त्याला वाटत होतं. अंकित पाचव्या इयत्तेत होता तेव्हा उन्हाळी सुट्टीत त्याला त्याच्या आई-वडिलांनी पाच रुपये पॉकेटमनी म्हणून दिले. या मुलानं छातीठोकपणे सांगितलं, ''या पाच रुपयांच्या नोटेचा वापर करून मी शंभर रुपये मिळवेन.''

''करूनच दाखव!'' त्याचे वडील म्हणाले.

आपल्या आजोबांची मर्जी संपादन करण्यासाठी अंकितनं रोजचं वर्तमानपत्र वाचायल सुरुवात केली होती. त्यामुळे त्यानं त्या दिवशीच्या बातम्यांचा सारांश एका कागदावर लिहून काढून त्याच्या कार्बन प्रती त्याच्या कॉलनीत विकायला सुरुवात केली.

''झालं असं की लोकांना त्या प्रती विकत घेण्याची फारशी इच्छा नसली तरी मला उत्तेजन देण्याच्या हेतूनं ते मला दोन-तीन रुपये देत असत!''

महिना अखेरीपर्यंत 'अंकित टाइम्स – लेटसिटी एडिशन'च्या विक्रीतून घसघशीत १५० रुपये उभे राहिले होते.

त्याच्या आयुष्याला कलाटणी देणारा क्षण आला, तो सहाव्या इयत्तेत शिकत असताना! त्या सुमाराला तो संगणकांच्या प्रेमात पडला. त्यांच्या नात्यातल्या एकानं त्यांच्या घराच्या अगदी समोरच, संगणक प्रशिक्षण केंद्र सुरू केलं होतं.

उन्हाळ्याच्या सुट्टीत अंकितनं तिथं मदत करायला सुरुवात केली होती. तो तिथं नावनोंदणीसाठी मदत करू लागला होता.

"त्यामुळे मला संगणक वापरायची संधीसुद्धा मिळत होती. मला सी.डी. ड्राइव्ह आणि व्हिडिओ हाताळता येऊ लागले होते. मला 'इंटरनेट' म्हणजे काय हे समजू लागलं होतं. ते सारं काही मला विलक्षण थरारक वाटत होतं!"

ते २००० साल होतं. त्या वेळेस 'पर्सनल कॉम्प्यूटर' ही आश्चर्यजनक बाब वाटत असे आणि जयपूरमध्ये 'सायबर कॅफे' बोकाळले नव्हते. अंकित जो पीसी वापरत होता तो 'डॉस'वर (DOS) चालत होता. 'विंडोज एम.ई.' वितरित झालेल्या असूनही तो अजून डॉसवरच चालत होता.

"मी सव्वापाच इंची फ्लॉपीज वापरून काम केलेलं आहे," अंकित जुनी आठवण काढतो.

पर्सनल कॉम्प्यूटरशी ओळख झाल्यामुळे सुट्टी संपल्यावर अंकितनं आई-वडिलांकडे स्वतःसाठी स्वतंत्र पीसीची मागणी केली.

बारा वर्षांच्या पोरानं अशी मागणी करावी, ही त्या जमान्यात खळबळजनक बाबच होती! नामवंत ब्रँडचा पीसी सर्व सॉफ्टवेअरसकट विकत घ्यायला त्या वेळेस ५० ते ७० हजार रुपये खर्चावे लागत असत. मध्यमवर्गीय कुटुंबाच्या दृष्टीनं खर्चाचा हा आकडा फारच प्रचंड होता. पाच-सहा महिने हट्ट धरून बसल्यावर अखेरीस अंकितला स्वप्नातला पीसी मिळवता आला.

"माझे आई-वडील कंटाळून हो म्हणेपर्यंत मी माझं टुमणं चालू ठेवलं होतं; पण मला खरोखरच वाटतं की माझ्या आयुष्यातला तो सर्वांत सुज्ञ निर्णय होता!"

त्या वेळेस बीएसएनएलच्या एका योजनेनुसार तुम्हाला स्वतःच इंटरनेट-जोडणी करता येत असे. अंकितनं तसंच केलं.

"त्या वेळेपासून www (वर्ल्डवाइड वेब) हा प्रचंड मोठा ज्ञानदायी आणि प्रेरणादायी स्रोत बनला आहे. त्याच्या मदतीनं तुम्ही वेगवेगळ्या गोष्टी बनवू शकता, जगभरात काय चाललंय ते जाणून घेऊ शकता आणि केवळ गमतीखातरही कॉम्प्यूटर प्रोग्रॅम्स लिहू शकता."

जयपूरमधल्या सेंट ॲन्स्लेम्स पिंक सिटी सीनिअर सेकंडरी स्कूलमध्ये अंकितच्या वर्गातच ध्रुव सोगानी शिकत होता.

ध्रुवला अंकितपेक्षाही आधी घरी पीसी मिळालेला होता; पण त्यानं त्याचा वापर एका

सर्वस्वी वेगळ्या कामासाठी- 'रोडरॅश' हा गेम खेळण्यासाठी केलेला होता.

ध्रुव म्हणतो, "मी अकरावीत आणि बारावीत पाचवा विषय म्हणून कॉम्प्यूटर सायन्सची निवड केलेली होती; पण त्याकडे मी फार गांभीर्यानं पाहत नव्हतो. मी प्रोग्रॅमर नाहीये."

उत्तम विद्यार्थी असलेल्या ध्रुव आणि अंकित या दोघांनीही इंजिनिअरिंग कोचिंग क्लासेसमध्ये दहावीनंतरच प्रवेश घेतला होता. ते वेगवेगळ्या प्रवेशपरीक्षांनाही बसले होते. त्या वेळेस त्या दोघांमध्ये घट्ट मैत्री निर्माण झाली होती.

"आम्ही त्या वेळेस एकमेकांशी तासन्तास गप्पा मारत असू. 'कॉलेजात गेल्यावर तुला काय करायचंय, त्यानंतर तुला काय करायचंय, तुला आयुष्याबद्दल काय वाटतं,' असे अनेक प्रश्न आम्ही एकमेकांना विचारत असू."

बारावीचं वर्ष संपल्यावर ध्रुव 'बिटसॅट' (BITSAT) परीक्षेत उत्तीर्ण झाला आणि त्यानं पिलानीमध्ये प्रवेश मिळवला. अंकितनं एक वर्ष सुट्टी घेतली. पुढल्या वर्षी अंकितला मिळवता आलेले गुण चार वर्षांच्या केमिकल इंजिनिअरिंग कोर्समध्ये प्रवेश मिळवण्यासाठी पुरेसे होते; पण त्याला मनापासून हव्याशा कॉम्प्यूटर सायन्स कोर्ससाठी पुरेसे नव्हते.

"मी अगदी गोंधळून गेलो होतो आणि केमिकल इंजिनिअरिंगला जवळजवळ प्रवेश घेणारच होतो; पण पिलानीत आदल्या वर्षी प्रविष्ट झालेल्या ध्रुवसारख्या मित्रांनी मला पटवलं की, त्याऐवजी पाच वर्षांचा 'इंटिग्रेटेड' (एकत्रित) कोर्स घेणं अधिक श्रेयस्कर ठरेल."

पिलानीतील पाच वर्षांच्या द्विपदवी प्रोग्रॅममध्ये विद्यार्थ्याला गणित, भौतिकशास्त्र, रसायनशास्त्र आणि जीवशास्त्र या विज्ञानाच्या मूलभूत विषयांपैकी एका विषयात मास्टर्स ही पदवी मिळते आणि त्याचबरोबर बी.टेक. ही पदवीसुद्धा मिळते. पहिल्या वर्षात तुम्ही मिळवलेल्या गुणांनुसार तुम्हाला बी.टेक.साठीचा विषय दिला जातो.

"मी अंकितला अगदी जवळून ओळखत होतो आणि त्याला कॉम्प्यूटर सायन्समधली पदवी मिळणारच, अशी मला खात्री वाटत होती. त्यामुळे मी त्याला द्विपदवी उपक्रमात दाखल होण्यासाठी आग्रह केला."

पिलानीत प्रवेश घेतल्यावर पहिल्या वर्षी अंकितनं अभ्यासावर पूर्ण चित्त एकाग्र केलं होतं.

माझ्या पहिल्या कॉम्प्यूटरसाठी ७० हजार रुपये खर्चावे लागले. त्यासाठी माझ्या आई-वडिलांचं मन वळवणं अवघड गेलं; कारण त्यापूर्वी मी मागणी केलेल्या बोर्डगेम्ससाठी अवघा ३०० ते ५०० रुपये खर्च येत होता.''

''मी जाणून होतो की, मी मोठाच धोका पत्करला असून आता मी कॉम्प्यूटर सायन्समध्ये प्रवेश मिळवू शकलो नाही, तर मी अत्यंत वैफल्यग्रस्त होईन.''

अर्जुनाप्रमाणे ईप्सितावर, माशाच्या डोळ्यावर सारं चित्त एकाग्र केल्यामुळे अंकितला तो विषय दुसऱ्या वर्षी मिळू शकला. त्यानंतरच त्यानं विद्यार्थिदशेतील इतर बाबींकडे लक्ष वळवलं.

''बिट्स पिलानीमधलं दुसरं वर्ष खरोखरच सर्वोत्कृष्ट असतं; कारण तुम्हाला लेक्चर्सचे तास कमी असतात आणि निवडीचे विषय ठरवण्यासाठी तुम्हाला पुरेशी फुरसत मिळते.''

वस्तुतः बिट्समध्ये तुम्हाला प्रत्येक गोष्ट निवडण्याची मोकळीक लाभते. कोणते शिक्षक हवेत, कुणाबरोबर राहायचंय, क्लासमध्ये जायचं की नाही या सर्व बाबतीत तुम्ही तुमच्या मर्जीनुसार वागू शकता- कारण वर्गांमध्ये उपस्थित राहणं बंधनकारक नसतं.

ध्रुव म्हणतो, ''बिट्स पिलानीमधील विद्यार्थिवर्गात समाविष्ट होता येणं हे आमचं सुदैवच होतं! तुम्हाला जर स्वप्रेरणेनं काम करता येत असलं, तर ही जागा तुमच्यासाठी सर्वथैव योग्य आहे.''

मात्र पिलानीत राहणं, काही बाबतीत आव्हानात्मक ठरतं. तिथं इंटरनेट कनेक्टिव्हिटीत समस्या उद्‌भवते. मोठ्या शहरात तुम्ही ज्या गोष्टी गृहीत धरत असता, त्या गोष्टी पिलानीत अभावानंच आढळतात आणि तरीसुद्धा गेली अनेक वर्षं पिलानीचे विद्यार्थी 'ओॲसिस' हा मोठा सांस्कृतिक उत्सव आणि राष्ट्रीय पातळीवरच्या खेळ-स्पर्धा आयोजित करत आहेत.

ध्रुव म्हणतो, ''माझा ओॲसिसमध्ये मोठाच सहभाग होता. मी 'प्रकाशनं आणि पत्रव्यवहार' हे महत्त्वाचं खातं सांभाळत होतो आणि संपूर्ण भारतभरातील अनेक कॉलेज-विद्यार्थ्यांशी संपर्क साधत होतो.''

अंकित 'डिझायनर' म्हणून विख्यात झालेला होता. कॉलेजमधील समारंभांची माहिती देणारे फलक आणि वेबसाइट्ससाठी 'यूजर इंटरफेस' स्वहस्ते तयार

करण्याची त्याला हौस वाटत असे. बिट्समधील दुसऱ्या वर्षाच्या पहिल्या सहामाहीत, त्यानं या मोफत सेवेचं सशुल्क सेवेत परिवर्तन करून नवा व्यवसाय थाटायचा विचार केला.

''माझ्या एक-दोन सहाध्यायांना आणि स्लोगन्स (घोषणा) तयार करण्यासाठी लागणारं चातुर्य आणि हरजबाबीपणा अंगी असलेल्या पहिल्या वर्षातील विद्यार्थ्यांना हाताशी धरून मी 'ॲड शॅक' नावाची डिझाइन कंपनी मी सुरू केली.''

या तरुण चमूचा पहिला ग्राहक होता 'इंडियन यूथ क्लायमेट नेटवर्क' आणि त्यांच्या कार्यक्रमासाठी फलक तयार करण्याचं काम या ॲडशॅकला देण्यात आलं होतं. त्यांच्या कार्यक्रमाचं नाव होतं 'बदलाव २००९'. त्यानंतर लवकरच त्यांना एक-दोन परदेशी ग्राहक मिळवता आले. बिट्समध्ये आयोजित केलेल्या एका परिषदेदरम्यान त्यांनी हे ग्राहक मिळवले. त्यातून त्यांना थोडे पैसे मिळवता आले.

''माझ्याबरोबरचे इतर लोक त्याकडे पुरेशा गांभीर्यानं पाहत नव्हते आणि मला स्वतःलाच या व्यवसायात फारसं भविष्य दिसत नव्हतं.''

व्यवसाय पाहता पाहता नावारूपाला आणण्याचा मानस, या व्यवसायामुळे पूर्णत्वाला नेता येत नव्हता.

त्या वेळचा अगदी प्रारंभीचा आणि यशस्वी झालेला उगवता व्यवसाय होता 'क्यूब'. या कंपनीचा एक सहसंस्थापक होता, नीरज अगरवाल. तो संगणकतज्ज्ञ होता आणि अत्यंत हुशार प्रोग्रॅमर होता; पण 'क्यूब'ची खरी प्रेरणा होता शेवटच्या वर्षात शिकणारा अरविंद सिंग नावाचा विद्यार्थी. २००९ मध्ये त्याला पदवी मिळणार होती.

नीरज कबुली देतो, ''मी लाजऱ्याबुजऱ्या स्वभावाचा आहे. मी नेहमी पडद्यामागे राहून कामं करत असतो. ग्राहकांशी संवाद साधणं मला जमत नाही.''

अशा परिस्थितीत 'क्यूब'चं भवितव्य काय ठरलं असतं? पण नशिबाचे फासे सुलट पडले. योगायोगानं अंकित आणि नीरज संगणकावर चॅटिंग करत असताना त्यांना अवचितपणे साक्षात्कार झाला.

''बिट्स पिलानी येथील विद्यार्थिवर्ग अत्यंत संप्रेरक आहे. स्वयंप्रेरित लोकांना या विद्यार्थिवर्गामुळे नवनवीन विचार सुचायला खूपच मदत होते. त्यांच्या कल्पकतेला ते ऊर्जेची ठिणगी पुरवतात.''

विद्यार्थिदशेत आम्ही चाळीस वेबसाइट्स सुरू करून दिल्या आणि एक्क्याऐंशी ग्राहकांसाठी प्रकल्प केले. एकूण आम्ही ४ ते ५ लाख रुपये कमावले.

"आपण दोघांनी एकत्रितपणे का उद्योग करू नये?" ते दोघे जण पाच वर्षांच्या इंटिग्रेटेड अभ्यासक्रमात शिकत होते. ते दोघंही तिसऱ्या वर्षाचे विद्यार्थी होते. ते दोघंही लहान वयातच संगणकाच्या प्रेमात पडलेले होते आणि लहान वयातच त्यांनी कॉम्प्यूटर कोड लिहिण्यास प्रारंभ केलेला होता. नीरज अधिक चांगला प्रोग्रॅमर होता, तर अंकित डिझाइन करण्यात आणि संवाद साधण्यात अधिक तरबेज होता. "आमच्या लक्षात आलं की, जर डिझाइनतज्ज्ञ आणि प्रोग्रॅमरतज्ज्ञ दोघे मिळून काम करू लागले, तर एकत्रितपणे ते उत्कृष्ट काम करू शकतील."

यांनी सहस्थापित केलेल्या नव्या कंपनीसाठी नाव शोधणं हे त्यांच्यापुढलं पहिलं काम होतं.

"आम्ही गुगलवर खूप शोध घेतला आणि अखेरीस विचार केला, इनोव्हेशनचा विविध भाषांमधला अर्थ शोधून पाहू या!"

यातून वेगवेगळी स्पेलिंग्ज सापडली; त्यांनी शेवटी 'इन्नोव्हेज' (INNOVESE) हे नाव पसंत केलं. आणि डॉटकॉमसाठी ते उपलब्ध होतं. त्यांनी ८ डिसेंबर २००९ रोजी 'डोमेन नेम'ची नोंदणी केली.

या नवोदित कंपनीनं केलेली पहिली गोष्ट म्हणजे सोशल मीडियावर आणि बिट्स (पिलानी) येथील आजीमाजी विद्यार्थ्यांपुढे त्यांनी केलेली स्वतःची जाहिरात. त्यासाठी त्यांनी bitsaa.org ही वेबसाइट वापरली.

रातोरात इन्नोव्हेजला बिट्समध्ये तुफान प्रसिद्धी मिळाली आणि बिट्सच्या आजीमाजी विद्यार्थ्यांच्या ओळखीतूनच त्यांना वेबसाइट आणि ॲप तयार करण्याचे काही प्रकल्प मिळाले; पण एके दिवशी इन्नोव्हेजकडे एका सर्वस्वी अपरिचित माणसाकडून ई-मेल आली. ती होती पुढीलप्रमाणे :

"तुम्ही आम्हाला इंटरनेटवर सापडलात. तुमचं डिझाइन अत्यंत आगळंवेगळं आहे. आम्हाला तुमच्याकडून आमची वेबसाइट तयार करून घ्यायला आवडेल."

हा ई-मेल मेसेज आलेला होता, 'प्राइम ॲकॅडमी' या कोचिंग क्लासच्या ललितकुमार नावाच्या संस्थापकांकडून; आणि त्यांचा बिट्स पिलानीशी काहीही संबंध नव्हता. परंतु ते एक अत्यंत चांगले ग्राहक ठरले आणि या मुलांना त्यांच्याकडून खूपच

शिकता आलं. सुरुवातीला ललितकुमारांना ठाऊकच नव्हतं की, ते कॉलेजच्या पोराटोरांकडून आपली वेबसाइट बनवून घेत आहेत!

"परीक्षा जवळ आल्यामुळे काम पुरं करून देण्यासाठी मी जेव्हा वाढीव मुदत मागितली तेव्हा त्यांना आश्चर्याचा धक्काच बसला. त्यांनी विचारलं, "ओ! तुम्ही सगळे विद्यार्थी आहात?"

आयआयटी मुंबईचे पदवीधर असलेल्या ललित जैनांपाशी स्वतःची मॅनेजमेंटची पदवी नव्हती. त्यांची स्वतःची कहाणीच अत्यंत प्रेरक होती. अवघ्या पाच विद्यार्थ्यांपासून सुरू झालेला त्यांचा व्यवसाय आता वेगवेगळ्या सहा केंद्रांमधून सुरू झालेला होता आणि अनेक कोटींची उलाढाल करत होता.

"आम्ही त्यांच्याशी बोलू लागलो. त्यांनी या व्यवसायाला सुरुवात कशी केली हे त्यांनी आम्हाला सांगितलं. त्यांना आम्ही केलेलं कामही पसंत पडलं. त्यांनी त्याची मनमोकळी कबुली दिली. या गोष्टीमुळे आमची उमेद वाढली."

प्राइम ॲकॅडमीने या नवोदित कंपनीला १५ पानी वेबसाइट* आणि फोरमसाठी ३५ हजार रुपये दिले. हा सारा पैसा म्हणजे कंपनीसाठी केवळ नफाच होता; पण या पोरांनी ते पैसे चैनीसाठी उडवून टाकले नाहीत.

"पिलानीत तुम्ही फारसे पैसे खर्च करू शकत नाही. तुम्हाला महिना १० हजार रुपयांचा पॉकेटमनी लागतच नाही."

आणि कंपनी नावारूपाला आणणं हे अंकित आणि नीरजचं स्वप्न होतं. मिळालेल्या पैशांपैकी १७ हजार रुपये गुंतवून त्यांनी भाडेतत्त्वावर एक-दोन सर्व्हर्स घेण्याचा विचार केला. आता वेबसाइट्स तयार करून देण्याच्या जोडीलाच ते ग्राहकांना वेब-होस्टिंग सुविधासुद्धा पुरवू शकणार होते.

"वेबसाइट-होस्टिंगसाठी आम्ही ग्राहकांना वर्षाला तीन हजार रुपये आकार लावत होतो. त्यामुळे कंपनीचं उत्पन्न बरंच वाढलं!"

"व्यवसायातल्या पैशांमधून स्वतःसाठी पॉकेटमनी घेण्याऐवजी आम्ही तेच पैसे स्लॅमबुकमध्ये सुधारणा करण्यासाठी वापरायचा निर्णय घेतला."

---

* वेबफोरम असलेली वेबसाइट : या मेसेज बोर्ड असलेल्या वेबसाइटचा विवक्षित विषयाच्या किंवा समस्येवरच्या सखोल चर्चेसाठी व वैचारिक देवघेवीसाठी ऑनलाइन उपयोग करता येतो.

"कोणतीतरी गोष्ट नवीन आहे आणि तुम्हाला ती आवडतेय, म्हणजे ती इतरांना आवडेलच, असं धरून चालता येत नाही. ती गोष्ट इतरांना आकर्षक वाटावी, यासाठी तुम्हाला वेगळा मार्ग शोधून काढावा लागतो!"

हिवाळी सुट्टीत या मुलांना वेगवेगळ्या प्रकल्पांवर काम करायला भरपूर वेळ मिळाला. फेब्रुवारी २०१०पर्यंत व्यवसाय सुरू केल्याला अवघे तीन महिने झालेले असताना इन्नोव्हेजनं १० ग्राहकांना सेवा पुरवली. पण जरी त्यांना बऱ्यापैकी पैसे मिळत असले, तरी त्यांना कशाचीतरी उणीव भासत होती.

"जानेवारी अखेरपर्यंत आम्ही भविष्याबद्दल गंभीरपणे चर्चा सुरू केली आणि अचानक एके दिवशी आम्हाला उमजलं की 'स्वस्तात वेबसाइट्स तयार करून देणारी कंपनी' अशी आमची ओळख आम्हाला नको आहे. त्यामुळे आपण स्वतः काहीतरी नवी गोष्ट तयार करणं गरजेचं आहे."

त्या सुमारास 'सोशल इंटरव्ह्यू' नावाचं ॲप फेसबुकवर लोकप्रिय झालेलं होतं. हे ॲप आपल्या ग्राहकांना त्यांच्या मित्रांबद्दल गमतीशीर प्रश्न विचारत असे. उदा. 'क्ष' या मित्राला पिझ्झामध्ये पेपरोनी आवडते की नाही?

"या ॲपवरून आणि भारतातील कॉलेजात लोकप्रिय असलेल्या 'स्लॅमबुक' या संकल्पनेवरून आम्ही प्रेरणा घेतली."

फेब्रुवारी २०१०मध्ये अंकित आणि नीरज यांनी कॉम्प्यूटरवर स्लॅमबुक तयार करायला प्रारंभ केला. या ॲपमध्ये सर्वसाधारण ढाच्याचे सारे प्रश्न होते. उदा. 'तुम्ही पहिल्यांदा केव्हा भेटलात?' किंवा 'मला तुझ्यातली कोणती गोष्ट आवडते?' किंवा 'मी अनुभवलेले मोलाचे क्षण' वगैरे वगैरे. हे स्लॅमबुक ॲप फेब्रुवारी २०१०मध्ये फेसबुकवर टाकण्यात आलं आणि ते रातोरात अफाट लोकप्रिय झालं!

"अवघ्या चार महिन्यांमध्ये ८५ हजार ग्राहक हे ॲप सतत वापरू लागले आणि त्या भारामुळे आमचे सर्व्हर्स खराब होऊ लागले."

ज्या सर्व्हर्सवर इन्नोव्हेजच्या ३० ग्राहकांच्या वेबसाइट्स होत्या, त्याच सर्व्हर्सवर हे ॲप टाकण्यात आलं होतं.

या मुलांनी ठरवलं की वेबसाइट करून देण्याच्या प्रकल्पातून जो पैसा येतोय, तो सारा पैसा स्लॅमबुकमध्ये गुंतवायचा.

"आतापर्यंत आम्ही दिल्लीला जाऊन मिळालेला पैसा स्वतःवर उडवू लागलो होतो... पण आता आम्ही त्याच पैशांचा अधिक योग्य गोष्टींसाठी विनियोग करायचं ठरवलं."

या मुलांनी या ॲपचं नव्यानं कोडिंग केलं, त्यात सुधारणा केल्या आणि अधिक चांगले सर्व्हर्स आणण्यासाठी पैसे खर्च केले. त्यामुळे स्लॅमबुक आणखीच झपाट्यानं लोकप्रिय होऊ लागलं. अवघ्या आठ महिन्यांमध्ये ३ लाख ४५ हजार लोक हे ॲप वापरू लागले होते. त्यात ५० लाखांपेक्षा जास्त लिखाणांची भर पडली होती.

"हे आमचं पहिलंवहिलं चिमुकलं यश होतं. गंमत म्हणजे हे ॲप विकत घेण्यासाठी कुणीतरी पुढे आलं होतं!"

सोशल मीडियात सक्रिय असलेल्या एफएमसीजी कंपनीनं इन्नोव्हेजकडे विचारणा केली, "तुमचं ॲप तीन लाख लोक वापरू लागले आहेत- आम्ही त्याचं नाव बदलून ते आमचं ॲप म्हणून वापरू इच्छितो."

चर्चा, किंमत ठरवणं आणि सौदेबाजी यांच्या अनेक फेऱ्या झडल्या.

"लोक कशावरतरी पैसे खर्च करत असतात, तेव्हा ते त्याबद्दल कशाप्रकारे विचार करतात, हे आम्हाला समजलं. त्यानं प्रत्येक ग्राहकामागे आम्हाला ५० ते ७५ पैसे देऊ केले. ॲप महत्त्वाचं नव्हतं; ते वापरणाऱ्यांचा आकडा महत्त्वाचा होता!"

आणि अर्थातच ही एफएमसीजी कंपनी जाणून होती, की ते कॉलेजच्या अननुभवी पोरांशी व्यवहार करत आहेत! "व्यवसाय विकत घेण्यासाठी काही लाख रुपये देऊ केले की आम्हाला ती रक्कम आकर्षक वाटेल, असा त्यांचा होरा होता!"

"खरं सांगायचं तर त्यांनी देऊ केलेल्या रकमेचा आकडा ऐकून आमच्यावर तसाच परिणाम झालेला होता. आम्हाला वाटत होतं, 'आम्ही इतके कष्ट घेतो आणि प्रत्येकी फक्त ३० ते ४० हजार रुपये वाचवतो. आम्ही हे ॲप विकलं, तर आम्ही अधिक प्रसिद्ध बनू आणि भरीला आम्हाला प्रत्येकी दीड लाख रुपये मिळतील!"

"आमच्यापेक्षा ज्येष्ठ विद्यार्थ्यांच्या नवोदित कंपन्यांची अनेक उदाहरणं आम्ही पाहिली होती. या कंपन्या वर्षभर खूप प्रसिद्धीत असत. प्रसारमाध्यमांमध्ये त्यांची भरपूर चर्चा होत असे. परंतु अखेरीस या कंपन्या नामशेष होत असत. आमच्या बाबतीत तसं घडावं असं आम्हाला वाटत नव्हतं."

''आयअ‍ॅक्सलरेटरमधले आमचे वर्गमित्र, त्यांचं उत्पादन तयार करण्यासाठी त्यांना देण्यात आलेलं प्रारंभिक भांडवल खर्च करत होते. आमचं उत्पादन तर तयारच होतं. त्यामुळे आम्ही पहिल्याच दिवसापासून विक्रीला प्रारंभ करू शकलो!''

हे सारं अत्यंत आकर्षक वाटत होतं; पण तरीसुद्धा अखेरीस अंकित आणि नीरजनं ते अ‍ॅप न विकण्याचा निर्णय घेतला.

पण या सर्व प्रक्रियेदरम्यान त्यांचा आत्मविश्वास मात्र भरपूर वाढला. आपण चांगलं उत्पादन तयार करू शकतो, या विचारानं त्यांना नवी ऊर्जा मिळाली. आत्मविश्वास नवे दरवाजे उघडून देतो; नवे मार्ग खुले करतो! ...पण कोणत्या मार्गानं जायचं हे कसं ठरवायचं?

''अंकितनं आणि मी अनेक संकल्पनांवर जोरदार चर्चा केली. या संकल्पना व्यवसायात परिवर्तित कशा करायच्या, याबद्दल भरपूर विचारविनिमय केला.''

या संकल्पनांपैकी एक होती 'कारपूल अ‍ॅप'. दुसरी होती 'व्यावसायिकांचं नेटवर्क'. (त्या वेळेस या मुलांना 'लिंक्डइन' अजिबात आवडत नसे.) आणखी एक संकल्पना होती 'कस्टम वेबसाइट बिल्डर'. त्यांनी २०१० सालच्या ओअ‍ॅसिसच्या वेळेस 'कस्टम वेबसाइट बिल्डर' तयार करून त्याच्या काही प्रती विकल्यासुद्धा!

चर्चा, डिझाइन आणि कोडिंग यात ही मुलं आठवड्याचे सातही दिवस, दिवसाचे चोवीस तास व्यग्र राहू लागली. खरं सांगायचं तर ऑगस्ट २०१०मध्ये टेक्नॉलॉजी बिझनेस इन्क्युबेटर, बिट्स पिलानी यांच्या मदतीनं सुरू झालेली विद्यार्थ्यांनी चालवलेली पहिली कंपनी बनण्याचा मान इन्नोव्हेजनं मिळवला. या इन्क्युबेटरमुळे या मुलांना कंपनी चालवायला, ऑफिसचं वातावरण मिळालं आणि त्यामुळे चित्त द्विधा होणं टळलं. त्याचबरोबर त्यांना अत्यंत जलद चालणारं इंटरनेटही उपलब्ध झालं.

''आम्ही ओळीनं अनेक रात्री काम करत होतो आणि बऱ्याचदा सकाळी टेक्नॉलॉजी बिझनेस इन्क्युबेटरमधून बाहेर पडून थेट वर्गात लेक्चर ऐकायला जात होतो.''

या मुलांनी तर चक्क एक लहानसं कॉफीमशिनही विकत घेतलं. ती मुलं आपल्या वर्गमित्रांना रात्री उशिरा गप्पागोष्टी आणि विनामूल्य कॉफीसाठी बोलावू लागली. विद्यार्थी-उद्योजक असण्याच्या नावीन्यात त्यामुळे भर पडू लागली.

त्यांना नशिबाचा मोठा वरदहस्त लाभला २०१० सालच्या हिवाळ्यात- मिडसेम

परीक्षेचे निकाल जाहीर होते वेळी! त्याचं असं झालं : ''कॉलेजमध्ये आमचं एक वेबपेज होतं. प्रत्यक्ष निकालपत्र (सी.जी.पी.ए. कार्ड) हाती पडण्यापूर्वीच या वेबपेजवर तुम्हाला तुमचं सी.जी.पी.ए. (कंपॉझिट ग्रेड पॉइंट ॲव्हरेज) पाहता येत असे. त्यासाठी तुम्हाला फक्त तुमचा आयडेंटिटी कार्ड क्रमांक घालावा लागत असे.

लोकांना स्वतःला मिळालेले गुण तर बघायचे असतच, पण ते मित्रांचे आयडेंटिटी कार्ड नंबर टाकून त्यांचेही गुण बघत असत. हॅकर्स तर पाऊलभर पुढेच असत. ते त्या पानावर काही ओळी टाइप करून संपूर्ण निकालाचं एक्सेल शीट बनवत. हा दुरुपयोग थांबवण्यासाठी व्यवस्थापनानं captchaचा वापर सुरू केला.

इंटरनेटचा वापर करणाऱ्या प्रत्येकानंच केव्हा ना केव्हा captcha पाहिला असणार. हा एक छोटासा चौकोन असतो. त्यातला वेडावाकडा शब्द ओळखून वापरणाऱ्यांना तो शब्द टाइप करायचा असतो. असं केल्यामुळे तुम्ही 'स्पॅम' नसून माणूसच आहात याची खात्री होत असे.

captcha टाकल्यामुळे काही विद्यार्थ्यांना वैताग आला असला तरी त्यामुळे अंकित आणि नीरज मात्र विलक्षण उत्तेजित झाले.

''आम्ही खूपच जोरदार चर्चा केली आणि अखेरीस ठरवलं की या captchaचं कोड उलगडायचंच!'' ते करण्यासाठी त्यांनी संशोधनाला सुरुवात केली : captcha म्हणजे काय? आजवर कुणालाही त्याच्या कोडची उकल करता आलीय का? अचानक एक गोष्ट त्यांच्या लक्षात आली.

''आमच्या लक्षात आलं की कॉम्प्युटरवरच्या फक्त ८०० लोकांना खुल्या असलेल्या या वेबसाइटवरच्या कॅपचाची उकल करण्यात आम्ही चार तास खर्च केले आहेत. दररोज इंटरनेटवर जगभरात किती कॅपचांची उकल होत असेल?''

चटकन केलेल्या गुगल सर्चवरून त्यांना समजलं की दररोज २८० मिलियन कॅपचांची उकल इंटरनेटवरून केली जात असते. त्याला दोन ते तीन मिनिटांनी गुणलं (एक कॅपचाची उकल करायला तेवढा वेळ पुरतो) तर कॅपचावर दररोज आयुष्यभराएवढं लक्ष पुरवलं जात असतं.

''आम्ही धडा शिकलो की कोणतंही कल्पक उत्पादन विकताना सर्वोच्च पदावरील माणसापुढेच सादरीकरण करणं श्रेयस्कर असतं. चीफ एक्झिक्युटिव्ह ऑफिसर किंवा चीफ टेक्नॉलॉजी ऑफिसरपासूनची सुरुवात करावी लागते. कनिष्ठ मॅनेजरपासून सुरुवात करून काहीही फायदा होत नसतो!''

"अनेकदा आम्ही डेस्कपाशी झोपी जात असू किंवा जमिनीवर झोपत असू; कारण अचानक आमच्या लक्षात येत असे की काम करता करता पहाटेचे पाच वाजले आहेत... आपण सारी रात्र काम केलं आहे!"

या मुलांना 'री कॅप'बद्दलही माहिती कळली. पुस्तकं डिजिटल स्वरूपात आणण्यासाठी लुई फॉन आन, यानं कार्नेगी मेलन युनिव्हर्सिटीत हा प्रकल्प सुरू केला होता. पुस्तकं स्कॅन करण्यासाठी वापरलं जाणारं ऑप्टिकल कॅरेक्टर सॉफ्टवेअर ३० टक्के शब्द नीटपणे ओळखू शकत नाही; पण माणसाला हे काम करता येतं. दररोज कॅपचा वापरणाऱ्या लक्षावधी लोकांची मदत घेऊन री-कॅपचा नीटपणे वाचता न आलेले शब्द ओळखू शकली आणि न्यू यॉर्क टाइम्स आर्काइव्ह्जमधील १८५१ सालापासूनचे लेख डिजिटल स्वरूपात आणू शकली. गुगलनं ही कंपनी २००९ मध्ये विकत घेतली. "री-कॅपचा दिवसाकाठी एक कोटी शब्दांचं भाषांतर करू शकत होती. ही अत्यंत महत्त्वाची गोष्ट वाया जाऊ नये, असं आम्हाला वाटलं."

कॅपचा या संकल्पनेपासून व्यवसाय कसा उभारायचा या समस्येची उकल त्यांना अगदी अकल्पितपणे करता आली. त्यांच्या मनात आलं की जाहिरातीचं माध्यम म्हणून कॅपचाचा उपयोग का करू नये? वेड्यावाकड्या क्रमाची अक्षरं पाठवण्याऐवजी पेप्सीचा ब्रॅंड मेसेज पाठवून तो ग्राहकाला टाइप करायला का सांगू नये?

"कधीकधी कॅपचावरून काहीही बोध होत नसल्यामुळे तुम्हाला ती अक्षरं पुन्हापुन्हा टाइप करावी लागतात. त्यामुळे IRCTC वेबसाइटवरची त्यांच्या कोडची AXBY121 ही अर्थशून्य अक्षरं आणि नंबरसुद्धा तुमच्या लक्षात राहतात... त्यामुळे आम्हाला वाटलं की कॅपचात ब्रॅंड मेसेजच घातला तर तो लक्षात राहणं अत्यंत मोलाचं ठरेल."

नीरज आणि अंकित दोघंही या नवीन कल्पनेमुळे अत्यंत उत्तेजित झाले. त्यांनी ही कल्पना गुगलवर टाकून खात्री करून घेतली की ही कल्पना यापूर्वी कोणत्याही ॲपवर वापरण्यात आलेली नाही. आता या कल्पनेचा पाठपुरावा करायला काहीच हरकत नव्हती!

"आम्ही हे उत्पादन फार देखण्या रूपात आणायच्या फंदात पडलो नाही. आम्ही ठरवलं, आपण हे प्रॉडक्ट तयार करू आणि ते किती कल्पक आहे हे जगापुढे सिद्ध करू!"

त्या संध्याकाळी अंकित त्याच्या मूळ गावी जयपूरला जायला निघणार होता. नव्या

कल्पनेमुळे झपाटून गेलेला नीरज या उत्पादनाची पूर्वतयारी करण्यात गुंगून गेला. यो कॅपचाच्या पहिल्या आवृत्तीसाठीचं कोडिंग नीरजनं अवघ्या १० दिवसांत पूर्ण केलं. ''अंकित जयपूरहून जेव्हा परत आला तेव्हा मी आमच्या उत्पादनाची पहिली झलक त्याला दाखविली. मग आमच्या लक्षात आलं की यातून खूप मोठा उद्योग उभा राहू शकेल.''

त्याच सुमारास 'द इंडस आंत्रप्रेन्युअर्स' (TiE) त्यांचं वार्षिक अधिवेशन दिल्लीला भरवत होते. या तरुणांनी तिथं उपस्थित राहून 'यो कॅपचा'बद्दल लोकांचं मत आजमवायचं ठरवलं. त्यांचं उत्पादन फारसं देखणं नव्हतं. ते विद्यार्थ्यांनी केलेल्या एखाद्या प्रकल्पासारखं दिसत होतं. जरी लोकांनी त्यांच्या संकल्पनेचं कौतुक केलं असलं, तरी त्यांनी त्या उत्पादनाबद्दल अनेक शंकासुद्धा उपस्थित केल्या.

''त्यामुळे आम्हाला प्रथमच जाणीव झाली की फक्त नवं उत्पादन तयार करणं पुरेसं ठरत नाही!''

तुम्ही तुमच्या कॉलेजात नामवंत असाल, तुमच्या प्राध्यापकांना वाटतही असेल की तुम्ही काहीतरी 'ग्रेऽट' करताय; पण वास्तव असं आहे की, तुम्हाला उत्पादनाच्या खर्चाचा अंदाज बांधावा लागतो; 'ईबीआयडीटीए'*चा म्हणजेच व्याजाआधीची कमाई, कर, वजावट आणि मालमत्तेचं कमी होत जाणारं मूल्य यांचा विचार करावा लागतो आणि व्यवसायाचा आराखडा तयार करावा लागतो.

''त्या वेळेस मी खांद्यांपर्यंत केस वाढवले होते आणि लांब दाढी ठेवली होती. तेव्हा मी अगदी कॉलेजचा प्रातिनिधिक स्वरूपातला नमुना होतो त्या वेळेस! मला वाटत होतं, बाकी सारं फिजूल आहे! आम्ही जाहिरात क्षेत्रात क्रांती घडवणार आहोत!'' अंकित जुनी आठवण सांगतो. पण दिल्लीहून पिलानीला परत आल्यावर त्याच्या लक्षात आलं की अजून खूप गोष्टी करणं आवश्यक आहे.

''माझ्या कॉलेजमधील दिवसांत मी अनेकांच्या अनेक संकल्पना धुळीला मिळालेल्या पाहिल्या होत्या. कारण त्या उत्पादन स्वरूपात बाजारात कशा आणायच्या, हेच त्यांना कळत नव्हतं!''

''आमचे मित्र तोवर उत्तम प्रकारच्या नोकऱ्या करू लागले होते... ते गोव्याला सुट्टीवर जाऊ लागले होते. तर इथे आम्ही पुढल्या महिन्याच्या विजेच्या बिलाची चिंता करत होतो!''

---

* (EBIDTA – अर्निंग्ज बिफोर इंटरेस्ट, टॅक्सेस, डिप्रिसिएशन अँड ॲमॉर्टायझेशन)

"लोकांना आता आमच्या कुवतीबद्दल संदेह वाटत नाही. आणि हो, आमच्या आई-वडिलांनासुद्धा वाटतं की मुलं जे काही करत आहेत, ते नीटपणेच करत आहेत!"

"आम्ही 'टाटा नेट, फर्स्ट डॉट'सारख्या अनेक बिझनेस प्लॅन कॉम्पिटिशन्समध्येसुद्धा भाग घेतला. त्यात सर्वांत वरच्या ३० जणांमध्ये आमची निवडही झाली होती."

या वेळपर्यंत या टीमला मालाचं नीटपणे प्रात्यक्षिक करून दाखवता येऊ लागलं होतं. एक-दोन वेबसाइट्सच्या आणि दोन-तीन काल्पनिक जाहिरातदारांच्या मदतीनं त्यांनी प्रकल्पाचं छोट्या प्रमाणातलं सादरीकरण तयार केलेलं होतं.

" 'यूथ की आवाज' नावाचा ब्लॉग अन्शुल तिवारीच्या मालकीचा आहे. त्याला आम्ही 'टीआयई' अधिवेशनाच्या वेळेस भेटलो होतो. त्याच्या वेबसाइटवर यो कॅपचाचा प्रयोग करून पाहण्याची परवानगी आम्ही त्याच्याकडून मिळवली."

या मुलांसाठी हा शिकण्याचा, विकासाचा आणि परिपक्व होण्याचा कालखंड होता. त्यांच्या विचारांचं आणि चर्चेचं स्वरूपही बदलू लागलं. या उत्पादनांकडे केवळ गंमत आणि मौज म्हणून न बघता ते त्याच्याकडे उद्योजकत्वाचं भवितव्य या दृष्टीनं बघू लागले होते. "आम्ही अजूनही एकाच वेळेस अनेक वेगवेगळ्या गोष्टी करत होतो. आम्ही वेब्जचं उत्पादन करत होतो, स्लॅमबुक-ॲप चालवत होतो आणि अर्थातच अभ्यासही करत होतो."

जरी अद्याप यो कॅपचामधून त्यांना उत्पन्न मिळू लागलं नसलं, तरी इन्नोव्हेजला युरोप, अमेरिका आणि भारतातून १२० ग्राहक मिळाले होते, तर स्लॅमबुकचा वापर तीन लाखांपेक्षा अधिक ग्राहक करू लागले होते. पण या मुलांचं अंतर्मन त्यांना ग्वाही देत होतं की, त्यांनी यो कॅपचावरच अधिक लक्ष केंद्रित करायला हवं!

"आम्ही स्लॅमबुक नष्ट केलं नाही... ते आपोआपच अस्तंगत झालं!"

त्यामागचं एक कारण होतं की, हे लोक आता यो कॅपचावर जास्त वेळ खर्च करू लागले होते. दुसरं कारण होतं की बाहेरची परिस्थितीसुद्धा बदलत होती. दर वेळेस फेसबुकनं 'डेव्हलपर एपीआय'मध्ये सुधारणा केल्यावर या लोकांना त्यांच्या ॲपमध्ये या सुधारणांनुरूप बदल करावे लागत असत. तसे बदल केल्यानंतरच त्यांचं ॲप काम करू शकत असे.

"काही काळानं आम्ही आमच्या ॲपमध्ये असे बदल करण्याचा कंटाळा करू लागलो आणि ॲपमधल्या बऱ्याचशा गोष्टी काम करेनाशा झाल्या."

त्या वेळेस स्लॅमबुक पेजवर ३७ हजार 'लाइक्स' येत होत्या. रातोरात फेसबुकनं त्यांचं धोरण बदललं आणि त्यांच्या काउंटरमध्ये बदल करून ते 'झिरो'वर आणलं.

"हे पाहून आम्ही वैतागलो... आम्ही फेसबुकला एक-दोन ई-मेल्स पाठविल्या; पण त्यांनी आमच्या ई-मेल्सची दखलही घेतली नाही. त्यांच्या दृष्टीनं आम्ही नगण्य होतो! आम्ही त्यांचा नाद सोडला."

चौथं वर्षं संपत आलं तेव्हा अंकित वर्गात अग्रणी राहिला नव्हता; पण तो उत्तीर्ण होत होता. फक्त परीक्षेपूर्वीच थोडासा अभ्यास करूनही त्यानं कॉलेज जीवनात 'सीजीपीए' (CGPA – क्युम्युलेटिव्ह ग्रेड पॉइंट अ‍ॅव्हरेज) आठापेक्षा वर राखण्यात यश मिळवलं होतं. पहिल्या आणि दुसऱ्या वर्षात अंकितचं ग्रेड पॉइंट अ‍ॅव्हरेज ९ असल्यामुळे तिसऱ्या वर्षातल्या त्याच्या ४.३ जी.पी.ए.ला टेकू मिळवायला मदत झाली.

"मी माझ्या आई-वडिलांच्या डोळ्यांत धूळ फेकत होतो; कारण निकालपत्रात नेहमीच सर्व वर्षांचं सरासरी जी.पी.ए. दिलं जातं."

ग्रेड पॉइंट अ‍ॅव्हरेज हे इतरांचं तुमच्याबद्दलचं मत दर्शवतं. त्याहून महत्त्वाचं असतं, तुमचं स्वत:बद्दलचं खरंखुरं मत!

जून २०११मध्ये अंकित आणि नीरज प्रॅक्टिस स्कूलसाठी गेले. बिट्समध्ये शेवटच्या वर्षात शिकत असलेल्या मुलांसाठी कंपनीतली सहा महिन्यांची इंटर्नशिप सक्तीची असते. अंकितनं हैदराबादमधील 'ब्राव्हो लूसी'मध्ये सहा महिने अनुभव घेतला, तर नीरजनं नोइडातील 'ऑपेरा सोल्यूशन्स'मध्ये काम केलं. या टप्प्यावर, इन्नोव्हेजच्या दृष्टीनं मार्केटिंगमध्ये तल्लख असलेला भागीदार अनिवार्य होता.

"ऑगस्ट २०११मध्ये आम्ही ध्रुवला संचालक मंडळात सामील होऊन अंकितबरोबर बिझनेस डेव्हलपमेंटमध्ये (व्यवसाय विकास) काम करायची विनंती केली."

ध्रुवनं एका सेमिस्टरची सुट्टी घेतली होती आणि तो जर्मनीत बी.एम.डब्ल्यू.मध्ये इंटर्नशिपसाठी गेला होता. त्यामुळे त्याला आणखी सहा महिन्यांनंतर बिट्सची पदवी मिळणार होती. वर्गात बसून लेक्चर्स ऐकण्याऐवजी त्यानं प्रबंधाचा पर्याय स्वीकारला आणि त्यानं गुडगावमधल्या एका ऑटोमोटिव्ह सल्लागार कंपनीत काम करायला प्रारंभ केला.

"जरी 'ऑटोमोटिव्ह' हे माझं पहिलं प्रेम होतं, तरी 'यो कॅपचा' ही संकल्पना मला अतिशय आवडली होती. त्याशिवाय अगदी आमच्या शालेय जीवनापासून मी अंकितला ओळखत होतो. त्यामुळे मी त्यांचा प्रस्ताव मान्य केला!"

त्यानंतर लगेचच या तिघांनी इंडियन इन्स्टिट्यूट ऑफ मॅनेजमेंट, अहमदाबाद येथील 'आय ॲक्सलरेटर' उपक्रमाबद्दल ऐकलं. इंटरनेट व्यवसायाच्या प्रारंभिक टप्प्यावरच्या नवोदित कंपन्यांना तीन महिने इतक्या काळासाठी सल्ला व अन्य मार्गदर्शन पुरवणं यासाठीचा हा उपक्रम होता. अर्जाची शेवटची तारीख नुकतीच उलटून गेली असली तरी मुलांनी घाईगडबड करून आपला अर्ज पाठवून दिला. हा अर्ज स्वीकारावा म्हणून त्यांनी लढतही दिली. त्यांच्या प्रयत्नांना यश आलं. २०१०-२०११ वर्षासाठी ज्या नऊ नवोदित कंपन्यांची निवड करण्यात आली होती, त्यांत इन्नोव्हेज समाविष्ट होऊ शकली.

फक्त एकच लहानशी समस्या होती- नीरज आणि अंकितना त्यांची इंटर्नशिप पूर्ण करायची होती आणि ध्रुवला त्याचा प्रबंध सादर करावा लागणार होता.

इंडियन इन्स्टिट्यूट ऑफ मॅनेजमेंट सेंटर फॉर इनोव्हेशन, इन्क्युबेशन अँड आंत्रप्रेन्युअरशिपचे (IIMA CIIE)* जॉइंट सीईओ असलेल्या प्रणय गुप्ता यांना या तिघांनी विनंती केली, "कृपाकरून आम्हाला आणखी एक महिन्यानं प्रवेश करायची परवानगी द्या."

या तरुण उद्योजकांना विशेष सूट देण्यात आली. त्यांनी आणखी एका महिन्यानंतर या उपक्रमात सहभाग घेतला आणि त्यातून शक्य तेवढं शिकून घ्यायचा दृढ निश्चय केला. ते पुन्हा एकदा वसतिगृहाच्या खोलीतून काम करू लागल- चक्क दिवसाकाठी सलग वीस-वीस तास!

"कधीकधी बाहेर पडून आम्हाला ताजी हवा फुप्फुसांमध्ये भरून घ्यावी लागत असे!" बिट्स पिलानी येथे प्लेसमेंटचा मौसम सुरू झाला होता. नीरजला 'एपिक', 'पॉकेट जेम्स' आणि 'मॅकिंझी'सारख्या कंपन्यांकडून मुलाखतीसाठी बोलावणी आली. त्यानं ती सारी आमंत्रणं डावलली. अंकितचं म्हणाल, तर त्यानं त्यासाठी आपलं नाव नोंदवण्याची तसदीसुद्धा घातलेली नव्हती! आणि त्याला कॅम्पसवर परत येऊन वर्गात बसायचीसुद्धा इच्छा नव्हती!

नशिबानं अंकितला प्रॅक्टिस स्कूलची नोकरी देणाराच त्याच आय ॲक्सलरेटर उपक्रमासाठी निवडला गेला होता. 'फ्रेमबेंच'* कंपनीचे संस्थापक अंकितचे बिट्समधले सहाध्यायीच होते. त्यांनी अंकितला गैरहजर राहूनही इंटर्नशिप पूर्ण करण्याची सवलत दिली आणि पदवीसाठीची अनिवार्य अट पूर्ण करण्यास मदत केली.

---

* CIIE सेंटर फॉर इनोव्हेशन, इन्क्युबेशन अँड आंत्रप्रेन्युअरशिप. अहमदाबाद इथं तंत्रज्ञानात्मक इनोव्हेशन्सची जोपासना करण्यासाठी हे संस्थापित केलं गेलं.

* फ्रेमबेंच आधी अनया लॅब्ज नावानं ओळखली जात होती. बिट्स पिलानीच्या रोहित अगरवाल आणि विनीत मार्कननी ही कंपनी स्थापित केली होती.

"अशा प्रकारे मी माझ्या स्वतःच्या उत्पादनावरच काम करत राहिलो आणि तरीही रिपोर्ट कार्डवर (इंटर्नशिप धरून) मला 'ए' ग्रेड मिळाली." (हे सांगताना अंकित मिस्कीलपणे हसतो.)

आय ॲक्सलरेटमधला अनुभव अनेकदृष्ट्या अत्यंत उपयुक्त ठरला. इतर नव्या कंपन्यांचा माल त्या वेळेस विक्रीसाठी तयार नव्हता, तर इन्नोव्हेजचं उत्पादन विक्रीसाठी तयार होतं. त्यामुळे व्यवसाय चालवण्याच्या खाचाखोचा शिकण्यात इन्नोव्हेजच्या मुलांना तेथील वेळ सत्कारणी लावता आला.

"सर्वप्रथम एक अत्यंत महत्त्वाची गोष्ट आमच्या लक्षात आली, ती म्हणजे आम्ही ताडलं की, आम्ही जाहिरात प्रसारण क्षेत्रात काम करत आहोत आणि या क्षेत्रात काम कसं चालतं ते जाणून घेणं अत्यंत महत्त्वाचं आहे."

जाहिरात करणारी एजन्सी म्हणजे काय, प्रसारमाध्यमं विकत घेणारी ही एजन्सी असते का, त्यांचे ग्राहक त्यांच्याशी कसे वागतात, त्यांच्याशी संपर्क साधायचा झालाच तर कोणता मार्ग सर्वोत्तम ठरेल, पेप्सीसारख्या कंपनीकडे तुम्ही थेट जाऊ शकता की तुम्हाला त्यांच्या एजन्सीमार्फत त्यांच्याशी संपर्क साधावा लागतो?

"यांपैकी एकाही गोष्टीची आम्हाला अजिबात कल्पना नव्हती."

त्याखेरीज आय ॲक्सलरेटरनं आणखी एक महत्त्वाची गोष्ट केली होती; त्यांनी या क्षेत्रातील आलोक केजरीवाल (कॉन्टेस्ट्स टू विन), गौरव शर्मा (मीडिया टू विन), मनीष दलाल (व्हेरिसाइन), आणि अमित सोमाणी (मेक माय ट्रिप) यांसारख्या दिग्गजांशी संवाद साधण्याची संधी या मुलांना मिळवून दिली होती.

"हा उपक्रम संपला तोवर आम्हाला व्यवसायात वापरले जाणारे CPM (कॉस्ट पर थाउजंड (M) इम्प्रेशन्स), ROI (रिटर्न ऑन इन्व्हेस्टमेंट), CTR (क्लिक थ्रू रेट) यांसारखे शब्द लीलया वापरता येऊ लागले होते."

आय ॲक्सलरेटर उपक्रमाद्वारा प्रत्येक नवोदित कंपनीला प्राथमिक भांडवल म्हणून पाच लाख रुपये दिले जातात. त्यांतले ५० टक्के पैसे CIIE कडून येतात आणिउरलेले ५० टक्के पैसे एन्जल इन्व्हेस्टर्सकडून येतात. अनुज पुलस्त्य आणि मनीष भंडारी या एंजल इन्व्हेस्टर्सनी इन्नोव्हेजमध्ये पैसे गुंतवले.

संपूर्णतः एकट्याच्या मालकीच्या (प्रोप्रायटरशिप) व्यवसायाची आणि भागीदारीच्या व्यवसायाची (पार्टनरशिप – प्रा.लि. कंपनी म्हणून) नोंदणी करण्यासाठीसुद्धा त्यांना मदत दिली जाते. अशा प्रकारे इन्नोव्हेज एक प्रायव्हेट लिमिटेड कंपनी बनली.

"मोठ्या कंपनीतले लोक आपल्याला इतरांनी भला माणूस म्हणावं, या इच्छेपोटी खूप प्रयत्न करत असतात. तुम्ही तीच शक्ती तुमच्या नव्या उद्योगासाठी वापरलीत, तर तुम्ही अधिक कार्यक्षमतेनं काम करू शकाल."

आय ॲक्सलरेटर उपक्रम २७ जानेवारी २०१२ रोजी पूर्ण झाला. फेब्रुवारीत या मंडळींनी व्यवसाय दिल्लीला स्थलांतरित करण्याचा निर्णय घेतला.

"आमच्या कंपनीत वित्तनिवेश करणाऱ्यांपैकी एकाची- अनुज पुलस्त्यची- राजेंद्रनगरमध्ये एक ऑफिसची जागा होती. भाडं दिल्याशिवाय ती जागा वापरण्याची त्यानं आम्हाला परवानगी दिली."

मनाला भावणाऱ्या कामाच्या जागेत फक्त टेबलखुर्च्या महत्त्वाच्या नसतात; समान विचाराच्या लोकांची मनं जुळणं महत्त्वाचं असतं आणि राजेंद्रनगरच्या जागेत नेमकं तसंच झालं. फ्रेमबेंच आणि इन्नोव्हेज यांनी अनुज पुलत्स्य आणि त्याची पत्नी नीरू शर्मा यांच्याबरोबर ते ऑफिस वाटून घेतलं.

"अनुज आणि नीरू आमचे आधारवड बनले. आम्ही इन्नोव्हेजच्या भविष्याची चर्चा करण्यात अनेक सायंकाळ व्यतीत केल्या."

तिथलं वातावरण आशा आणि स्वप्नं यांनी भारलेलं होतं. ऑफिसात येण्याची वेळ होती सकाळचे दहा! पण परत जाण्याची कोणतीही ठरीव वेळ नव्हती. नीरज त्यांच्या गाझियाबादच्या घरून रोज तिथं येत असे. अंकित आणि ध्रुव यांनी जवळचाच एक फ्लॅट भाड्यानं घेतला होता; पण बऱ्याचदा रस्त्यापलीकडल्या फ्लॅटपर्यंत चालत जाण्याएवढी शक्तीसुद्धा त्यांच्या अंगी उरत नसे आणि ते ऑफिसमध्येच झोपी जात असत.

कंपनीच्या दृष्टीनं हा एक नवा टप्पा होता. आपल्या मालाची ग्राहकांपुढे जाहिरात आणि तरफदारी करण्याचा! इन्नोव्हेजला दोन प्रकारच्या लोकांना गाठायचं आणि पटवायचं होतं. एक म्हणजे त्यांचा ब्रँड मेसेज दाखवण्यासाठी पैसे मोजायला तयार असलेले जाहिरातदार आणि दुसरं म्हणजे खूप लोक पाहत असलेल्या बरेचसे कॅपचा दाखवण्याजोग्या वेबसाइट्स. अशा लोकांना भेटीसाठी गाठणं, हेच मोठं आव्हान होतं.

"आम्ही कंपन्यांपर्यंत पोहोचण्यासाठी अनेक प्रकारच्या क्लृप्त्या वापरल्या. बऱ्याचदा काहीही ओळखपाळख नसताना आम्ही त्यांना गाठू लागलो."

आपले कॅपचा दाखवण्यासाठी त्यांना मिळालेली पहिली मोठी वेबसाइट होती Ibibo.com त्यानंतर Zapak, way2sms आणि संपूर्ण जागरण ग्रुप. मन वळवण्यासाठी सर्वांत कठीण वाटली 'द टाइम्स ऑफ इंडिया'ची वेबसाइट.

''टाइम्स ऑफ इंडिया ग्रुपमधील दहा-बारा लोकांना मी स्वतःच भेटलो होतो. अगदी असिस्टंट मॅनेजरपासून ते चीफ टेक्नॉलॉजी ऑफिसर आणि चीफ एक्झिक्युटिव्ह ऑफिसरपर्यंत.''

त्यांच्याबरोबरचा सौदा पूर्णत्वास न्यायला चार महिने खर्चावे लागले आणि हा सौदासुद्धा त्यांच्या अटींवरच पूर्ण करता आला. 'टाइम्स ऑफ इंडिया'च्या व्यवस्थापनानं सुरुवातीपासूनच स्पष्टपणे सांगितलं होतं की, त्यांना कोणतंही नवं इनोव्हेशन दिसलं तर त्यांच्या कंपनीअंतर्गत असलेलं संशोधन आणि विकास खातं (रिसर्च अँड डेव्हलपमेंट डिपार्टमेंट) त्याची नक्कल करायचा प्रयत्न करेल.

''आम्ही तुमच्या उत्पादनाशी स्पर्धा करणारं उत्पादन तयारच करणार नाही, अशा करारावर आम्ही सही करणार नाही,'' त्यांनी म्हटलं होतं.

या तरुण उद्योजकांनी ही अट मान्य केली. अट मान्य करण्यामागे दोन कारणं होती. एक तर त्यांना 'टाइम्स ऑफ इंडिया'चं व्यासपीठ वापरण्याची अतीव गरज होती आणि दुसरं कारण म्हणजे 'यो कॅपचा'च्या तंत्रज्ञानाची उकल 'टाइम्स ऑफ इंडिया'च्या मंडळींना करता येणार नाही, अशी त्यांना पक्की खात्री वाटत होती.

''आम्ही त्यांच्यापुढे अत्यंत आकर्षक प्रस्ताव ठेवला होता. आम्ही म्हटलं होतं की आम्हीच जाहिरात देणारे ग्राहक शोधू आणि त्या जाहिराती 'टाइम्स ऑफ इंडिया'च्या वेबसाइटवर दाखवण्यासाठी आम्ही जाहिरातीतून आलेले पैसे त्यांच्याबरोबर वाटून घेऊ. अशा प्रकारे कोणताही प्रयत्न न करता त्यांना पैसे मिळतील!''

आता इन्रोव्हेजपुढचं पुढलं काम होतं जाहिरात देणारे ग्राहक शोधण्याचं आणि हे कामसुद्धा काही सोपं नव्हतं. जरी अनेकांना त्यांची कल्पक संकल्पना आवडली होती, तरी त्यांच्या मनात अनेक शंका आणि अनेक प्रश्न होते.

''आम्ही अनेक जाहिरात कंपन्या आणि 'हिंदुस्थान युनिलिव्हर' आणि 'प्रॉक्टर अँड गॅंबल'सारखे मोठे ग्राहक यांच्याशी बोलणी करत होतो.''

पण फेब्रुवारीपासून मे महिन्यापर्यंत एकाही ग्राहकानं एका रुपयाचंसुद्धा काम दिलं नाही. त्यामुळे या प्रयत्नांच्या जोडीलाच ही मुलं वित्तनिवेशकांपुढेसुद्धा भाषणं करत होती. त्यांपैकी कुणीही वित्तनिवेश केलेला नसला तरी त्यातून इतर

फायदे झाले. मुंबई एंजल्सपुढे केलेल्या भाषणामुळे या प्रकल्पाबद्दल रविकिरण यांना रस वाटू लागला.

"रविकिरण ही जाहिरात क्षेत्रातली दिग्गज असामी आहे. ते आमचे गुरू बनले."

जून २०१२मध्ये इन्नोव्हेजला पहिला मोठा ग्राहक मिळाला. 'रिलायन्स इंडस्ट्रीज'नं त्यांना काम दिलं आणि त्यानंतर त्यांना मागे वळून पाहावंच लागलं नाही. 'हिंदुस्थान युनिलिव्हर', 'स्टार वर्ल्ड', 'ॲक्सिस बँक', 'स्टेट बँक ऑफ इंडिया' या सर्वांनी त्यांना रिलायन्स इंडस्ट्रीजपाठोपाठ कामं दिली.

"आम्ही अवघ्या २५ ते ३० हजारांपासून ते पाच-सहा लाखांपर्यंतच्या एक आठवड्याच्या जाहिरात मोहिमा यशस्वीरीत्या करून दाखविल्या."

या जाहिरात मोहिमांमधून आलेले पैसे, इन्नोव्हेज आणि जाहिराती प्रसारित करणारी 'टाइम्स ऑफ इंडिया'सारखी वेबसाइट यांच्यात ६०:४० या प्रमाणात वाटून घेतले जात होते.

एकदा पैशांचा ओघ सुरू झाला, त्याबरोबर तणाव खूपच कमी झाला; पण खर्च आणि उत्पन्न यांची तोंडमिळवणी करणं अजूनही कष्टदायकच वाटत होतं. जाहिरात मोहीम पूर्ण केल्यानंतर ६० ते ९० दिवसांनी जाहिरात कंपन्या बिलं चुकती करतात.

"या वेळेपर्यंत आम्ही आय ॲक्सलरेटरकडून प्राथमिक भांडवलापोटी मिळालेले पाच लाख रुपये संपविले होते. त्यामुळे आम्हाला भांडवल म्हणून स्वतःचे पैसे घालावे लागले होते."

जाहिरातींचा व्यवसाय मिळवणं ही कष्टांची एक बाजू होती आणि त्या कष्टांना गोड फळं आली होती; पण व्यवसायाच्या सर्व सहसंस्थापकांना एकत्र ठेवणं ही प्रयत्नांची दुसरी बाजू होती आणि त्यात हे लोक अयशस्वी ठरले. दिल्लीला व्यवसाय हलवल्यावर या मंडळींमधल्या अभंग एकजुटीला तडे जायला सुरुवात झाली.

नीरज राजेंद्रनगरमधील ऑफिसात येईनासाच झाला. तो कॉम्प्युटरवर ई-मेल्स आणि फोनद्वारा काम करणंच पसंत करू लागला. त्यामुळे या संघाच्या लोकांच्या मनोबलावर प्रतिकूल परिणाम होऊ लागला.

"व्यवसाय जोम धरत नाहीये, म्हणून नीरजनं प्रयत्न कमी केले आहेत असं आम्हाला वाटू लागलं. तो आमचा अत्यंत महत्त्वाचा प्रोग्रॅमर होता. त्याच्या अनुपस्थितीमुळे आमची अडचण होऊ लागली होती."

नीरजपुढे खरीखुरी समस्या होती. त्याला दररोज ऑफिसात उपस्थित राहावं लागत होतं. त्याचा प्रॅक्टिस स्कूल प्रकल्प नोइडामधील 'ऑपेरा सोल्यूशन्स' कंपनीत सुरू होता; आणि कॉलेजप्रमाणे तिथं दांडी मारणं शक्य नव्हतं.

नीरज म्हणतो, ''मी कंपनीकडून मिळणारा भत्तासुद्धा इन्नोव्हेजच्या खात्यात भरायला तयार होतो; पण तरीही आमच्यात मतभेद होतच राहिले... आमचं नातं पूर्वीसारखं राहिलं नाही.''

नवोदित कंपनी ही नवजात अर्भकासारखी असते. त्याचं सतत प्रेमानं लालनपालन आणि भरणपोषण करत राहावं लागतं. जर आईचं दुर्लक्ष होत असेल, तर बाळ आक्रोश करू लागतं. संस्थापकांचं दुर्लक्ष होत असेल तर नवोदित कंपनी झुरणीला लागून खंगू लागते.

अंकितला आशा वाटत होती की मे महिन्यात प्रॅक्टिस स्कूल प्रकल्प पूर्ण झाल्यानंतर नीरज कंपनीत पूर्ण वेळ येऊ लागल्यावर परिस्थिती सुधारून पूर्वपदावर येईल; पण तोपर्यंत नीरजनं कंपनी सोडण्याचा निर्णय घेतला होता. त्यांनी त्याच्याशी बोलून त्याचं मन वळवण्याचा, मतभेद मिटवण्याचा खूप प्रयत्न केला; पण त्या प्रयत्नांना यश आलं नाही.

जून २०१२मध्ये एक एसएमएस पाठवून नीरजनं अधिकृतपणे कंपनी सोडली. 'ऑपेरा सोल्युशन्स'नं त्याला दिलेली लठ्ठ पगाराची नोकरी त्यानं स्वीकारली होती.

नीरजनं कंपनी सोडली तेव्हा अंकितला त्याचं लक्ष मार्केटिंगकडून तंत्रज्ञानाकडे वळवावं लागलं. कोणत्याही वेबसाइटववर कॅपचा हा अत्यंत महत्त्वाचा भाग असतो. तोच नीटपणे चालला नाही तर तो वेबवर सादर करता येणार नाही.

''एका टप्प्यावर आम्ही दर सेकंदाला २५० कॅपचा करत होतो. हे आमच्यापुढलं तंत्रज्ञानात्मक आव्हान होतं.''

विक्रीच्या आघाडीवर ध्रुव काही इंटर्न्सची मदत घेत होता. हे इंटर्न्स स्वतः ग्राहकांना भेटत नसले, तरी ते व्यवसायाचा जाहिरात्मक मसुदा तयार करण्यात पार्श्वभूमीसाठी आवश्यक ते संशोधन करण्यात आणि सादरीकरण करण्यात ध्रुवला मदत करू लागले होते. बरेचसे इंटर्न्स दिल्लीचे रहिवासीच होते आणि दिल्ली युनिव्हर्सिटीचे विद्यार्थी होते. एकच इंटर्न थेट हैदराबादहून आलेला होता.

''तो आमच्याबरोबर काम करण्यासाठी इतका उत्सुक होता की तो म्हणाला, 'काळजी करू नका. प्रवासाचा खर्च मी स्वतः करेन. मला दरमहा फक्त थोडासा भत्ता द्या.'''

ग्राहक सतत नावीन्याची मागणी करत असतात. त्यामुळे काही काळानं इन्नोव्हेजनं असा कॅपचा तयार केला की, त्यात परस्पर संपर्काची गरज भासेल. उदाहरणार्थ, मेसेज टाइप करण्याऐवजी ग्राहकाला गमतीची कोणतीतरी गोष्ट करावी लागेल. उदा. ओपनर पेप्सीच्या बाटलीवर खेचत नेणं.

"जाहिरातदारांना खूश ठेवण्यासाठी आम्हाला सतत नवनवीन क्लृप्त्या लढवाव्या लागत होत्या."

कालांतरानं इन्नोव्हेजनं सर्वेक्षणावर आधारित कॅपचा शोधून काढला. या कॅपचाचा 'इंटलेक्चुअल प्रॉपर्टी राइट' सुरक्षित ठेवण्यासाठी त्यांनी इंडियन पेटंट ऑफिसकडे पेटंट डेटा कॅपचरसाठी अर्जसुद्धा केला.

इन्नोव्हेज कंपनीसाठी आणखी एक अभिमानाचा क्षण होता, अंकितनं मिळवलेलं उत्तर भारतातलं ग्लोबल स्टुडंट आंत्रप्रेन्युअर अॅवॉर्ड. ते त्यानं नोव्हेंबर २०१२मध्ये मिळवलं. जागतिक स्पर्धेसाठी निवड झालेल्या स्पर्धकांना न्यू यॉर्क स्टॉक एक्चेंजमधील समारंभात उपस्थित राहण्याची संधी मिळणार होती.

जागतिक स्तरावरच्या स्पर्धकांची तिथं अंतिम निवड होणार होती. त्यात अंकित जिंकला नसला तरी नवीन काहीतरी शिकण्याचा अत्यंत उत्तम अनुभव त्याला तिथं मिळाला.

"व्यवसायाचे आंतरराष्ट्रीय तज्ज्ञ, वेगवेगळ्या संकल्पनांकडे कशा दृष्टीनं बघतात, हे मला जवळून पाहता आलं आणि (माझ्या संकल्पनेबद्दलचं) त्यांचं मतसुद्धा मला कळलं."

३१ मार्च २०१३ रोजी पूर्ण झालेल्या व्यवसायाच्या त्यांच्या पहिल्या वर्षी यो कॅपचानं ३० लाख रुपये मिळवले.

आणखी ग्राहक मिळवण्याच्या हेतूनं इन्नोव्हेजनं 'नेटवर्क प्ले' या डिजिटल अॅडव्हर्टायझिंग प्लॅटफॉर्मबरोबर करार केला. या कंपनीत विक्रेत्यांची उत्तम टीम होती. त्यांच्या मदतीनं यो कॅपचा बऱ्याच जाहिरातदारांपर्यंत पोहोचू शकली असती. त्यातून मिळालेला पैसा वाटून घेण्याच्या करारावर या दोघांनी एकत्रितपणे काम करायचं ठरवलं.

"आम्ही या टीमबरोबर काही बैठकींना आणि आमच्या मालाची जाहिरात करणाऱ्या भाषणांना उपस्थित राहिलो. त्यानंतर आमची त्यांचा चीफ एक्झिक्युटिव्ह ऑफिसर राममोहन सुंदरम याच्याशी ओळख झाली. यो कॅपचा, आमची टीम आणि ज्या प्रकारे आम्ही आमचं उत्पादन तयार केलं ती आमची जिद्द या गोष्टी पाहून तो खूप प्रभावित झाला."

याच सुमाराला आमची कंपनी विकत घेण्याबद्दल प्राथमिक स्वरूपाची बोलणी सुरू झाली.

नव्यानं सुरू झालेली 'नेटवर्क प्ले' ही कंपनी 'ग्रूनर अँड जर' या जर्मन प्रकाशकानं विकत घेतली होती. 'ग्रूनर अँड जर' ही कंपनी बर्टल्समन उद्योगसमूहाचा एक भाग होती. इतर सर्व मोठ्या प्रकाशनगृहांप्रमाणेच ही कंपनीसुद्धा डिजिटल युगाशी जुळवून घ्यायच्या धडपडीत होती. त्या दृष्टीनं त्यांना 'यो कॅपचा' ही कंपनी अभूतपूर्व प्रकारची संधी देणारी योग्य पूरक कंपनी वाटली होती.

"बोलणी तीन महिन्यांच्या कालावधीत सुरू होती आणि जूनमध्ये आम्ही अनौपचारिक स्तरावर कराराला मंजुरी दिली."

निर्णय घेण्यापूर्वी अंकित आणि ध्रुव यांनी त्यांच्या कंपनीला प्राथमिक भांडवल पुरवणाऱ्या वित्तनिवेशकांचा आणि त्याचप्रमाणे आय अॅक्सलरेटरचे समन्वयक म्हणून काम पाहणारे आणि त्यांना सतत गुरुतुल्यस्थानी वाटणारे प्रणय गुप्ता यांचा या निर्णयाबद्दल आवर्जून सल्ला घेतला.

"एकीकडे आम्हाला वाटत होतं की आम्ही स्वतःच्या हिमतीवर पुढे जात राहू शकू; पण आम्हाला असंही वाटलं की ग्रूनर अँड जर ही कंपनी आमच्या उत्पादनाला यथोचित न्याय देऊन ते उत्पादन खूपच पुढे नेऊ शकेल."

हा सौदा सप्टेंबर २०१३मध्ये पूर्णत्वाला नेता आला. दोन कंपन्यांच्या विलिनीकरणानंतर अंकित टेक्नॉलॉजी विभागाचा प्रमुख म्हणून कार्यरत झाला, तर ध्रुव नेटवर्क प्लेचा बिझनेस डेव्हलपमेंट प्रमुख म्हणून काम पाहू लागला.

"सध्या आम्ही आमच्या कामावर खूश आहोत आणि इथं काम करत राहण्याबद्दल संतुष्ट आहोत."

पण कुठेतरी 'जर-तर' अशा शंका त्रास देत राहतातच! इन्नोव्हेज ही कंपनी सिलिकॉन व्हॅलीमध्ये उदयाला आली असती तर?

"अमेरिकेत तुम्हाला तुमच्या व्यवसायाची विक्री करताना याहून खूपच जास्त किंमत मिळते. लहान लहान कंपन्या यापेक्षा खूपच जास्त किमतीला विकल्या जातात."

आणि जर या मंडळींनी भल्या-बुऱ्या काळात साथसंगत टिकवून धरली असती तर काय झालं असतं?

"आम्हाला वित्तनिवेशकांकडून नक्कीच पैसे उभे करता आले असते. आम्ही आमच्या कंपनीचा विकास स्वतः करू शकलो असतो!"

नीरज कंपनी सोडून बाहेर पडलेला असला तरी कागदोपत्री तो अजूनही मोठा भागधारक होता आणि संभाव्य गुंतवणूकदारांना या गोष्टीची काळजी वाटत होती. ध्रुव आणि अंकित यांनी तळमळत अनेक रात्री व्यतीत केल्या-करार आणि कंपनी लॉ संदर्भातली पुस्तकं त्यांनी काळजीपूर्वक वाचून काढली. त्यांना या समस्येतून सोडवणूक करून घेण्याचा कोणताही सोपा पर्याय सापडला नाही.

"टीमचं महत्त्व किती मोठं असतं आणि जरी त्यातला एक सदस्य फुटून वेगळा निघाला, तरी किती गंभीर आणि धोक्याची परिस्थिती उद्‌भवू शकते, याबद्दल आम्ही मोठाच धडा शिकलो."

प्रेमात आणि युद्धात, त्याचप्रमाणे व्यवसायातही गोष्टी दुभंगतात. व्यवसाय विकून टाकल्यामुळे जरी कुणालाच फारसा पैसा मिळालेला नसला, तरी त्यामुळे या तरुण उद्योजकांसाठी सुटकेचा पर्याय खुला झाला. पाटी स्वच्छ पुसून टाकून त्यांना नव्यानं प्रारंभ करायची संधी लाभली.

अंकितच्या आई-वडिलांना त्याच्या कर्तृत्वाबद्दल नक्कीच अभिमान वाटतोय; पण त्याच्या इतक्या वर्षांच्या धडपडीबद्दल मात्र त्यांना एका शब्दनेही कल्पना नव्हती, की याचं चाललंय तरी काय! ध्रुवचे आई-वडील उदारमतवादी असले, तरी त्याला समस्यांशी झुंजताना पाहून त्यांना काळजी वाटत असे.

"माझ्याहून वयानं मोठा असलेला माझा एक चुलतभाऊ आहे. तो एक यशस्वी सॉफ्टवेअर उद्योजक आहे. तो माझ्यापुढला आदर्श तर आहेच, पण तो मला सतत प्रेरणाही देत असतो!"

नीरजचं कुटुंबच व्यवसायात होतं, त्यामुळे नीरज व्यवसायात पडला म्हणून त्याच्या आई-वडिलांना काळजी वाटत नव्हती. त्यांनी नीरजला मनापासून पाठिंबा दिला आणि विद्यार्थी उद्योजक बनणं हा एकूणच अत्यंत थरारक अनुभव होता.

"स्वतःच्या कॉलेजची फी स्वतः भरता येणं, हा मोठा आनंददायक अनुभव असतो आणि त्याहूनही महत्त्वाचं म्हणजे मला सतत कामात मग्न राहण्याचं व्यसनच लागलं होतं... मला म्हणायचंय, यश मिळेपर्यंत काम करत राहण्याचं व्यसन!..." नीरज म्हणतो.

नीरज सध्या 'आल्गोस्केल' नावाच्या नव्या प्रकल्पावर काम करतोय. खूपसा डेटा आणि प्रेडिक्टिव्ह ॲनालिटिक्स (माहितीचं पृथक्करण करून अंदाज वर्तवणं) या क्षेत्रात ही नवीन कंपनी काम करतेय.

तुम्ही धडपडता, पडता. तुम्ही पुन्हा उठून उभे राहता आणि चालायला सुरुवात करता; पण कुठूनतरी तुम्हाला चालायला सुरुवात करावी लागते. 'ते कुठूनतरी' म्हणजे तुमची हॉस्टेलची खोलीसुद्धा असू शकते!

एक साधासा प्रश्न आहे – तुम्ही नुसते बसून राहणार आहात की खरोखरच काहीतरी करणार आहात?

तरुण उद्योजकांसाठी अनुभवाचे बोल

कॉलेजात शिकत असतानाच व्यवसाय चालू करावा असा आमचा सल्ला आहे; कारण त्याच कालखंडात तुमच्याजवळ भरपूर वेळ आणि ऊर्जा असते. त्यामुळे तुम्ही कोणत्याही अफाट आणि अचाट कल्पनेवर काम करू शकता.

दुसरी महत्त्वाची गोष्ट म्हणजे- त्या वेळेस तुमच्या खांद्यांवर फारसं जबाबदारीचं ओझं नसतं आणि मदत करू इच्छिणारे अनेक भले लोक तुमच्या सभोवार असतात– तुमचे मित्र, तुमचे सल्लागार आणि तुमचे गुरू!

कॅम्पसवरच असताना व्यवसाय सुरू केलात की इतरांपेक्षा तुम्ही आधी सुरुवात केलेली असते. विक्रीचा झक्कू मागे नसल्यामुळे, आम्ही आमच्या उत्पादनात अनेकदा सुधारणा करू शकलो.

त्या दोन वर्षांत, मी सहा महिन्यांच्या हॉस्टेल वास्तव्यासाठी फक्त एक हजार रुपये देत होतो. त्याउलट एकदा तुम्ही पदवी घेऊन बाहेर पडलात की इतरांसमवेत फ्लॅटमध्ये राहण्यासाठीसुद्धा तुम्हाला दरमहा १० हजार रुपये खर्चावे लागतात.

त्यामुळे व्यवसायाला लवकर सुरुवात करणं, कॅम्पसवर असतानाच सुरुवात करणं, हा खरोखरच सुज्ञ निर्णय ठरतो. तसंच करा!

अंकित

जर एकवीस-बाविशीच्या वयातच तुम्ही नवी कंपनी चालू करण्याचा निर्णय घेतला असेल, तर तुम्ही परिपक्वतेची चुणूक दाखविली आहेत, असं म्हणता येईल. नोकरी न स्वीकारण्याचा निर्णय तुम्ही जाणूनबुजून घेतलेला असतो.

तुम्हाला अचानक एखादी आगळीवेगळी कल्पक संकल्पना सुचलेली असते आणि जीव ओतून काम करावं असं काहीतरी तुम्हाला गवसलेलं असतं.

जेव्हा तुम्ही अवघड परिस्थितीतून जात असाल, तेव्हा स्वतःला अपयशी लेखू नका किंवा अपयशाचा विचारही मनात आणू नका. प्रयत्न सोडून द्यायचा विचारही मनात आणू नका.

जर तुमची स्वतःचीच पूर्ण खात्री पटली असेल, तरच तुम्ही तुमच्या आई-वडिलांचं मन वळवू शकाल. त्यांच्याशी अगदी मोकळेपणानं बोला आणि स्वतःच्या निर्णयावर ठाम राहा!

कॉलेजमध्ये असताना कंपनी चालू केलीत तर सहसंस्थापकांमध्ये करार करून त्यावर प्रत्येकाची सही घ्या.

त्यामुळे एखादा सहसंस्थापक कुटुंबीयांच्या दडपणामुळे किंवा लठ्ठ पगाराच्या नोकरीच्या मोहानं मध्येच सोडून गेला, तर अडचण न येता गोष्टी नीटपणे करता येतील.

ध्रुव

मी माझ्या स्वतःची आणि आजूबाजूच्यांची एक गोष्ट अनेकदा पाहिलीय- जर तुम्हाला कशाबद्दलतरी आतून खरीखुरी ऊर्मी वाटत नसेल, तर तुम्ही लवकरच प्रयत्न थांबवता!

तुम्ही जी काही योजना आखत असता, त्यात तुम्हाला मनापासून रस वाटायला हवा; मग भले त्याबद्दल अनेक जण टीका करोत किंवा वाटेत अडचणी येवोत!

तुम्ही जे काही हाती घेतलं आहेत, त्याबद्दल तुम्हाला मनोमन विश्वास वाटणं आणि तुम्ही हाती घेतलेली संकल्पना तुम्हाला स्वतःला आणि समाजाला अभिमान वाटेल अशा स्तरावर नेण्याची जिद्द अंगी असणं, ही तुमची सर्वांत मोठी शक्ती ठरते.

नवी कंपनी चालू करणं आजकाल अत्यंत कौतुकास्पद गणलं जाऊ लागलंय. नवं ॲप तयार करणं, त्याबद्दल बातमी छापवून आणणं आणि स्वतःला फार मोठं समजायला लागणं सोपं असतं.

तुम्ही अभिमामनानं हवेत तरंगू लागता; ते सारं ठीकच आहे. पण एका टप्प्यावर तुम्हाला जमिनीवर पाय घट्ट रोवून व्यवहारी बनावं लागतं... कारण दीर्घ काळ चालू राहील असा व्यवसाय सुरू करणं गरजेचं असतं.

नीरज

आयुष्यात वेगवेगळे प्रयोग करून बघण्याच्या दृष्टीनं कॉलेजचा कालखंड सर्वांत योग्य असतो. इंटर्नशिप करत असताना त्यातून शक्य तेवढं शिकून घ्या आणि नवीन कल्पनांचा खुल्या दिलानं स्वीकार करा.

व्यवसायाचा आराखडा तयार करण्यासाठी, सादरीकरण करण्याजोगं उत्पादन तयार

करण्यासाठी किंवा आर्थिकदृष्ट्या तरेल असं उत्पादन तयार करण्यासाठी कॉलेज जीवनात तुम्ही पुरेसा वेळ काढू शकता.

त्या कालखंडात खूप उच्च स्तराचं क्युम्युलेटिव्ह ग्रेड पॉइंट ॲव्हरेज राखण्याची काळजी करू नका; बऱ्यापैकी सी.जी.पी.एल. पुरेसं ठरतं.

साऱ्याच कोर्सबद्दल बेदरकारी दाखवू नका. त्यातले काही खरोखरच चांगले असतात आणि तुमच्या नव्या उद्योगात उपयुक्त ठरू शकतात.

रूपेश शाह

आवारा पागल दीवाना

रूपेश शाह (आयईटी, आल्वर)

इनओपन टेक्नॉलॉजीज

आयआयटी मुंबई इथं केलेल्या इंटर्नशिपमुळे रूपेश शाहच्या आयुष्याला कलाटणी मिळाली. रूपेश स्वतःच प्रोग्रॅमिंग शिकला. त्याला विक्री क्षेत्रात चांगली गती होती आणि सर्वांशी संवाद साधण्याची हातोटी त्याच्या अंगी होती. त्याची 'इनओपन टेक्नॉलॉजीज' नावाची कंपनी सध्या पाच लाखांपेक्षा जास्त शाळकरी मुलांना कॉम्प्यूटर सायन्स हा विषय शिकवत आहे.

आयआयटी जेईईला (आयआयटी जॉइंट एन्ट्रन्स एक्झॅम) लाखो मुलं बसतात, पण त्यांतल्या अवघ्या काही हजार मुलांनाच आयआयटीत प्रवेश मिळू शकतो. जी मुलं आयआयटीत प्रवेश मिळवू शकत नाहीत, त्यांच्याकडे त्यांचे आप्तमित्र तुच्छतेनं पाहू लागतात. वयाच्या अवघ्या सतरा-अठराव्या वर्षी ही मुलं स्वतःला अपयशी समजू लागतात.

रूपेश शाह अशाच मुलांपैकी एक होता. तो फक्त आयआयटीत प्रवेश मिळवण्यातच अयशस्वी झाला नाही, तर तो बारावीच्या परीक्षेतही नापास झाला.

त्याला त्यानं मिळवलेल्या गुणांच्या बळावर कोणत्याही इंजिनिअरिंग कॉलेजमध्ये प्रवेश मिळवता आला नाही आणि त्यानंतर तो विद्यापीठाच्या पहिल्या वर्षाच्या वार्षिक परीक्षेतसुद्धा नापास झाला.

अपयशाची मालिकासुद्धा वैतागून त्याला म्हणाली, "जा! दुसरी कुणीतरी मैत्रीण शोध!"

ती नवी मैत्रीण होती 'ओपन सोर्स सॉफ्टवेअर!'* त्याबद्दल त्याला ओढ वाटू लागली. त्याचं त्याला वेडच लागलं. त्याबद्दल त्याला खूपच प्रेम वाटू लागलं. ओपन सोर्स सॉफ्टवेअरनं त्याच्यापुढे अत्यंत आकर्षक क्षितिज खुलं करून दिलं; त्याच्या आयुष्यात संपूर्ण बदल घडवला!

रूपेशनं आयआयटी मुंबईत इंटर्नशिप केली. कॉम्प्यूटर लॅबमधल्या एका चिमुकल्या खोलीत बसणंसुद्धा त्याला स्वर्गसुख वाटू लागलं.

"चार महिने मी दिवसाकाठी १६ ते १८ तास काम करत होतो; कारण माझ्यातलं कर्तृत्व सिद्ध करायची ही संधी मला वाया घालवायची नव्हती."

रूपेशच्या वाट्याला आलेली ही यशाची पहिली झलक होती. त्यानं एक कंपनी सुरू केली (आणि त्यात अपयशी ठरला), त्यानंतर त्यानं दुसरी कंपनी सुरू केली (आणि त्यातही तो जवळजवळ अपयशी ठरणारच होता).

सुरू झाल्यापासून तब्बल पाच वर्षांनंतर 'इनओपन टेक्नॉलॉजीज' ही त्याची कंपनी अखेरीस डळमळीत अवस्थेतून स्थिरतेकडे पोहोचली आहे. भारत, अमेरिका आणि जपान या देशांमधील २०० शाळांमधल्या पाच लाखांपेक्षा जास्त मुलांना ही कंपनी कॉम्प्यूटर सायन्स या विषयात प्रशिक्षण देत आहे.

प्यार किया तो डरना क्या, फेल हुए तो मरना क्या?

नवी 'मैत्रीण' शोधा; जगण्यासाठी प्रेरक कारण शोधा; हसण्यासाठी सबब शोधा!

---

* Open Source Software – परवाना देऊन कॉपीराइट प्रतिबंध अत्यल्प ठेवून किंवा अजिबात न आकारून सॉफ्टवेअरचं सोर्स कोड उपलब्ध करून देणं.

आवारा पागल दिवाना

रूपेश शाह (आयईटी, आल्वर)

इनओपन टेक्नॉलॉजीज

दार्जिलिंगजवळच्या सिलिगुडी या लहानशा गावात रूपेश शाहचा जन्म झाला.

"माझे वडील इमारतीसाठी लागणाऱ्या लाकडाचे म्हणजेच टिंबरचे व्यापारी होते. माझे वडील आणि काका हे लाकूड विकत असत आणि लाकडाचे ओंडके पाडणारा कारखाना चालवत असत. आमच्या घराभोवती सर्वत्र लाकूड आणि लाकडाचा भुसा यांचं साम्राज्य असे!"

हे एक मध्यमवर्गीय मारवाडी कुटुंब होतं. या कुटुंबात कॉलेजचं शिक्षण संपल्यानंतर वडिलांच्या व्यवसायात शिरून त्यांना हातभार लावायची प्रथा रूढ होती. सुट्टीच्या दिवसात रूपेश वडिलांच्या ऑफिसात जात असे आणि बिलं बनवण्यात मदत करत असे; पण त्याच्या रक्तात मात्र 'बनियेगिरी' नव्हती!
"एकदा मी एका ग्राहकाला लाकडाऐवजी प्लॅस्टिक वापरायचा सल्ला दिला. मी त्याला म्हटलं, की तो पर्याय त्याला अधिक स्वस्त पडेल."
जेव्हा त्यांच्या व्यवस्थापकानं ही घटना रूपेशच्या वडिलांना कानावर घातली तेव्हा त्यांनी अविश्वासानं डोळे विस्फारले! ते म्हणाले, "या मुलाच्या हातून व्यवसाय होणं अशक्य आहे! त्यानं आयआयटीसाठी प्रयत्न केलेलाच बरा!!"

इतर इच्छुकांप्रमाणेच रूपेशनंसुद्धा आयआयटी प्रवेशपरीक्षेची तयारी करण्यासाठी कोटा शहरातल्या 'बन्सल क्लासेस'मध्ये नाव नोंदवलं. पण अपेक्षेनुसार गोष्टी घडल्या नाहीत.

"मी कुठेतरी भरकटत गेलो आणि आयआयटीत प्रवेश मिळवण्यात असमर्थ ठरलो. मी बारावीच्या परीक्षेतसुद्धा नापास झालो!"

हा त्याला मोठाच धक्का होता. दहावीत ९० टक्के गुण मिळवणाऱ्या मुलाला भौतिकशास्त्राच्या (फिजिक्स) परीक्षेला पुन्हा बसावं लागणार होतं. रूपेश त्या

परीक्षेला बसला; पण त्यापूर्वीचे तीन महिने मात्र अत्यंत यातनादायक होते. ते तीन महिने सरता सरेनात!

"माझ्या आयुष्यातला तो अत्यंत वैफल्यदायक अनुभव होता. फक्त माझी बहीण मला उत्तेजन देत राहिली. मी निराश होऊ नये म्हणून माझ्या मनाला उभारी देत राहिली."

वस्तुतः रूपेशला मरीन इंजिनिअरिंगच्या अभ्यासक्रमात प्रवेश मिळालेला होता; पण त्याचे वडील पूर्णतः त्या कोर्सच्या विरोधात उभे ठाकले. त्यांनी त्याला तिथं जाऊ दिलं नाही. आता काय करावं, असा प्रश्न त्याच्यापुढे उभा राहिला.

"माझे जे वर्गमित्र सिलिगुडीतच राहिले होते आणि ज्यांनी तिथं राहूनच उत्तम गुण मिळवले होते, त्यांना तोंड दाखवायची मला लाज वाटत होती. त्यामुळे मी सिलिगुडीलासुद्धा परत जाऊ शकत नव्हतो!"

अखेरीस राजस्थानातील आल्वर येथील एका खासगी इंजिनिअरिंग कॉलेजात ५० हजार रुपयांची देणगी देऊन रूपेशनं प्रवेश मिळवला. कॉलेजात रुळायला सुरुवातीला त्याला फार त्रास झाला, कारण त्याला संतत टोचणी लागलेली होती. 'मी याहून अधिक चांगलं करून दाखवू शकलो असतो!' हे त्याला माहीत होतं. अशा मनःस्थितीमुळे तो युनिव्हर्सिटीच्या पहिल्या वर्षाच्या परीक्षेतसुद्धा नापास झाला.

"पुन्हा घेतलेल्या परीक्षेत मी कसाबसा पास झालो!"

आयुष्याच्या या अत्यंत निराशाजनक टप्प्यावर, रूपेशला 'ओपन सोर्स सॉफ्टवेअर'च्या रूपात आशेचा एक किरण दिसला. त्याला 'लायनक्स'ची (Linux) गोडी लागली आणि त्याचा वापर करून काय करता येईल हे पाहण्यासाठी तो कॉम्प्यूटर लॅबमध्ये तासन्‌तास काम करू लागला.

"लायनक्स हे एक अफलातून व्यासपीठ आहे; पण सर्वसामान्य माणसाच्या दृष्टीनं ते फारच किचकट आहे. मला वाटू लागलं की नवशिक्यांना वापरता येण्याजोगी मिश्र ऑपरेटिंग सिस्टम अत्यंत गरजेची आहे."

अशा प्रकारचा कोणताही कॉम्प्यूटर प्रोग्रॅम उपलब्ध नसल्यामुळे रूपेशनं स्वतःच तसा प्रोग्रॅम तयार करायचा निश्चय केला. पण त्यापूर्वी त्याला थोडा अनुभव घेणं भाग होतं; योग्य अशी इंटर्नशिप मिळवणं गरजेचं होतं. कँटीनमध्ये बसलेला असताना, एके दिवशी त्यानं त्याच्याहून वरच्या वर्गात शिकणाऱ्या एका विद्यार्थ्याकडून आयआयटी इंटर्नशिपबद्दल ऐकलं. त्या मुलाच्या भावाचा मित्र तिथं इंटर्नशिप करत होता.

"तत्क्षणीच माझ्या मनानं निर्णय घेतला : मी आयआयटी मुंबईत जायलाच हवं!"

रूपेशनं इंटरनेटवरून आयआयटी मुंबईचा टेलिफोन नंबर शोधून काढला आणि त्यानं वेगवेगळ्या प्राध्यापकांचे नंबर फिरवायला सुरुवात केली. दीड महिना नेटानं प्रयत्न केल्यानंतर त्याला कॉम्प्यूटर सायन्स डिपार्टमेंटचे प्रमुख असलेल्या प्राध्यापक फाटक यांच्याबरोबर संपर्क साधता आला. ते फारसे खूश नव्हते. "पुन्हा मला फोन करून त्रास देऊ नकोस!" ते तुटकपणे म्हणाले.

पण रूपेश सहजी हात-पाय गाळणारा नव्हता. तो सतत ई-मेल्स पाठवत राहिला आणि त्यांना फोन करून त्याच्या डोक्यात कोणता ओपन-सोर्स प्रकल्प घोळतोय, हे सांगत राहिला! तो प्रकल्प शक्यतेच्या परिघातला असल्याचंही पटवून देत राहिला. तो कसा यशस्वी करता येईल हे त्याला आता सांगता येत नसलं, तरी तो प्रकल्प तो तडीला नेऊनच दाखवणार होता. "मी प्राध्यापक फाटकांचा इतका पिच्छा पुरवला की, अखेरीस त्यांनी हात टेकले आणि मला तीन महिने इंटर्न म्हणून काम करण्याची परवानगी दिली."

वस्तुतः रूपेशनं या प्रकल्पात त्याच्या तीन मित्रांनासुद्धा सहभाग घेऊ देण्याची परवानगी प्राध्यापक फाटकांकडून मिळवली. कॉम्प्यूटर सायन्स डिपार्टमेंटचे प्राध्यापक श्रीधर यांनी त्यांना हॉस्टेलमध्ये राहण्याची सोय करून दिली आणि त्यांना मार्गदर्शन देण्याची जबाबदारीसुद्धा स्वीकारली. तसंच त्या वेळचे भारतातील 'रेड हॅट' प्रकल्पाचे प्रमुख वेंकटेश हरिहरन यांनीसुद्धा त्यांना मदत करायचा शब्द दिला.

"ते ढोबळ स्वरूपाचं मार्गदर्शन करत असत. त्यापलीकडली जबाबदारी तुमच्यावरच असे!"

ही इंटर्नशिप जुलै २००५मध्ये सुरू झाली आणि रूपेश त्यात जीव ओतून काम करू लागला. चार महिने तो रोज सलग १२-१४ तास कोडिंग करत असे. अगदी रविवारीसुद्धा तो काम करत असे. आयआयटी मुंबई येथील अ‍ॅफोर्डेबल सोल्युशन्स लॅब हे रूपेशच्या दृष्टीनं परमपवित्र असं 'देवालय' होतं आणि तो तिथला समर्पित 'भक्त' होता.

> **"मला कंपनी म्हणजे काय आणि प्रायव्हेट लिमिटेड म्हणजे काय याबद्दल काहीही ठाऊक नव्हतं. मी सांगितल्या जागी सही करत गेलो. ती माझी घोडचूक ठरली!"**

"तुम्ही चांगलं काम केलं असेल, तर तुम्ही पुन्हा पुन्हा तसंच चांगलं काम करून पुन्हा यश मिळवू शकता. मी ही गोष्ट फारच लवकर ओळखली!"

"आयआयटीत शिरकाव करून घेता आल्याची धुंदी तर होतीच; त्या जोडीला होती स्वतःची कुवत सिद्ध करून दाखवण्याची जिद्दही."

चार महिने संपले तेव्हा रूपेशनं आणि त्याच्या टीमनं 'इंटुक्स' (Intux OS) ही विंडोजसदृश वापरायला सोपी अशी लिनक्स ऑपरेटिंग सिस्टम यशस्वीरीत्या तयार करून दाखवली. प्राध्यापक फाटक आणि प्राध्यापक श्रीधर दोघंही आनंदित झाले. अखेरीस नशिबानं त्याच्याकडे कृपादृष्टी वळवली होती! पण अचानकच आयुष्यानं त्याच्यापुढे एक नवंच आव्हान उभं केलं.

"माझ्या आईला ब्रेस्ट कॅन्सर (वक्षांचा कर्करोग) झाल्याचं निदान करण्यात आलं होतं. तिला रहेजा हॉस्पिटलमध्ये दाखल करण्यात आलं होतं. मी माझं सारं काम थांबवलं आणि तिच्यावरच्या उपचारांवर चित्त केंद्रित केलं."

त्याचं आयुष्य आता क्ष-किरण चिकित्सा (रेडिएशन), केमोथेरपी आणि शस्त्रक्रिया यांभोवती फेर धरून नाचू लागलं होतं. एका अत्यंत नाजूक शस्त्रक्रियेनंतर ती तिसऱ्या टप्प्यावर पोहोचलेल्या कर्करोगातून बाहेर पडली, हा एक चमत्कारच होता!

"माझी बहीण मित्तू ही अत्यंत खंबीर मनाची आहे. आमच्या आईला सर्वोत्कृष्ट उपचार मिळवून देण्याचं सारं श्रेय तिच्याकडे जातं."

रूपेश आयआयटीत पुन्हा परतला. त्यानं तो प्रकल्प पूर्ण करून २००६च्या मध्याला सर्वांना उपलब्ध करून दिला. पुढल्या काही महिन्यांत एक लाख लोकांनी 'इन्टुक्स' डाउनलोड केलं. ओपनसोर्स सॉफ्टवेअर असल्यामुळे हा प्रोग्रॅम सर्वांना विनामूल्य उपलब्ध होता. त्यामुळे त्यातून पैसा मिळणार नव्हता. तरीसुद्धा असा प्रकल्प करून दाखवता येणं, ही अभिमानाची आणि आनंदाची बाब होती. तीन महिन्यांसाठी म्हणून सुरू झालेली आयआयटीमधील इंटर्नशिप पुढे पुढे जात राहिली. रूपेशच्या पाचव्या, सहाव्या आणि सातव्या सेमिस्टरमध्ये त्याची कॉलेजातली उपस्थिती शून्य होती.

"सुदैवानं माझ्या कॉलेजचे अध्यक्ष खूप मदत करणारे आणि उत्तेजन देणारे असल्यामुळे त्यांनी माझ्या डिपार्टमेंट प्रमुखांना मला सवलत देण्याची विनंती केली. मी कसाबसा परीक्षांमध्ये उत्तीर्ण झालो!"

कॉलेजच्या शेवटच्या महिन्यात रूपेशनं त्यांच्या कॉलेजच्या अध्यक्षांच्या भागीदारीत एक प्रशिक्षण देणारी कंपनी सुरू केली. त्याचे तीन वर्गमित्रसुद्धा त्यात सहभागी झाले. 'इंजिनिअरिंगच्या पदवीधरांना ओपन सोर्स सॉफ्टवेअरमध्ये प्रशिक्षण देणं' हे कंपनीचं काम होतं.

"माझ्या लक्षात आलं की 'इन्टुक्स' यशस्वी करण्यासाठी लायनक्सबद्दल जास्त माहिती मिळवणं गरजेचं आहे." हा प्रकल्प ताबडतोब सुरू झाला. अवघ्या सहा महिन्यांमध्ये या कंपनीनं सहा हजार विद्यार्थ्यांना प्रशिक्षण दिलं आणि भारतीय हवाई दलाकडूनसुद्धा एक कंत्राट मिळवलं. या टीमनं राजस्थानात, मुंबईत आणि दिल्लीत अनुक्रमे सात, चौदा आणि तीस दिवसांची प्रशिक्षणसत्रं चालवली.

सहा महिन्यांच्या अखेरीस कंपनीनं ६० लाख रुपयांपेक्षा जास्त कमाई केली होती, तरीही रूपेशचे चेक बाउन्स होत होते. हे पाहून रूपेश आश्चर्यचकित झाला.

"माझ्या लक्षात आलं, की कंपनी मनमानी पद्धतीनं चालवली जातेय आणि माझा कंपनीतला हिस्सा मला आश्वासन दिल्याप्रमाणे ४९ टक्के नसून, फक्त २० टक्के आहे."

आंधळा विश्वास ठेवून रूपेशनं कोऱ्या 'आरओसी' (ROC)* फॉर्म्सवर सह्या केलेल्या होत्या. मोठ्या प्रयासानंतर रूपेशला कॉलेजच्या अध्यक्षांना याचा जाब विचारता आला. त्यांनी नव्यानं हा करार तयार करून 'नवी सुरुवात' करण्याचा शब्द दिला; पण दिलेला शब्द त्यांनी पाळला नाही. रूपेशनं आपला हिस्सा किंवा आपल्या वाट्याचे पैसे मागितल्याशिवायच तिथून निघून जाण्याचा निर्णय घेतला.

"मी माझ्या टीमला सांगितलं की, मला अशा परिस्थितीत इथं काहीही भवितव्य दिसत नाहीये आणि इथं राहणं मला अशक्य वाटतंय. समाधानाची गोष्ट म्हणजे माझ्या संपूर्ण टीमनं माझ्यापाठोपाठ तिथून निघून जायचा निर्णय घेतला."

त्याच रात्री त्याच्या दोन सहकाऱ्यांसमवेत रूपेश मुंबईत पोहोचला. हे दोन सहकारी होते मुकुल आणि रुची. मुंबईला त्याच्या मनात विशेष स्थान होतं. हे शहर अनेक शक्यता उपलब्ध करून देईल, असा त्याला विश्वास वाटत होता.

"मला विश्वास वाटत होता की मी नव्यानं सुरुवात करू शकेन... या शहरात राहून मी नेत्रदीपक कामगिरी करून दाखवू शकेन."

पण त्यापूर्वी व्यवहारातील वास्तवाशी दोन हात करावे लागणार होते. ४५ दिवस

---

* ROC – प्रायव्हेट लिमिटेड कंपनीची रजिस्ट्रार ऑफ कंपनीजमध्ये नोंदणी होणं आवश्यक असतं.

"ज्याप्रकारे या देशात तंत्रज्ञान शिकवलं जातं, त्यात मूलभूत स्वरूपाचे बदल घडवण्याची माझी इच्छा आहे."

रूपेश विहार लेकजवळच्या एका संशयास्पद हॉटेलमध्ये दिवसाला ४०० रुपये देऊन राहत होता. त्याच्याजवळचे पैसे हळूहळू संपुष्टात येऊ लागले होते.

"एके दिवशी तर माझ्यापाशी दुपारच्या जेवणापुरते पैसेही उरले नव्हते; पण तरीही मी माझ्या वडिलांकडे कधीही पैशांची याचना केली नाही."

या काळ्याकुट्ट ढगाला एकच रूपेरी कड होती. रूपेशनं पुन्हा प्राध्यापक श्रीधर यांच्याबरोबर संपर्क साधला आणि काम करण्यासाठी त्याला एक अत्यंत आशादायी अशी नवी कल्पना सापडली.

या प्राध्यापकांना शिक्षणविषयक तंत्रज्ञानाची प्रचंड गोडी होती आणि त्यांनी आदर्श असा कॉम्प्यूटर सायन्सचा अभ्यासक्रम तयार केला होता. प्राध्यापक असल्यामुळे त्यांनी तो अभ्यासक्रम सर्वांच्या वापरासाठी इंटरनेटवर मोफत उपलब्ध करून द्यायचं ठरवलं होतं. पण रूपेशच्या ठायी असलेली व्यवसायातली हुशारी यामधल्या प्रचंड मोठ्या शक्यता हेरू शकली. शाळांबरोबर काम करून हे प्रशिक्षण देऊन यशस्वी व्यवसाय सुरू करता येईल, हे त्यानं ताडलं.

"प्राध्यापक श्रीधर यांना माझी कल्पना आवडली. त्यांच्या ऑफिसातल्या मीटिंग रूममध्ये बसून काम करण्याची त्यांनी मला परवानगी दिली. माझ्या दृष्टीनं ती फार मोठी गोष्ट होती; मी आयआयटीत काम करतोय हा विचारच मला उत्तेजित करत होता."

अवघ्या एका महिन्यातच रूपेश मुंबईभरातल्या शाळांमध्ये जाऊन वास्तव परिस्थितीचा अंदाज घेऊ लागला होता. इतिहास, भूगोल, गणित यांच्या तुलनेत कॉम्प्यूटर सायन्स हा सर्वस्वी नवा विषय होता. त्यामुळे शिकवण्याची पद्धत आणि पुस्तकं अजूनही विकसित होत होती; पण त्यात काहीतरी कमी होती, यात शंकाच नव्हती!

"आम्ही तयार केलेल्या अभ्यासक्रमाची विशेषता म्हणजे- त्यात सूक्ष्मदृष्टीनं स्वतः विचार करण्यावर भर दिलेला आहे."

मोठी आणि धाडसी झेप घेऊन रूपेशनं प्राध्यापक श्रीधर यांना सहसंस्थापकपद देऊन नवी कंपनी सुरू करायचा निर्णय घेतला. हे सज्जन प्राध्यापक त्याला विशेषसे राजी नव्हते- व्यवसायाचं जग त्यांच्या दृष्टीनं सर्वस्वी अनोळखी होतं; पण या तरुणाच्या उत्कटतेची आणि समर्पिततेची त्यांना लागण झाली.

"चल, करूच या!" ते म्हणाले.

कंपनी संस्थापित करण्यासाठी चार्टर्ड अकाउंटंटची गरज असते. रूपेशनं 'जस्ट डायल'च्या माध्यमातून आयआयटीच्या गेटसमोरच ऑफिस असलेला आशुतोष श्रीवास्तव नावाचा चार्टर्ड अकाउंटंट शोधून काढला. तो या सद्गृहस्थाला भेटला आणि त्यानं त्याला त्याची व्यवसायाबद्दलची स्वप्नं आणि ध्येय मोकळेपणानं सांगितली.

"मी आशुतोषला प्रामाणिकपणे असंही सांगितलं, की सध्या माझ्याजवळ पैसे नाहीत; पण मला पैसे मिळाले की मी त्याचे पैसे नक्कीच चुकते करेन."

त्याच्या शब्दावर विश्वास ठेवून या सीएनं कामाला सुरुवात केली. वस्तुतः तो पाऊलभर आणखी पुढे गेला. त्यानं त्याच्या ऑफिसचा अर्धा भाग वापरायची या तरुण उद्योजकाला परवानगी दिली. रूपेश आणि त्याच्या टीममधले इतर चौघे जण यांनी या सवलतीचा आनंदानं स्वीकार केला. ३० सप्टेंबर २००९ रोजी 'इनओपन टेक्नॉलॉजीज'चं कंपनीत रूपांतर झालं. रूपेश आणि प्राध्यापक श्रीधर कंपनीचे सहसंस्थापक बनले.

"हिशोब ठेवण्यापासून ते कंपनी संस्थापित करण्यासाठीच्या असंख्य किचकट बाबी सांभाळण्यापर्यंत आशुतोषनं जी मदत केली, त्यासाठी मी त्याचा अत्यंत ऋणी आहे."

कंपनीचे दैनंदिन व्यवहार सांभाळण्याची जबाबदारी रूपेशवर होती, तर प्राध्यापक श्रीधर नॉनएक्झिक्युटिव्ह डायरेक्टर म्हणून संचालक मंडळावर आले.

एकीकडे 'सिने' (सोसायटी फॉर इनोव्हेशन अँड आंत्रप्रेन्युअरशिप) या आयआयटीमधील इन्क्युबेटरमध्ये जागा मिळावी म्हणून रूपेशचे जोरदार प्रयत्न सुरूच होते.

"जेव्हा मी इन्क्युबेटरमध्ये समावेश मिळवायचा प्रयत्न करू लागलो, तेव्हा त्यांनी मला सांगितलं की, मला बिझनेस प्लॅन सादर करावा लागेल. त्या वेळेस बिझनेस प्लॅन म्हणजे काय, हे मला अजिबात ठाऊक नव्हतं!"

खूप तपशीलवार आराखडा अधिक चांगला ठरेल, या विचारानं रूपेशनं ६७८ पानी बिझनेस प्लॅन सादर केला. आयआयटीबाहेरच्या परीक्षकानं तो परत पाठवून दिला आणि म्हटलं, "प्रास्ताविक आणि आभार धरून जर तुला तुझा बिझनेस प्लॅन अकरा पानांमध्ये बसवता आला तरच मी तो वाचेन!"

"आयआयटी मुंबईनं मला त्यांच्या इन्क्युबेटरचा लाभ करून दिल्यानंतर मला वाटू लागलं की, मी काहीही करू शकेन; हे जगसुद्धा बदलून टाकू शकेन."

"आमच्या लक्षात आलं की दर विद्यार्थ्यामागे तीनशे ते एक हजारपर्यंतचे पैसे द्यायला शाळा तयार असतात."

चार महिने सतत प्रयत्न आणि फेरफार केल्यानंतर रूपेशला त्याचा बिझनेस प्लॅन अगदी थोडक्यात मांडून सादर करता आला. या व्यवसायातील अत्यंत अनुभवी तज्ज्ञांनी- 'पर्सिस्टंट सिस्टीम्स'चे आनंद देशपांडे आणि श्रीधर शुक्ल आणि 'एज्युकॉम्प'चे शंतनू प्रकाश यांनी तो बिझनेस प्लॅन काळजीपूर्वक तपासला.

"त्यांनी अखेरीस पसंतीचा हिरवा कंदील दाखवला, त्यापूर्वी मी त्यांच्यापुढे कमीत कमी पंधरा वेळा तरी मुलाखत दिली असेल!" २३ नोव्हेंबर २००९ रोजी 'इनओपन टेक्नॉलॉजी' आयआयटी मुंबई इन्क्युबेटरमध्ये प्रविष्ट झाली.

व्यवसायाचे दोन प्रकारचे नमुने इनओपन टेक्नॉलॉजीनं हळूहळू तयार केले आणि शाळांपुढे ते दोन पर्याय सादर केले. एका प्रकारात इनओपन टेक्नॉलॉजीज शैक्षणिक साहित्य आणि प्रशिक्षक या दोन्ही गोष्टी पुरवणार होती, तर दुसऱ्या पर्यायात ती शाळेतील सध्याच्या शिक्षकांनाच प्रशिक्षण देऊन तयार करणार होती. त्यांच्यापुढलं मोठं आव्हान होतं, हा प्रकल्प राबवायला तयार असलेली शाळा शोधून काढण्याचं!

"आम्हाला आयआयटीचं पाठबळ होतं, ही मोठीच जमेची बाजू होती. पण शाळेचे संचालक आणि मुख्याध्यापक यांना वाटणारी चिंतासुद्धा रास्तच होती : 'आम्ही हा प्रकल्प सुरू केला आणि उद्या तुमची कंपनी बंद पडली तर?'"

कोणत्याही प्रकारचा बदल घडवण्यासाठी शाळेचं मन वळवायला खूप वेळ आणि सहनशक्ती लागते. इनओपनचा 'कॉम्प्यूटर मस्ती' हा अभ्यासक्रम कार्यान्वित करणारी पहिली शाळा होती मुलुंडमधलं श्री श्री रविशंकर विद्यामंदिर. त्यानंतर या शाळेच्या बोरिवली शाखेनंसुद्धा हा अभ्यासक्रम स्वीकारला. मुख्याध्यापिका मिस नीना आणि ही जबाबदारी पेलणाऱ्या शिक्षिका मिस बागेश्री या दोघींनीही खूपच सहकार्य केलं.

"आमच्यापुढे काही छोट्या समस्या उभ्या राहिल्या; पण आम्ही लगेचच त्यांचं निवारण करू शकलो. आम्ही सुरुवातीला पहिलीतील आणि तिसरीतील विद्यार्थ्यांपासून सुरुवात केली. तेव्हा आम्हाला अत्यंत सकारात्मक प्रतिसाद लाभला."

एवढंच नव्हे तर शाळेनं पहिल्या तिमाहीसाठीचे चार लाख रुपये आगाऊ दिले; पण मार्केटिंग आणि अभ्यासक्रम या दोहोंत तज्ज्ञ असलेला संघ तयार करण्यासाठी तेवढे पैसे पुरेसे ठरले नसते. "पगारांखेरीज शैक्षणिक साहित्य छापवून घेणं, हा प्रमुख खर्च होता. अंदाजपत्रकातला २५ टक्के भाग त्यासाठी राखून ठेवावा लागत होता."

या प्रकल्पासाठी एंजल-इन्व्हेस्टरची गरज होती आणि पंख असलेले हे देवदूत होते प्राध्यापक श्रीधर! त्यांनी त्यांच्या आयुष्यभराच्या कमाईतून प्रत्येकी पाच लाखांचे चार चेक्स दिले. त्याखेरीज रूपेशनं मित्रांकडून आणखी तीन लाख रुपये उसने घेतले.

"आयआयटी इन्क्युबेटरच्या योजनेतून आम्हाला आणखी पंधरा लाख रुपये वर्षाला ५ टक्के व्याजावर देण्यात आले."

पैसे महत्त्वाचे असले तरी प्रत्येक गोष्ट काही पैशांत मोजता येत नसते! आयआयटी मुंबईतील प्राध्यापकांनी विशेषतः प्राध्यापक श्रीधर, प्राध्यापिका फरिदा आणि प्राध्यापिका मालती यांनी ज्या मोलाच्या बौद्धिक सूचना केल्या, त्या खरोखरच एक अनमोल खजिना ठरला!

"ते सारे जण कॉम्प्यूटर सायन्समधले महागुरू आहेत. त्यांनी पूर्णतः निःस्वार्थ बुद्धीने या प्रकल्पाला मदत केली. एका नव्या कंपनीला इतरत्र अशा प्रकारची मदत मिळणं केवळ अशक्य होतं!"

इनओपनच्या अभ्यासक्रमात कॉम्प्यूटर सायन्सची सर्व अंगं समाविष्ट आहेत : कॉम्प्यूटर्सची पायाभूत माहिती, प्रोग्रॅमिंग, पब्लिशिंग, इंटरनेट सेफ्टी आणि एथिक्स. पण सर्वसाधारण पाठ्यपुस्तकापेक्षा त्यांची शिकवण्याची पद्धत वेगळी असते. ते गोष्ट सांगावी तशा प्रकारे विषय उलगडत नेतात आणि समजावून सांगतात.

"त्यात तीन पात्रं आहेत- तेजस, ज्योती आणि मॉइझ. ही पात्रं एकमेकांशी संवाद साधून संकल्पना विशद करतात. संभाषण स्वरूपात प्रश्नोत्तरं मांडण्याची ही पद्धत आहे." पायरीपायरीनं विचार करायची सवय अंगी मुरवण्याचं कॉम्प्यूटर सायन्स हे अत्यंत महत्त्वाचं साधन आहे.

"प्रत्येक कामाची आणखी लहान लहान कप्प्यांमध्ये विभागणी करता येते. मुलांनी अगदी दुसरी-तिसरीपासून अशा प्रकारे विचार करायला शिकावं, अशी आमची इच्छा आहे."

प्रशिक्षकांची या नव्या प्रकारच्या प्रशिक्षण-तंत्राशी ओळख करून देण्यासाठी इनओपननं एक 'हटके' कल्पना वापरली. अगदी पहिल्याच वर्षापासून रूपेशनं आयआयटी कॅम्पसवर वेगवेगळ्या शाळांच्या मुख्याध्यापकांची परिषद आयोजित करायला प्रारंभ केला. परिषदेचा विषय होता- कॉम्प्यूटर सायन्समधलं संशोधन.

"पहिल्या वर्षी आम्ही फक्त सात मुख्याध्यापकांना परिषदेसाठी आणू शकलो; पण त्यामुळे एक नवा पायंडा पडला. आता आम्ही दर वर्षी अशा अनेक परिषदा भरवतो."

“कालांतरानं आई-वडिलांचं मत बदलेल, असं मला वाटतंय. सुरुवातीला आई-वडिलांच्या तक्रारींकडे थोडंसं दुर्लक्ष करा. अखेरीस ते समजून घेतील.”

मार्च २०१०मध्ये संपलेल्या वर्षी इनओपननं १० लाख रुपये मिळवले आणि त्यांचा १६ लाख रुपयांचा तोटा झाला. कंपनी आठ शाळांना प्रशिक्षण पुरवत होती. त्यांना छापील पाठ्यपुस्तकं, ओपन-सोर्स सॉफ्टवेअर आणि शिक्षक-प्रशिक्षण पुरवत होती. एवढंच नव्हे तर विद्यार्थ्यांच्या पातळीनुसार अभ्यासक्रमात बदल करून दिले जात होते.

“आम्हाला वाटत होतं की हा अभ्यासक्रम फक्त श्रीमंत शाळांपुरताच सीमित राहू नये!”

अशा प्रकारे ‘कॉम्प्यूटर मस्ती’ हा अभ्यासक्रम जुहूमधील जमनाबाई नरसी स्कूलनं वापरायला सुरुवात केली आणि त्याचबरोबर त्यात पुरेसे फेरबदल करून हा अभ्यासक्रम धारावी आणि ठाणे येथील झोपडपट्ट्यांमधील शाळांमध्येसुद्धा वापरला जाऊ लागला. हा अभ्यासक्रम जास्तीत जास्त मुलांना वापरता यावा म्हणून इनओपननं त्याचं आठ प्रादेशिक भाषांमध्ये आणि दोन परदेशी भाषांमध्येसुद्धा रूपांतर केलं.

“हा प्रकल्प खूप महाग होता; पण तो महत्त्वाचा होता; कारण आम्हाला जास्तीत जास्त विद्यार्थ्यांपर्यंत पोहोचायचं होतं.”

हा मोठा प्रकल्प स्टेट बँकेच्या CGTMSE योजनेअंतर्गत मिळालेल्या मुदतीच्या कर्जामुळे पार पाडता आला. या योजनेअंतर्गत, बँकेचा अधिकारी विनातारण दोन कोटी रुपयांपर्यंतचं कर्ज देऊ शकतो. फक्त हा व्यवसाय यशस्वी होईल, अशी त्यांची खात्री पटावी लागते.

“आम्हाला चार महिने प्रयत्न करावे लागले; पण अखेरीस ऑगस्ट २०१०मध्ये आम्हाला योजनेअंतर्गत पन्नास लाख रुपयांचं कर्ज मिळालं. त्यामुळे आमची झपाट्यानं वाढ होऊ शकली.”

मार्च २०११पर्यंत इनओपनमध्ये २३ कर्मचारी काम करत होते आणि आमदनी

---

* क्रेडिट गॅरंटी फंड ट्रस्ट (हमखास कर्ज देणारा निधी-न्यास) योजनेअंतर्गत बँका दोन कोटी रुपयांपर्यंतची रक्कम लघु किंवा अतिलघु उद्योगांसाठी विनातारण देऊ शकतात.

वर्षाला ७२ लाखांपर्यंत वाढली होती. असं असूनही कंपनी अजूनही तोट्यातच चाललेली होती; पण रूपेश मात्र अविचल होता.

"मला ठाऊक आहे की जेव्हा कंपनीची अत्यंत झपाट्यानं वाढ होते, तेव्हा कंपनी ताबडतोब नफा मिळवत नाही. आठ-दहा लाखांचा तोटा आला, तरी त्यात काळजी करण्याजोगं काहीही नसतं."

२०११ सालच्या उन्हाळ्यात व्हेंचर-कॅपिटल-फर्म 'व्हेंचरईस्ट'मधील आदित्य नटराजन यांनी 'सिने' या आयआयटी इन्क्युबेटरला भेट दिली आणि 'इनओपन'चा आकार आणि कामाचं प्रमाण पाहून ते खूपच प्रभावित झाले. त्या वेळेस कंपनी ५२ शाळांमधील ४०,००० विद्यार्थ्यांना कॉम्प्यूटरवरचं प्रशिक्षण देत होती; पण काम आणखी वाढवायला भरपूर वाव होता.

या नूतन कंपनीची झपाट्यानं पुढील वाढ व्हावी म्हणून व्हेंचरईस्टनं कंपनीत पाच लाख डॉलर्स गुंतवण्यास संमती दिली.

'पर्सिस्टंट सिस्टीम्स'चे चीफ ऑपरेटिंग ऑफिसर (COO), श्रीधर शुक्ल, इनओपनच्या संचालक मंडळात आले.

"अगदी पहिल्या दिवसापासून कंपनीच्या कारभारात संपूर्ण पारदर्शित्व आणि सुसूत्रता होती. त्यामुळे वित्तनिवेश मिळवणं सोपं झालं."

मार्च २०१२मध्ये इनओपनची उलाढाल २.३ कोटी रुपयांपलीकडे गेली आणि त्यांना १३ लाख नफा झाला. गोष्टी नीटपणे चालल्या होत्या. पुढला वित्तनिवेशाचा हप्ता मिळवण्यासाठी बोलणी चालू होती. जागतिक स्तरावर शिक्षण देणाऱ्या एका कंपनीशी धोरणात्मक भागीदारी करून ४० कोटी रुपयांचा वित्तनिवेश मिळवण्याचा करार उभयपक्षी संमत झाला होता.

"आम्ही साऱ्या प्राथमिक गोष्टी पूर्ण केल्या होत्या आणि बँकेत पैसे जमा होण्याच्या प्रतीक्षेत होतो; पण तसं घडलंच नाही!"

३१ डिसेंबर २०१२ रोजी इनओपनला विजेचा शॉकच बसला! जो वित्तनिवेशक इनओपनमध्ये ८० लाख डॉलर्स घालायला तयार होता, त्यानं त्याच्या कंपनीचं भारतातलं कामकाजच बंद केलं. ही भागीदारी रद्द करण्यात आली.

काळजीची गोष्ट म्हणजे हे पैसे येण्याच्या अपेक्षेत इनओपननं आधीच कर्मचारी संख्या वाढवण्यावर आणि शैक्षणिक साहित्य छापून घेण्यावर खर्च केलेला होता. आता कंपनीजवळ काहीही रोख पैसे शिल्लक राहिलेले नव्हते.

''ॲलेक्सिस ओहॅनिअन, नारायण मूर्ती, हृतिक रोशन आणि माझा हिरो रिचर्ड ब्रॅन्सन यांसारखे लोक मला प्रेरणा देत असतात.''

''त्या वेळेस कंपनीसाठी ४४ कर्मचारी काम करत होते आणि बँकेत अवघे दोन हजार रुपये शिल्लक होते, यावरून तुम्हाला तेव्हाच्या परिस्थितीची कल्पना येईल.''

यातून ही कंपनी तरून जाईल का, हाच कळीचा प्रश्न होता!

''त्या क्षणी माझ्या डोक्यात भविष्याबद्दल एकही विचार नव्हता. मी सारं लक्ष वर्तमानकाळावर केंद्रित केलेलं होतं.''

घराला आग लागते तेव्हा लोक घराबाहेर पडण्यासाठी धाव घेतात; पण इनओपनची टीम संकटाशी दोन हात करण्यासाठी कंपनीतच राहिली. अगदी प्रत्येक कर्मचाऱ्यापर्यंत सर्वांनी साथ दिली.

कर्मचाऱ्यांनी आपली आयुष्यभराची बचत एकत्र केली; मित्रांकडून पैसे उसनेही घेतले. त्यांचे पगार तीन महिन्यांनंतर देता आले; पण लोक अविचलपणे, एकत्रितपणे साथ देत राहिले.

''असे लोक लाभणं, हे मी माझं परमभाग्यच समजतो. माझ्यावर आणि आमच्या उद्दिष्टांवर विश्वास ठेवणारे लोक लाभणं, हे मोठंच सुदैव आहे.''

विश्वासाच्या बळावर पर्वतसुद्धा हलवता येतात. इनओपनच्या बाबतीत विश्वासाच्या बळावर इनओपनच्या संचालकांनी आपल्या पैशांच्या थैल्या इनओपनसाठी खुल्या केल्या.

सध्याच्या परिस्थितीतून तरून जाण्यासाठी त्यांनी कंपनीला बिनव्याजी कर्ज दिलं. त्याचप्रमाणे अनेक ग्राहकांनी संपूर्ण वर्षाचे पैसे आगाऊच दिले. काहींनी तर स्वतःचे पैसेसुद्धा कर्जाऊ दिले.

''ते ४-५ महिने खरोखरच फार अवघड गेले. मी प्रचंड तणावाखाली वावरत होतो.''

नोव्हेंबर २०१३ मध्ये इनओपनला चांगले दिवस दिसले. शिक्षण क्षेत्रातील एका जपानी कंपनीनं इनओपनमध्ये धोरणात्मक भागीदारीसाठी पैसे गुंतवले. ही कंपनी होती 'बेनेसे होल्डिंग्ज'. दोन वर्षांमागे होती, त्यापेक्षा कंपनीची किंमत त्यांनी पाचपटींनी जास्त धरली होती आणि ही गोष्ट असाधारण होती!

"बऱ्याचशा नव्या कंपन्यांची किंमत त्यांच्या उत्पन्नाच्या काही पटींनी धरली जाते; पण आमच्या बाबतीत त्यांनी आमची किंमत IPच्या (intellectual property) आधारे ठरवली."

विद्यार्थ्यांशी संवाद साधून त्यांना शिकवण्याच्या इनओपनच्या पद्धतीत थोडी मौजमजा आणण्यासाठी इनओपननं एमआयटीच्या मीडिआ लॅबनं तयार केलेली 'स्क्रॅच' ही व्हिज्युअल प्रोग्रॅमिंग लँग्वेज वापरात आणली होती.

तेथील प्राध्यापक, मिचेल रेस्निक यांनी रूपेशला बॉस्टनला बोलावलं आणि त्याच्या कामाबद्दल माहिती द्यायला सांगितलं. या तरुण उद्योजकांसाठी हा मोठा थरारक क्षण होता.

"प्राध्यापक रेस्निक आणि त्यांचे सहकारी यांनी आमच्या शैक्षणिक उत्पादनाचं मनापासून कौतुक केलं आणि 'जगातलं सर्वोत्कृष्ट कॉम्प्यूटर सायन्स शिक्षण साहित्य' म्हणून त्याचा गौरव केला."

एमआयटीनं ही अनधिकृत स्वरूपाची पावती दिल्यामुळे पुढलं धाडसी पाऊल उचलण्यासाठी रूपेशला आत्मविश्वास वाटू लागला. बेनेसेच्या भागीदारीत त्यानं 'कॉम्प्यूटर मस्ती'अभ्यासक्रम प्रायोगिक तत्त्वावर अमेरिकेतील सिलिकॉन व्हॅलीमधील सात शाळांमध्ये वापरून पाहिला. हे शैक्षणिक साहित्य पुस्तकरूपाऐवजी आय-पॅडवर उपलब्ध करून देण्यासाठी त्यांनी त्यात आवश्यक ते बदल केले.

इनओपननं वेगवेगळ्या राज्यांमधील शिक्षण खात्यांशी भागीदारीत काम करायला सुरुवात केली. 'कॉम्प्यूटर मस्ती'चा वापर सुरू करणारं पहिलं राज्य होतं आसाम. सरकारी शाळांमधील चार लाख मुलं आता या प्रकारे कॉम्प्यूटर सायन्स शिकू लागली आहेत.

"बिहार, गोवा आणि महाराष्ट्रातील सरकारांबरोबरसुद्धा आम्ही प्रकल्प करत आहोत."
मार्च २०१४पर्यंत इनओपन ३५० शाळांबरोबर काम करत होती आणि त्यांची उलाढाल ३.६ कोटी रुपये झाली होती. कंपनीनं जयपूर आणि हैदराबादमध्ये शिकवायला सुरुवात केली होती, मुंबईत कामाची व्याप्ती वाढवली होती.

"शैक्षणिक बाबतीत आता आमच्या कंपनीत पीएच.डी. पदवीधारक आहेत; इन्स्ट्रक्शनल डिझायनर्स आहेत, मानसशास्त्राचे द्विपदवीधर आहेत. अलीकडेच आम्ही गुगलसाठी काम केलेल्या एकाला नियुक्त केलंय."

इन्टर्न्स आणि इंटर्नशिप्सच्या बळावर रूपेशचा पूर्ण विश्वास आहे. गेल्या पाच

वर्षांमध्ये तीसपेक्षा जास्त इंटर्न्सनी इनओपनमध्ये काम केलंय.

"मी पहिल्या आयआयटी पदवीधारकाची नेमणूक केली, तेव्हा मला अतिशय आनंद झाला होता. माझ्या इंटर्न्सवर माझा लोभ आहे आणि आमच्या संस्थेत इंटर्नशिप्स वाढवायचा माझा प्रयत्न असतो."

आणि आता इनओपनचा कितीही विकास झालेला असला, तरी कंपनीचे प्रारंभीचे खडतर दिवस रूपेश विसरू शकत नाही! एक बेडरूमच्या फ्लॅटमध्ये त्याच्या सहकाऱ्यांसमवेत तो अनेक महिने राहिला होता आणि त्यांची एकमेकांबरोबर उत्कट जवळीक झाली होती, ही गोष्ट तो कधीच विसरणार नाही.

"माझ्या ज्या आठ कॉलेजमित्रांनी माझ्या कंपनीत सहभाग घेतला होता, त्यांतले पाच जण अजूनही कंपनीतच आहेत आणि कंपनीचे भागधारकसुद्धा आहेत."

गेल्या वर्षात त्याची कंपनी विकत घेऊ इच्छिणाऱ्यांचे दोन प्रस्ताव रूपेशनं नाकारले. आयआयटीच्या इन्क्युबेशनच्या अटीनुसार आयआयटीला दिलेले १ टक्का शेअर्ससुद्धा रूपेशनं परत विकत घेतले आहेत. अशा प्रकारे त्यानं आयआयटीला चांगला आर्थिक लाभ मिळवून दिलाय. एवढंच नव्हे, तर आयआयटी इन्क्युबेटरमध्ये प्रविष्ट झालेल्या सर्व कंपन्यांपैकी सर्वांत अल्पकाळात नफा मिळवू लागण्याचा मान इनओपननं मिळवला आहे.

कंपनीच्या भविष्यकालीन योजनांमध्ये B2C (बिझनेस कॉमर्स) या क्षेत्रात डिजिटल स्वरूपातील पुस्तकांद्वारा प्रवेश करणं, तसंच वेगवेगळ्या युनिव्हर्सिटीज आणि खान ॲकॅडेमी यांच्याबरोबर भागीदारीत काम सुरू करणं, या दोन संकल्पना समाविष्ट आहेत.

"कॉम्प्यूटर सायन्स प्रशिक्षण देणारी जागतिक पातळीवरची संस्था बनण्याचं आमचं उद्दिष्ट आहे."

आणि त्यापलीकडलीसुद्धा त्यांची बरीच स्वप्नं आहेत. होमी भाभा, सेंटर फॉर सायन्स एज्युकेशन यांच्याकडून इनओपननं 'स्मॉल सायन्स' हा अभ्यासक्रम विकत घेतला आहे. इनओपनची टीम त्याच्यावर काम करून त्यात फेरबदल घडवेल आणि ज्या प्रकारे सायन्स (विज्ञान) हा विषय शिकवला जातोय, त्यात आमूलाग्र बदल घडवेल.

"विद्यार्थ्यांमध्ये सूक्ष्मदृष्ट्या विचार करण्याचं कौशल्य निर्माण करायला मदत करणं, मग तो विषय कोणताही असो; हे आमचं उद्दिष्ट आहे."

स्वतःचा विकास घडवण्याच्या इच्छेपोटी रूपेश कलकत्ता येथील 'इंडियन इन्स्टिट्यूट ऑफ मॅनेजमेंट'चा 'एक्झिक्युटिव्ह एमबीए इन बिझनेस ॲनॅलिटिक्स' हा अभ्यासक्रम पूर्ण करतोय. या अभ्यासक्रमामुळे आकडे आणि आकृतिबंध समजून घेण्यात त्याला खूपच मदत झाली आहे.

"मी या अभ्यासक्रमात दाखल झालो तेव्हा मी अवघा चोवीस वर्षांचा होतो. आमच्या तुकडीत मी सर्वांत लहान वयाचा होतो."

त्याच्या कुटुंबीयांबद्दल बोलायचं तर रूपेशच्या मते ते आता खूश आहेत. विशेषतः त्याच्या कामाचं कौतुक होतं, त्याबद्दल वर्तमानपत्रात छापून येतं, तेव्हा त्यांना विशेष आनंद होतो.

तो खांदे उडवून म्हणतो, "तुमचं आयुष्य तुम्ही चारचौघांप्रमाणे जगावंत, तुम्हाला धडपड करावी लागू नये, अशी आई-वडिलांची नेहमीची इच्छा असते."

त्यांच्या म्हणण्यापुढे मान तुकवायची की स्वतःच्या विचारानुसार वागायचं, याची निवड तुम्हीच करायची असते आणि आयुष्यातल्या सर्वांत मोठ्या निर्णयाला, विवाहाला हीच गोष्ट लागू पडते. मारवाडी कुटुंबातील असल्यामुळे रूपेशवर विवाह करून स्थिरस्थावर होण्याबाबत प्रचंड दडपण आणलं जातंय.

पण एकदा तुम्ही उत्कटतेची चव चाखली असली, की तशीच उत्कटता तुम्हाला आयुष्यातील प्रत्येक बाबीबद्दल हवीशी वाटते. त्यात तडजोड करणं तुम्हाला मंजूर नसतं.

"सध्या मी कामाच्या रगाड्यानं शिणून गेलोय. मला थोड्या विश्रांतीची खरोखरच गरज आहे."

पण ही अवस्थासुद्धा बदलेल. भरती-ओहोटी, उच्च-नीच अवस्था पाळीपाळीनं येतच असते!

"अनेकदा मी उमेद हरून सारे प्रयत्न बंद करायच्या मार्गाला आलो होतो. कसं का होईना, मी टिकून राहिलो. मी विश्वास टिकवून धरला आणि काम करत राहिलो."

वादळाच्या पोटातली नीरव स्तब्धता... काळोख्या रात्री उषेची आशा... अपयश तुम्हाला अनेक धडे शिकवत असतं. त्यातला सर्वांत मोठा धडा आहे : शांत राहा आणि प्रयत्न करत राहा!

तरुण उद्योजकांसाठी अनुभवाचे चार शब्द

उत्साह आणि उत्कटता याच यशाच्या गुरुकिल्ल्या ठरतात. चांगले हेतू उराशी धरणारा उत्साही माणूस येनकेन प्रकारेण नीट पावलं उचलतो आणि योग्य मार्गाला लागतो.

मी कॉलेजात दाखल झालो, तेव्हा 'स्टार्टअप' हा शब्द अस्तित्वात आहे हे मला ठाऊकही नव्हतं, अगदी आजमितीलासुद्धा मी 'आंत्रप्रेन्युअरशिप' या शब्दाचं स्पेलिंग चुकवतो.

आपल्या सर्वांसमोरच समस्या उभ्या ठाकतात; पण त्या समस्यांमध्ये समानता असते. भूतकाळातील 'मोठ्ठी' समस्या, आज एक सर्वसाधारण अडचण वाटू लागते. नेटानं प्रयत्न टिकवून धरा!

मी अनेकदा अपयशी ठरलो आणि मला खूप आव्हानांचा सामना करावा लागला. मी काही सुपरमॅन नाही! पण मी माझ्या उद्दिष्टांना चिकटून राहिलो.

माझ्या अपयशांनी मला एक गोष्ट शिकवली की, या टप्प्यापासून पुढे माझा कोणताच तोटा होणार नाहीये; झाला तर फायदाच होईल!

चिकाटी सर्वांत महत्त्वाची असते. माझ्या अपयशांवर माझं प्रेम आहे आणि त्यांनाच आधारस्तंभ बनवून मी यशाकडे वाटचाल केली आहे.

कोणत्यातरी कुणालाही माहीत नसलेल्या कॉलेजातून एमबीए करणं, सर्वसाधारण प्रकारची नोकरी करणं आणि सतत नोकऱ्या बदलत राहणं, ही आजच्या विद्यार्थ्यांमध्ये आढळणारी समान स्वभाववैशिष्ट्यं आहेत.

त्याहून तुम्ही पुष्कळ चांगली कामगिरी करू शकता; पण त्यासाठी प्रथम तुम्ही स्वतःवर विश्वास ठेवायला शिकलं पाहिजे.

अगदी विद्यार्थिदशेपासूनच तुम्हाला खरंखुरं काय आवडतंय ते शोधून काढा आणि त्यावर लक्ष केंद्रित करा.

‘मला माझ्यासाठीच काम करायचंय’ असं उद्दिष्ट ठेवू नका. त्याऐवजी तुम्ही कामाला सुरुवात करा आणि ते काम आणखी वाढवण्याची गरज पडली तर स्वतःची कंपनी चालू करा.

कितीही चुका घडोत, लोक कितीही टीका करोत, नेटानं प्रयत्न करत राहा!

तुम्हा कशाबद्दलतरी खूप उत्साह वाटत असेल किंवा तुम्हाला कशाचातरी उत्कट ध्यास असेल, तेव्हा तुम्ही हरप्रयत्नांनी उद्दिष्टांपर्यंत पोहोचताच पोहोचता!

रीबेल्स विथ अ कॉज

हे अवलिये धोपटमार्ग सोडून विलक्षण वेगळ्या आणि विस्मयकारक जगात भटकले. कारण कॉलेजमध्ये असताना नोकरी शोधण्यापेक्षा त्यांना आत्मशोध घेणं अधिक महत्त्वाचं वाटलं.

अरुज गर्ग

भुकेचा खेळ

अरुज गर्ग
(नॅशनल लॉ स्कूल, बंगळुरू)

भुक्कड

बंगळुरूच्या नॅशनल लॉ स्कूलमध्ये तिसऱ्या वर्षात शिकत असताना अरुज गर्गनं कॅम्पसवरच्या अनेक बुभुक्षितांची भूक भागवण्यासाठी 'टेक अवे फूड जॉइंट' सुरू केला. आता त्याचा 'भुक्कड' हा ब्रँड 'नॅचरल फास्ट फूड' म्हणून तो सर्व लोकांपर्यंत पोहोचवू इच्छितो.

कायद्याचं, लॉचं शिक्षण घ्यायची इच्छा असणाऱ्या प्रत्येकाला बंगळुरूच्या नॅशनल लॉ स्कूलमध्ये प्रवेश घेण्याचा ध्यास लागलेला असतो. बारावीत शिकणाऱ्या अशा हजारो विद्यार्थ्यांपैकीच एक होता अरुज गर्ग. आपलं स्वप्न साकार करण्याचं भाग्यसुद्धा त्याला लाभलं.

नॅशनल लॉ स्कूलचं कॅम्पस भुरळ पडेल असंच आहे. अरुज त्या कॅम्पसच्या प्रेमातच पडला. त्याला आवडली नाही एकच गोष्ट- कायदा; म्हणजेच लॉ हा

विषय! त्यामुळे तो पुस्तकांमधून आणि आजूबाजूच्या लोकांमधून प्रेरणा मिळवू लागला.

"मी अंकुर सिंगलाबद्दल ऐकलं. तो आमच्या कॉलेजचा माजी विद्यार्थी आहे. त्यानं अकोशा डॉटकॉम नावाची कंपनी चालू केली होती. त्यामुळे मी त्याला ई-मेल पाठवून म्हटलं की त्याच्या कंपनीत इंटर्नशिप करायची माझी इच्छा आहे."

अरुजला उद्योजकत्वाचा गाभा चटकन उमजला : उद्योजकत्वात कोणत्यातरी समस्येचं निराकरण करता यावं लागतं. कॅम्पसवरची त्याला जाणवलेली सर्वांत मोठी समस्या होती : 'अन्न!'

यावरचा उपाय होता विद्यार्थ्यांना आपुलकीनं वागवणारा, 'भुक्कड' या समर्पक नावाचा 'टेक अवे फूड जॉइंट'!

कॉलेजमधले अधिकारी कां-कू करत होते. कायदा शिकणाऱ्या विद्यार्थ्यानं व्यवसायात कशाला पडावं? पण मानवनिर्मित कायद्यांपेक्षाही महत्त्वाचे असतात, निसर्गनिर्मित कायदे!

आपल्यापैकी प्रत्येकातच कोणत्यातरी विशेष प्रकारची हुशारी असते! या जगासाठी काहीतरी चांगलं करण्याचं प्रत्येकाचंच भागधेय असतं.

ज्याप्रमाणे दगडावर अंग घासून साप आपली कात टाकतो, त्याप्रमाणे कॉलेजमध्ये तुम्ही आतल्या आत दाबून टाकलेल्या भावनांना मोकळं सोडता; काहीतरी वेगळं करून बघता.

आपल्या आयुष्यात खरा अर्थ शोधता!

भुकेचा खेळ

अरूज गर्ग

(नॅशनल लॉ स्कूल, बंगळुरू)

भुक्कड

अरुज चंडीगडमध्येच जन्मला आणि लहानाचा मोठा झाला.

"मी पंचकुलामधील हन्सराज पब्लिक स्कूलमध्ये शिकलो. तिथे मी वर्गप्रमुख होतो आणि पाठ्येतर उपक्रमांमध्ये अत्यंत सक्रिय होतो. विशेषतः वादविवाद सभा आणि वक्तृत्व स्पर्धांमध्ये मी विशेष सहभाग घ्यायचो."

वस्तुतः तो वर्गात फारच क्वचित सापडत असे; आणि तरीदेखील तो उत्तम विद्यार्थी होता. त्याचे वडील वकील असल्यामुळे स्वाभाविकपणे लहान वयापासूनच अरुजचा कल कायद्याच्या शिक्षणाकडे होता. देशातील सर्वोत्कृष्ट विधिमहाविद्यालयात-बंगळुरूमधील नॅशनल लॉ कॉलेजात प्रवेश मिळवणं, हे त्याचं स्वप्न होतं. अनेक महिने प्रवेशपरीक्षेची तयारी केल्यानंतर अरुज कॉमन लॉ ॲडमिशन टेस्ट (CLAT) या प्रवेशपरीक्षेला बसला आणि त्यात त्याला उत्तम गुण मिळाले. त्याला हव्या असणाऱ्या कॉलेजात प्रवेश मिळाला.

"पहिली दोन वर्षं आश्चर्यानं गुंग करणारी होती. तिथं शिकण्याजोगं खूप काही होतं. देशातील सर्वोत्कृष्ट विधिमहाविद्यालयात शिकता येतंय ही भावनाच मोठी थरारक होती."

हळूहळू; पण निश्चितपणे अरुजला जाणवू लागलं की, लॉ हा विषय त्याला फारसा आवडत नाहीये. आपलं उर्वरित आयुष्य वकिली व्यवसायात घालवण्याची कल्पनासुद्धा त्याला असह्य वाटू लागली. तो त्याच्या दृष्टीनं योग्य व्यवसाय नव्हता. कॉलेजच्या तिसऱ्या वर्षापासून अरुज 'स्टे हंगरी, स्टे फुलिश' आणि 'कनेक्ट द डॉट्स' यांसारखी पुस्तकं चक्क त्याच्या वर्गात बसून वाचू लागला.

" 'सिम्प्ली फ्लाय' हे कॅप्टन गोपीनाथ यांचं आत्मचरित्र वाचूनही मी मंत्रमुग्ध झालो होतो. ही पुस्तकं वाचून उद्योजकत्वाच्या कल्पनेशी माझी ओळख झाली."

२००७ मध्ये पदवी मिळवलेल्या एका माजी विद्यार्थ्याबद्दल अरुजनं ऐकलं होतं. या विद्यार्थ्यानं त्याची स्वतःची कंपनी चालू केली होती. हा ज्येष्ठ विद्यार्थी होता अंकुर सिंगला आणि त्यानं चालू केलेली कंपनी होती 'अकोशा'. ही कंपनी म्हणजे ग्राहकांच्या तक्रारींचं निवारण करणारं इंटरनेटवरचं व्यासपीठ होतं. अरुजनं फेब्रुवारी २०११मध्ये या कंपनीत एक महिना इंटर्नशिप केली.

''त्या वेळेस तिथं एक कॉम्प्यूटर होता, एक डेस्क होतं आणि इतर कुणीही कर्मचारी नियुक्त केला गेलेला नव्हता.''

'अकोशा'साठी काम करणं हा अत्यंत बोधप्रद अनुभव होता. दररोज त्यांना नव्या आव्हानांचा सामना करावा लागत होता आणि छोट्या छोट्या विजयांचा आनंद साजरा करता येत होता.

''मला अजूनही आठवतंय, एके दिवशी आमच्याकडे चार ग्राहक आले आणि आम्ही इतके हर्षोत्फुल्ल झालो! आम्हाला ती खूप मोठी गोष्ट वाटली होती!''

अंकुरबरोबर अनेक तास चर्चा केल्यानंतर अरुजच्या लक्षात आलं, की उद्योजकाला गरज असते एखाद्या खऱ्याखुऱ्या समस्येची; आणि त्या समस्येचं निवारण करता येण्याची! आणि वसतिगृहांमधल्या विद्यार्थ्यांसमोर अन्नापेक्षा, जेवणापेक्षा मोठी समस्या कोणती असणार? तुम्ही कोणत्याही कॅम्पसवर जा- मेसमध्ये मिळणाऱ्या जेवणावर कुणीच खूश नसतं.

''त्यामुळे मी विचार केला की कॅम्पसवरच एखादा लहानसा 'फूड जॉइंट' का चालू करू नये? माझे आणखी दोन मित्रसुद्धा म्हणाले, ''ही कल्पना छान आहे. आपण एकत्रितपणे हे काम करू या.''

प्रारंभिक भांडवल म्हणून प्रत्येकानं २० हजार रुपये आणावेत, असं त्यांनी ठरवलं. पण चर्चेच्या टप्प्यावरच या दोन्ही मित्रांनी या प्रकल्पातून माघार घेतली. त्यांच्या आई-वडिलांनी त्यांच्यावर तसं दडपण आणलं होतं. या गोष्टीचा त्यांच्या अभ्यासावर प्रतिकूल परिणाम होईल, असं त्यांना वाटत होतं.

''माझ्या आई-वडिलांनीसुद्धा अट घातली होती, 'कोणत्याही विषयात तू नापास होता कामा नयेस! तुला आतासारखंच क्युम्युलेटिव्ह ग्रेड पॉइंट ॲव्हरेज म्हणजे गुणांची विशिष्ट पातळी टिकवून धरता आली पाहिजे!''

अरुजनं त्यांना शब्द दिला, ''मी तुमची मान खाली जाऊ देणार नाही. मी वचन देतो.''

अरुजनं एका बाबतीत दृढनिश्चय केलेला होता : तो त्याच्या आई-वडिलांपुढे पैशांची याचना करणार नव्हता. थोडे पैसे उभे करणं, हे त्यामुळे त्याच्यापुढलं पहिलं आव्हान होतं. इंटर्नशिपमध्ये मिळालेला भत्ता शिल्लक टाकून आणि नॅशनल लॉ स्कूलमधल्या एका संशोधन प्रकल्पासाठी काम करून अरुजनं अखेरीस २५ हजार रुपये एकत्र केले.

"मला एक फेसबुक स्पर्धा आठवतेय. मी माझ्या सर्व मित्रांना त्यावरचं 'पेज लाइक' करायला सांगितलं होतं. अशा प्रकारे थोडेसे पैसे मिळवण्याचे अनेक मार्ग असतात!"

'अकोशा' कंपनीच्या अंकुर सिंगलानंसुद्धा अरुजच्या व्यवसायात १० हजार रुपये गुंतवले; कारण त्याला अरुजची कल्पना पसंत पडली होती.

आता वेळ आली होती अधिकारी मंडळाची परवानगी मिळवण्याची आणि त्यासाठी त्याला त्यांचं मन वळवावं लागलं. सुरुवातीला त्यांना स्वच्छता आणि दर्जा यांबाबत काळजी वाटत होती; पण खरा मूलभूत प्रश्न होता- लॉच्या विद्यार्थ्याला व्यवसाय सुरू करायला उत्तेजन देणं योग्य ठरेल का?

"त्यांचं मन द्विधा होत होतं; पण मी नेटानं माझं म्हणणं लवून धरलं आणि अखेरीस त्यांनी परवानगी दिली!"

विद्यार्थी संघटनेचा अध्यक्ष अजर रब आणि उपकुलगुरू वेंकट राव हे दोघंही अरुजच्या पाठीशी उभे राहिले. कॉलेजनं अरुजला १०० चौरस फुटांची एक लहानशी मोकळी जागा, महिन्याला एक हजार रुपये एवढ्या नाममात्र भाड्यानं वापरायची परवानगी दिली.

प्रश्न होता : विकायचं काय?

"सुरुवातीला मी विचार केला की बाहेरून अन्नपदार्थ आणावेत आणि तेच विकावेत. पण माझ्या लगेचच लक्षात आलं की ही कल्पना यशस्वी ठरणार नाही."

स्वतःचा असा खास 'मेन्यू' तयार करण्यासाठी अरुजनं त्याच्या हॉस्टेलच्याच खोलीचं प्रायोगिक स्वयंपाकघरात परिवर्तन केलं. थोडीशी भांडी आणि स्वस्तातली हॉटप्लेट वापरून स्वयंपाक करणं आणि चव पाहणं सुरू झालं. स्वयंपाकात

> **"ते जर एमबीए कॅम्पस असतं तर परिस्थिती बहुधा वेगळी असती! मी लॉशी काहीही संबंध नसलेली कोणतीतरी गोष्ट करतोय, ही वस्तुस्थिती स्वीकारणं, लॉ कॉलेज कॅम्पसवरच्या लोकांना फारच अवघड जात होतं!"**

''सुरुवातीला कॉलेजचं अधिकारी मंडळ 'नाही' म्हणालं, पण तुम्ही चिकाटीनं पुन्हा पुन्हा आपली बाजू मांडत राहिलात, तर तुम्हाला होकार मिळतो.''

त्याच्या सहाध्यायी मित्राची- श्वेतांक जिनोडियाची त्याला खूपच मदत होत होती. कोणती गोष्ट चविष्ट लागेल, याचा श्वेतांकला उत्तम अंदाज होता.

''आम्ही हॉस्टेलमधल्या पोरांना चक्क फुकटात अन्नपदार्थ वाटत होतो आणि त्यांना विचारत होतो, 'तुम्हाला हे आवडताहेत?' ''

रात्रीच्या वेळेस अरुजचे मित्र येत, पदार्थांची चव बघत आणि या स्फूर्तिदायक कल्पनेसाठी विचारविनिमय करत- हॉटडॉगची चव कशी सुधारायची... कोणत्या प्रकारचे सॉसेस वापरावेत... प्रयोगात अनेक गोष्टी फसल्या; पण चिकन-सलामी सँडविचसारख्या अफलातून कल्पनासुद्धा स्फुरल्या!

एका बाबतीत अरुज अगदी ठाम होता. जितका कमी स्वयंपाक करावा लागेल, तेवढं श्रेयस्कर!

''आम्हाला सबवेसारखं, गोष्टी नुसत्या एकत्र करणारं तंत्र वापरायचं होतं. सबवे हे माझं स्फूर्तिस्थान होतं!''

सबवेची पद्धत असते : ग्राहकाला हवं असेल तेव्हा, त्याला हवे असतील ते ताजे, पौष्टिक पदार्थ झटपट एकत्र करून द्यायचे. आता प्रश्न एकच उरला होता. या व्यवसायाला नाव काय द्यायचं? नॅशनल लॉ स्कूलमध्ये अरुजच्या मागच्या वर्गात शिकणाऱ्या विक्रम शाहनं नाव सुचवलं 'भुक्कड'. आणि तत्क्षणी अरुजला जाणवलं की हेच नाव योग्य ठरेल!

'भुक्कड टेक-अवे'चं १ मे २०११ रोजी उद्घाटन झालं. मेन्यूत होते पिझ्झा, सँडविच आणि बर्गर्स. कॅम्पसवर खूपच खळबळ माजली होती आणि पहिल्याच दिवसाची विक्री झाली ५३०० रुपये.

''सुरुवातीला त्यात लोकांना नावीन्य वाटत होतं. ते वेगवेगळे पदार्थ चाखून पाहत होते. एका महिन्यानंतर विक्रीचा आकडा दर दिवसाला दोन ते तीन हजार रुपयांपर्यंत स्थिर झाला.''

दुपारी दीड वाजता वर्गातली लेक्चर्स संपली, की 'भुक्कड कॅफे' उघडत असे आणि रात्री दहा वाजता बंद होत असे. सुरुवातीला अरुज स्वतः तिथं जातीनं हजर राहून गल्लाही सांभाळत असे आणि खाद्य पदार्थसुद्धा देत असे. बऱ्याचदा मित्र येऊन

त्याला हातभार लावत. काही जण तिथं थांबून गाणी लावत.

"ती विद्यार्थ्यांची खास जागा बनली. तिथं कुणीही यावं, आराम करावा आणि आनंदात वेळ घालवावा, अशी प्रथा पडली आणि माझी तशीच इच्छा होती!"

पण तुम्ही दीर्घ काळपर्यंत एखादा व्यवसाय आपखुशीनं मदत करणाऱ्यांच्या बळावर चालवू शकत नाही! तुम्हाला कर्मचारी ठेवणं आवश्यक असतं. काही काळानं अरुजनं कॅम्पसवरच्या रात्रीच्या रखवालदाराचं मन वळवून त्याला काम करण्यासाठी तयार केलं. त्याला जास्त पगाराखेरीज आणखी एक प्रलोभन होतं- 'रात्री काम करावं लागणार नव्हतं!'

या व्यवसायात अत्याधुनिक तंत्रज्ञानाची गरज नसते. त्यात कामाची एक 'विशिष्ट पद्धत' (standard operating procedure) वापरावी लागते आणि या व्यवसायातलं प्रशिक्षण म्हणजे तुम्ही स्वतः तुमच्या कर्मचाऱ्याजवळ उभं राहून कोणतं काम कशा पद्धतीनं करायचंय हे त्याला समजावून सांगणं आणि ती सवय त्याच्या अंगी मुरेपर्यंत त्याच्याकडून काम करून घेत राहणं. "मी स्टँडर्ड ऑपरेटिंग प्रोसिजर (SOP) लिहून काढत असे आणि कर्मचाऱ्यांना समजेल अशा भाषेत लिहून देत असे."

गोष्टी अगदी सुरळीतपणे चाललेल्या होत्या; पण नंतर समस्यांना सुरुवात झाली. एका कर्मचाऱ्यानं अचानक नोकरी सोडून द्यायचा निर्णय घेतला. त्याच्या जागी आलेल्या दुसऱ्या कर्मचाऱ्यानं कामाला सुरुवात होण्यापूर्वीच नोकरी सोडून दिली. या टप्प्यावर 'भुक्कड' सहा महिने (जानेवारी २०१३ ते जून २०१३) बंद ठेवण्यापलीकडे अरुजपुढे अन्य पर्यायच उरलेला नव्हता.

"मी ठरवलं की मी एका कर्मचाऱ्यावर अवलंबून राहू शकणार नाही आणि मी स्वतःच काम हाती घेतलं."

एक अर्ध वेळाचा कर्मचारी सकाळी येऊन काही प्राथमिक स्वरूपाची तयारी करून देत असे. त्याच्या मदतीनं अरुजनं 'भुक्कड' पुन्हा सुरू केलं. त्यासाठी फक्त दोन तासांची सुट्टी घेऊन त्याला संपूर्ण दिवसभर काउंटरपाशी उभं राहावं लागत होतं. या टप्प्यावर पुन्हा एकवार त्याच्या मित्रांनी त्याला खूप मदत केली. इतर कर्मचारीही येऊन मदत करत राहिले.

"कुणीतरी पदार्थाची मागणी केल्यानंतर तो शिजवायला सुरुवात करायची नाही, असं आम्ही ठरवलं होतं. अन्नपदार्थ आधीच शिजवून फ्रिजमध्ये ठेवायचे आणि मागणीनुरूप फक्त एकत्र करायचे."

"तुम्ही किती तास अभ्यास करता हे महत्त्वाचं नसतं; महत्त्वाची असते अभ्यास करण्याबाबतची चतुराई! चतुराईचा वापर करूनच मी अभ्यास आणि व्यवसाय या दोन्ही गोष्टी करू शकलो!"

हळूहळू गोष्टी स्थिरावू लागल्या आणि अरुजला त्या जागी दिवसाकाठी फक्त एखादा तास थांबावं लागू लागलं. त्याचं प्रमुख काम होतं, किती माल उरलाय याकडे लक्ष पुरवणं आणि बारीकसारीक समस्या उद्‌भवल्यास त्यांचं निराकरण करणं. महिन्याला ३० ते ३५ हजार रुपयांचे खाद्य पदार्थ विकले जाऊ लागले आणि त्यातून पाच ते आठ हजार रुपयांचा घसघशीत नफा सुटू लागला. तेवढे पैसे हॉटेलात खाणं, सिनेमे बघणं आणि प्रवासासाठी पुरेसे होते.

"मी खूश होतो; कारण मला पॉकेटमनीसाठी माझ्या आई-वडिलांपुढे हात पसरावा लागत नव्हता!"

दरम्यान अरुजनं अभ्यासातली आपली गुणवत्ता टिकवून धरली होती आणि आई-वडिलांना दिलेला शब्द त्यानं पाळला होता. अभ्यास आणि व्यवसाय या दोन्ही गोष्टी तो उत्तम प्रकारे सांभाळत होता; पण चौथं वर्षं संपत आलं तेव्हा कठीण निर्णय घ्यायची वेळ उभी राहिली. प्रत्येक जण त्याला कामाचा थोडा अनुभव घेण्याचा सल्ला देत होता.

ते म्हणत होते, "तुला एखाद्या लॉ फर्ममध्ये काम करायचं नसेल, तर एखाद्या खाद्य व्यवसायात काम करून अनुभव घे!"

'काय करणं योग्य ठरेल' हा प्रश्न अनेक दिवस आणि अनेक आठवडे त्याचा मेंदू कुरतडत राहिला. "अखेरीस मी निर्णय घेतला की व्यवसायाला गती आलेली असल्यामुळे मी हाच व्यवसाय पुढे नेणं शहाणपणाचं आणि तार्किकतेचं ठरेल!"

अल्प काळ अरुजचं मन दोलायमान होत होतं. जरी 'एझीबी पार्टनर्स' किंवा 'अमरचंद मंगलदास' यांसारख्या मानाच्या लॉ फर्म्समध्ये नोकरी मिळवण्यात त्याला अजिबात रस नव्हता, तरी मॅकिंझीची त्याला भुरळ पडली होती. त्या कंपनीत नोकरी मिळावी म्हणून त्यानं अर्जसुद्धा केला होता.

"मॅकिंझीचा दोन वर्षांचा उपक्रम असतो. त्यानंतर तुम्ही एमबीए करू शकता. मी इंटरव्ह्यूसाठी गेलो; पण माझी निवड झाली नाही."

त्यानंतर अधिक एकाग्र चित्तानं आणि नव्या जोमानं त्यानं 'भुक्कड'कडे लक्ष

वळवलं. फेब्रुवारी २०१३मध्ये बंगळुरूमध्ये नव्यानं उघडत असलेल्या 'फासोज'मध्ये त्यानं दोन आठवडे कामाचा अनुभव घेतला. त्यानं त्या कंपनीच्या संस्थापकाला ई-मेल पाठवून विचारलं होतं की तो तिथं पगारासाठी नव्हे, तर फक्त अनुभव गोळा करण्यासाठी काम करू शकेल का?

"'फासोज' हीसुद्धा नवोदित कंपनी (स्टार्टअपच) आहे; पण त्यांना वित्तनिवेशक मिळाले आहेत. त्यामुळे त्यांची कामकाजाची प्रक्रिया आणि कार्यप्रणाली नीटपणे आखण्यात येऊन, ती कार्यान्वित करण्यात आली आहे."

'फासोज'साठी काम केल्यामुळे अरुजला या व्यवसायातल्या खाचाखोचा समजल्या; रेस्टॉरंटमधली कार्यपद्धती, नफा-तोटा आणि खर्च यांचे अंदाज बांधणं आणि मार्केटिंगची कला या गोष्टींमधली त्याची समज वाढली. दोन आठवड्यांनंतर विधिमहाविद्यालयातल्या या विद्यार्थ्याच्या मनात पुरेपूर आत्मविश्वास निर्माण झाला होता की, तो त्याचा स्वतःचा व्यवसायसुद्धा याच उंचीवर नेऊ शकेल.

जुलै २०१३ मध्ये पदवी मिळवल्यानंतर अरुजनं त्याचा व्यवसाय संस्था स्वरूपात परिवर्तित करण्याची आणि त्याला व्यावसायिक स्वरूप देण्याची प्रक्रिया सुरू केली. त्याचा लंडनस्थित चुलतभाऊ वित्तनिवेशक आणि सल्लागार म्हणून पुढे आला. आजपर्यंत भुक्कड परवान्याशिवायच काम करत होतं आणि करही भरत नव्हतं. कामाची ही पद्धत बदलणं अनिवार्य होतं. बंगळुरू शहरात खाद्य पदार्थ व्यवसाय करण्यासाठी चार वेगवेगळे परवाने आवश्यक असतात; आणि ते मिळवणं सोपं नसतं. एकतर तुम्हाला स्वतःलाच टाचा घासत खेटे घालावे लागतात; नाहीतर सल्लागार नेमावा लागतो. हात ओले करण्यासाठी लागणारे पैसे धरून प्रत्येक परवान्यासाठी सल्लागाराचा दर असतो १० हजार रुपये!

"माझ्याजवळ तेवढा पैसा नव्हता. त्यामुळे मला घाम गाळूनच या गोष्टी शिकाव्या आणि कराव्या लागल्या. यातील खाचाखोचा समजून घ्यायला मला पाच महिने लागले; पण अखेरीस मी माझा परवाना मिळवला!"

इतके कष्ट कशासाठी उपासयचे? कारण जेव्हा तुमची कंपनी आकारानं वाढते आणि तुम्ही वित्तनिवेशकांचा शोध घेऊ लागता, तेव्हा तुमची कंपनी कायद्याच

> **"परवाने कसे मिळवायचे, याच्या खाचाखोचा शिकण्यासाठी मला पाच महिने खर्चावे लागले! परंतु सरकारी अधिकाऱ्यांकडून काम कसं करून घ्यायचं हे मी आता पूर्णपणे जाणतो."**

"सर्वांत स्वस्त कच्चा माल कुठे मिळेल हे शोधण्यासाठी आम्ही संपूर्ण बंगळुरू पालथं घातलं. स्वस्तात कच्चा माल मिळवता आला असता तरच आम्हाला आमच्या खाद्य पदार्थांच्या किमती कमी ठेवता आल्या असत्या."

पालन करते आहे की नाही, हे वित्तनिवेशक बघतात! व्यावसायिक पद्धतीनं चालवली जाणारी, सरकारी नोंदणी करण्यात आलेली आणि कर भरणारी कंपनी चांगले कर्मचारीही आकर्षित करून घेऊ शकते.

ऑक्टोबर २०१३मध्ये अरुजनं एका तज्ज्ञ शेफची नियुक्ती केली. तो 'हॉटेल मॅनेजमेंट'चा पदवीधर होता आणि त्यानं एका पंचतारांकित हॉटेलमध्ये दोन वर्षं काम केलं होतं. "मला पूर्णपणे कामाची जबाबदारी उचलेल, असा खाद्य पदार्थांबाबतच्या सुरक्षिततेचं ज्ञान असलेला माणूस गरजेचा वाटत होता."

पण पंचतारांकित हॉटेलमधली नोकरी सोडून एका स्टार्टअप कंपनीत यायला अरुजनं शेफ संदेश एम.एस.ला राजी तरी कसं केलं? बाहेरून लक्झरी हॉटेल खूप प्रतिष्ठेचं वाटत असलं तरी तिथला पगार बेताचा असतो आणि कामाचे तास अफाट असतात!

"मला ठाऊक होतं की तिथल्यापेक्षा मला त्याला जास्त पगार द्यावा लागेल; पण त्याखेरीज मी त्याला म्हटलं, 'हे एक आव्हान आहे! इथं संपूर्ण कामाची जबाबदारी तुझ्यावर आणि फक्त तुझ्यावरच असणार आहे.' "

उद्योजक एक स्वप्न विकत असतो. तो उद्याचा रम्य भविष्यकाळ रंगवत असतो. पण व्यवहारातली वस्तुस्थिती अगदी वेगळीच असू शकते. अरुज ज्याला 'संपूर्ण काम' म्हणत होता, ते काम अरुजच्या बाणशंकरीमधील एका बेडरूमच्या फ्लॅटमधून केलं जात होतं आणि मारुती आल्टोचा उपयोग 'डिलिव्हरी व्हॅन'सारखा केला जात होता!

"आमच्यापुढलं तत्कालिक उद्दिष्ट होतं, 'भुक्कड'ची आणखी तीन विक्री केंद्रं सुरू करून आमचा व्यवसायाचा आराखडा योग्य आहे, हे सिद्ध करण्याचं!"

तर्कशुद्ध गोष्ट ठरली असती : आणखी कॉलेज कॅम्पसेसवर विक्री केंद्र सुरू करणं ही! पण या कल्पनेत एक व्यवहारातला अडथळा आडवा आला. बरीचशी कॉलेजं वर्षाकाठी चार-पाच महिने बंदच ठेवली जातात. त्यात वार्षिक सुट्टी आली, परीक्षेच्या तयारीसाठीची सुट्टी आली.

तसंच रविवार आणि इतर सणांच्या सुट्ट्या आल्या; त्यामुळे फक्त कॉलेज कॅम्पसवरच व्यवसाय अवलंबून ठेवून चालण्याजोगं नव्हतं; पण 'कॉलेज कॅम्पस' ही विक्रीची

जागा नसेल, तर मग 'भुक्कड'ची विशेषता ती काय राहिली असती?

''डॉमिनोज हे पिझ्झाचं प्रतीक आहे. मॅकडॉनल्ड्स म्हटलं की डोळ्यांपुढे बर्गर्सच येतात. आम्ही यांतील प्रत्येक गोष्ट थोड्या थोड्या प्रमाणात ठेवत होतो!''

आणि फक्त विक्री केंद्र म्हणून चालवलं जाणारं 'भुक्कड' सुंदर वातावरणही पुरवू शकणार नव्हतं. मग आता पर्याय कोणता? हा प्रश्न या तरुण उद्योजकाचा मेंदू ढवळून काढत होता, तर दुसरीच समस्या त्याचं पोट घुसळून काढू लागली होती! ती समस्या होती, ''मी आज रात्री काय खावं?''

जुलै २०१३मध्ये अरुजचं कोलेस्टेरॉल खूपच वाढल्याचं निदान करण्यात आलं होतं. त्याचं वय पाहता ही व्याधी विचित्रच होती. त्यामुळे त्याच्यापुढले जेवणाचे पर्याय अत्यंत सीमित झाले होते. चिप्स, बिस्किटं, आइस्क्रीम आणि प्रक्रिया करण्यात आलेले जवळजवळ सारेच खाद्य पदार्थ त्याला वर्ज्य करण्यात आले होते.

''बाहेर जेवायचं तर माझ्यापुढे सबवे सँडविच किंवा इडलीखेरीज अन्य पर्यायच उरले नव्हते!''

सारासार विचारबुद्धी आणि कडक शिस्त यांच्या मदतीनं अरुज कोलेस्टेरॉलची पातळी खाली आणू शकला; पण एका विचारानं त्याच्या मनाची पकड घेतली. फास्ट फूड प्रकृतीला चांगलं आणि त्याबरोबरच ते चविष्टसुद्धा का असू नये? प्रकृतीला चांगलं आणि त्याचबरोबर चविष्ट असं फास्ट फूड कसं बनवता येईल या प्रश्नाची उकल करण्यासाठी खूप संशोधन करावं लागलं.

त्या संशोधनांती, अरुजला इंग्लंडमधील आणि अमेरिकेतील नैसर्गिक स्वरूपाचं फास्ट फूड* विकणाऱ्या कंपन्यांबद्दल माहिती मिळाली. या कंपन्या कमीत कमी प्रक्रिया केलेले आणि पदार्थ टिकवण्यासाठी कमी रसायनं घातलेले अन्नपदार्थ विकतात.

''त्यांच्या मेन्यूमध्ये स्निग्धपदार्थ असलेले पर्याय असत. पण ते स्निग्धपदार्थ प्रकृतीसाठी 'हेल्दी' असतात. मला त्या प्रकारचे अन्नपदार्थ आवडतात!''

''इतर सारे जण आपापल्या भूमिका निभावत आहेत.
मी समस्यांचं निराकरण करण्याची जबाबदारी
उचलतो आहे.''

* ('पनिनारो' आणि 'क्रॉस्टिनी' या चेन्स 'नॅचरल फास्ट फूड' या तत्त्वावर चालविल्या जातात.)

“होलव्हीट ब्रेड हा नेहमीच्या वापराचा ब्रेड आहे. कुणी मैद्याचा पांढरा ब्रेड मागितला, तर त्याला आम्ही जास्त आकार लावू.”

अशा प्रकारे ‘भुक्कड’चा नवा सुधारित अवतार जन्माला आला. अधिक परिपक्व, अधिक सुज्ञ आणि अधिक आरोग्यदायक. खिशाला परवडेल अशी जलद सेवा पुरवणारं, नैसर्गिक प्रकारचे खाद्य पदार्थ विकणारे, कोणत्याही जागी कामकाजाला सिद्ध असलेलं आणि सर्व प्रकारच्या लोकांना सेवा पुरवणारं खाद्य पदार्थ विक्री केंद्र! विशेषतः तरुण अधिकारी आणि आय.टी. व्यावसायिक- जे क्वचितच घरी स्वयंपाक करतात- अशांना आरोग्यदायी अन्नपदार्थ पुरवणारं!

अरुजनं आपली संकल्पना आपल्या एंजल इन्व्हेस्टरच्या कानी घातली आणि त्यानं अरुजला पसंतीची पावती दिली.

“बिझनेस पार्क्समध्ये आणि जिथं खूप कर्मचारी काम करतात अशा ठिकाणी जागा शोधायचा आम्ही सध्या प्रयत्न करत आहोत.”

जर त्यांना योग्य प्रकारचा मेन्यू शोधता आला तर ही कल्पना यशस्वी ठरेल आणि त्या दृष्टीनं शेफ संदेश आणि एलएलबी अरुज अन्नाबाबतचे नवे ‘कायदे’ तयार करण्यात गढलेले आहेत. त्यांच्या स्वयंपाकघरात ते अनेक प्रकारच्या पाककृती करून पाहत आहेत.

‘भुक्कड’च्या नीतिनियमांनुसार प्रक्रिया केलेलं मांस, मैद्याचा ब्रेड आणि पॅकेट्समधून तयार स्वरूपात विकलं जाणारं सॅलड ड्रेसिंग पूर्णतः वर्ज्य आहे. त्यांचा मानस आहे ताजे अन्नपदार्थ विकत घेऊन ते आरोग्यदायी पद्धतीनं त्यांच्या स्वतःच्या कंपनीच्या किचनमध्ये शिजवून तयार करण्याचा!

“ज्या सॅलड ड्रेसिंगमध्ये अंडं वापरलं जातं, त्यासाठी आम्ही फक्त अंड्यांचा पांढरा भागच वापरतो. मेयोनीजच्या जागी ‘ह्युमस’ हा पर्याय सर्वोत्कृष्ट असल्याचं आम्ही शोधून काढलंय!” त्याखेरीज ‘भुक्कड किचन’ फक्त ऑलिव्ह ऑइल वापरतं. हे सारं ठीक आहे; पण खर्चाचं काय? अशा बाबतीत किमतीबाबत अत्यंत संवेदनशील असणाऱ्या विद्यार्थिवर्गाला खाद्य पुरवण्याचा अनुभव कामाला येतो!

“कॉलेजमधील ग्राहकांना आम्ही सँडविचच्या किमतीलाच सॅलड विकू लागलो होतो आणि ही कल्पना अत्यंत यशस्वी ठरली होती! आणि तरीसुद्धा आम्ही त्यातून नफा मिळवला होता. अगदी शेवटच्या पैशापर्यंत आम्ही सारं हिशोबात धरलं होतं.”

आरोग्याला चांगले खाद्य पदार्थ किमती न वाढवता पुरवणं, हीच खरी हुशारी ठरते. खूप धावपळ केल्यानंतर अरुजला एक विक्रेता सापडला आहे. हा विक्रेता परवडेलशा किमतीत गव्हाच्या पिठाचा (मैद्याचा नव्हे!) ब्रेड पुरवायला तयार झाला.

तो विक्रेता म्हणाला, "तुमची ही नवी कंपनी असल्यामुळे मी तुम्हाला मदत करेन. इतर रेस्टॉरंट्सना देतो, त्यापेक्षा स्वस्त दरानं मी तुम्हाला ब्रेड पुरवेन."

अशा साऱ्या गोष्टी करूनही नॅशनल लॉ स्कूलमधल्या 'भुक्कड' विक्री केंद्रातील किमती १५ ते २०टक्क्यांनी वर गेल्या आहेत; पण आश्चर्याची गोष्ट म्हणजे असं असूनही विक्री ३०टक्क्यांनी वर गेली आहे.

हे शक्य झालंय मेन्यूमध्ये 'एशियन ग्रीन सॅलड' (फरसबी, फ्लॉवर, लेट्यूस आणि त्यावर लिंबू-मधाचं ड्रेसिंग आणि सर्वांत वर खमंग भाजलेल्या शेंगदाण्यांची पखरण) यासारखे कल्पक बदल घडवल्यामुळे.

"आमचे काही ग्राहक तर या सॅलडची मागणी आधीपासूनच नोंदवून ठेवतात. दुसरा लोकप्रिय खाद्य पदार्थ आहे 'मेक्सिकन बीन सँडविच'. त्यासाठीचा साल्सा-सॉस आम्ही स्वतः बनवतो. राजमा आणि आलापिनो मिरच्यांमध्ये साल्सा सॉस घालून हे सँडविच तयार करतो."

हे कल्पक बदल घडवणं शक्य झालंय, किचनमधल्या त्यांच्या दैनंदिन नवनव्या प्रयोगांमुळे. असे प्रयोग करताना मात्र सर्व काही फक्त नैसर्गिक स्वरूपाचंच वापरण्याची खबरदारी घेण्यात येते.

सर्व गोष्टी प्रकृतीसाठी उत्तम अशाच वापरण्याच्या कटाक्षामुळे ते स्वयंस्फूर्तीनं पर्याय शोधत असतात. उदाहरणार्थ, पास्तामध्ये सर्रास वापरल्या जाणाऱ्या मलईदार चीजयुक्त सॉसला आरोग्यदायक पर्याय कसा शोधायचा?

"उकळलेलं दूध आणि कॉलिफ्लॉवर वापरून आम्ही पर्यायी 'व्हाइट सॉस' बनवून पाहत आहोत." ही कल्पना त्यांना दिली नॅशनल लॉ स्कूलची माजी ज्येष्ठ विद्यार्थिनी प्रियदर्शित केडल्या हिनं! ती मधुमेहींसाठीचा आहार सुचवणारा 'शुगर फ्री स्वीट हार्ट' नावाचा ब्लॉग लिहिते.

दरम्यान पडद्यापाठीमागच्या कामांपैकी सर्वांत आव्हानात्मक काम आहे : किती कच्चा माल उरलाय याचा हिशोब ठेवणं. दिल्लीस्थित नवी कंपनी 'पोझिस्ट'नं तयार केलेलं सॉफ्टवेअर विकत घेण्यासाठी भुक्कडनं पैसे खर्च केले आहेत.

हे सॉफ्टवेअर 'क्लाउड'वर आहे. त्यामुळे कोणत्याही वेळेस ऑफिसमध्ये असताना

किंवा स्वतःच्या स्मार्टफोनवर प्रत्येक विक्रीकेंद्रात किती कच्चा माल उरलाय, हे अरुज पाहू शकतो.

सध्या शेफखेरीज फक्त दोन पूर्ण वेळाचे कर्मचारी 'भुक्कड'नं नियुक्त केले आहेत; पण आता त्यांची संख्या वाढवण्याची वेळ येऊन ठेपली आहे आणि योग्य प्रकारचा कर्मचारी शोधण्याची चतुर पद्धत अरुजनं शोधून काढलीय.

जेव्हा जेव्हा तो एखाद्या रेस्टॉरंटमध्ये जातो आणि तिथं त्याला एखाद्या कर्मचाऱ्याची वागण्याची पद्धत पसंत पडते, तेव्हा तो त्याला स्वतःचं व्हिजिटिंग कार्ड देऊन जातो.

"नुकताच मी 'क्रिस्पी क्रीम'मध्ये गेलो होतो. तिथं मला नुसत्या ऑर्डर्स लिहून घेणारा हा मुलगा दिसला. त्याच्या अंगी मार्केटिंगचं उत्तम कौशल्य होतं. मला ठाऊक आहे की तीनच महिन्यांत तो माझ्यासाठी काम करत असेल!"

तुम्हाला कशाची गरज आहे आणि ती गोष्ट कशी मिळवायची हे समजलं तरच तुम्ही उद्योजक बनू शकता. अनेक हितचिंतकांनी अरुजला त्याचं 'भुक्कड' हे ब्रँडनेम बदलून त्या जागी कोणतं तरी सुसंस्कृत नाव वापरण्याचा सल्ला दिला आहे. तरीसुद्धा अरुजनं आपल्या अंतर्मनाचा कौल मानून तेच नाव कायम ठेवलं आहे.

"मला 'भुक्कड' शब्द ऐकायला आवडतो आणि ते नाव माझ्यासाठी शुभशकुनी ठरलं आहे; पण आमच्या ब्रँडिंगवर मात्र मला काम करावं लागणार आहे!"

एकदा पहिली तीन विक्रीकेंद्रं सुरू होऊन नीटपणे चालू लागली की व्यवसायाचा आकार वाढवण्यासाठी अरुज बाहेरचा वित्तनिवेशक शोधणार आहे.

"एक मध्यवर्ती व्यावसायिक किचन सुरू करून संपूर्ण बंगळुरूभर 'भुक्कड'ची विक्रीकेंद्रं सुरू करणं, हे माझं उद्दिष्ट आहे. सध्या आम्ही आकारानं लहान असलो तरी आमची स्वप्नं मोठी आहेत."

त्याचं स्वप्न आगळंवेगळंच आहे. त्याचा 'लॉ' या विषयाशी कोणताही संबंध नाही! पण अरुजच्या डोळ्यांपुढे नॅशनल लॉ स्कूलमधील माजी विद्यार्थ्यांचं प्रेरक उदाहरण आहे- समीर सिंग आणि मॅथ्यू चंडी. या दोघांनी लंडनमध्ये 'मूलीज' नावाचं रेस्टॉरंट सुरू केलं आणि ते तिथल्या रॅप्ससाठी (सारण भरलेली पोळीची गुंडाळी) अत्यंत सुप्रसिद्ध झालं. कालांतरानं त्यांनी ते एका निवेशकाला विकून टाकलं.

अरुज फक्त २४ वर्षांचा आहे. वय आणि ऊर्जा या त्याच्या जमेच्या बाजू आहेत आणि तो त्याच्या संकल्पनेवर संपूर्णपणे एकाग्र चित्त आहे.

"हा व्यवसाय नावारूपाला आणण्यासाठी माझ्या आई-वडिलांनी मला दोन वर्षांची मुदत दिली आहे आणि मी तसं करून दाखवण्याचा दृढनिश्चय केलेला आहे."

हा शेवटी सारा तुमच्या श्रद्धेचा प्रश्न असतो! 'कुछ तो लोग कहेंगे, लोगों का काम है कहेना!'

तुम्हाला आत्मसंतुष्ट राहून थोडक्यात समाधानी राहायचंय की तुमच्या ठायी एक बुभुक्षित भुक्कड आहे- अलौकिक कर्तृत्वाची भूक असलेला!

तरुण उद्योजकांसाठी सल्ला

धाडसानं उडी मारा आणि चिकाटीनं डटून राहा- कोणत्यातरी प्रकारे प्रयोग यशस्वीच होईल. लगेचच तुम्ही खूप पैसे मिळवू लागणार नाही. तेव्हा सहनशीलतेनं वाट पाहत राहा.

तुम्हाला जेव्हा काहीतरी धाडसाचं आणि मोठं काम करायची तळमळ वाटत असते, तेव्हा सारं जग संगनमत करून तुम्हाला मदत करू लागतं! मला जेव्हा जेव्हा पैशांची गरज होती, तेव्हा तेव्हा मला पैसे मिळवून देणारे प्रकल्प मिळत गेले. नॅशनल लॉ स्कूलच्या माजी विद्यार्थ्यांनी मला आवश्यक असलेल्या कायद्याच्या गोष्टी करून देण्याची तयारी दर्शवली. गोव्यातल्या एका डिझाइन फर्मनं आमचं ब्रँडसंबंधित काम विनामूल्य करून दिलं. खरं सांगायचं तर अवचितपणे अनेक लोकांनी मदत करण्याची तयारी दर्शवली आणि गोष्टी घडतच गेल्या.

अथक काम करत राहा. त्या वेळेस आपल्याला त्याचं आकलन होत नसलं, तरी चिकाटीनं काम करत राहिल्यामुळे कोणतंतरी आणखी मोठं कोडं त्यायोगे सुटत जात असतं.

तुम्हाला मित्रांची खूप मदत होईल. तुम्ही नीटपणे काम करत राहिलात तर तुम्हाला व्यवस्थापनाचासुद्धा पाठिंबा मिळेल. प्रारंभी त्यांनी काही शंका उपस्थित केलेल्या असल्या तरी त्यांनी एकदा नकार दिला म्हणून प्रयत्न करायचं थांबवू नका. तुमची तीव्र उत्कटता त्यांना जाणवेल आणि अखेरीस ते मान्यता देतील.

अभ्यासाकडे दुर्लक्ष करू नका. पदवी मिळवणं महत्त्वाचं असतं. माझ्या म्हणण्यावर विश्वास ठेवा- अभ्यास आणि व्यवसाय या दोहोंमध्ये समतोल राखणं तेवढं काही कठीण नसतं!

तुमचं मन जर अजूनही दोलायमान असेल, तर सुट्टीमध्ये नव्या कंपन्यांसाठी काम करून पाहा. उद्योजकाचं आयुष्य पेलायची तुमच्या अंगी धमक आहे की नाही हे ओळखायचा तो खात्रीचा उपाय आहे!

अनुराग अरोरा

अगदी घरासारखंच वाटतंय!

अनुराग अरोरा
(आयसीएफएआय बिझनेस स्कूल, पुणे)

गणपती फॅसिलिटीज

बाहेरगावाहून आलेला विद्यार्थी असल्यामुळे, पुण्यातील कॉलेजात आल्यावर अनुरागला राहण्याच्या जागेची अडचण सोसावी लागली. म्हणून मग द्वितीय वर्षाचा एमबीएचा विद्यार्थी असतानाच अनुरागनं संधीचा लाभ घेऊन नव्यानं पहिल्या वर्षात प्रवेश घेणाऱ्या विद्यार्थ्यांसाठी वसतिगृह सुरू करायचं ठरवलं. दुसऱ्या वर्षी 'गणपती फॅसिलिटीज' या त्याच्या व्यवसायानं पंचवीस लाख रुपयांचा नफा मिळवला आहे. नोकरीतून मिळू शकले असते, त्याच्या पाच पटींनी त्यानं पैसे मिळवले आहेत.

जेव्हा अनुरागला पुण्यातील आयसीएफएआय बिझनेस स्कूलचं प्रवेश मिळाल्याचं पत्र मिळालं, तेव्हा तो हर्षभरित अवस्थेत जणू आकाशातच तरंगत होता. फक्त

एकच समस्या होती- या कॉलेजमध्ये वसतिगृहाची सोय नव्हती.

त्यामुळे बाहेरगावाहून येणाऱ्या शेकडो इतर विद्यार्थ्यांप्रमाणेच त्यानं खासगीरीत्या चालवल्या जात असलेल्या वसतिगृहात प्रवेश घेतला. विश्वासापोटी अनुरागनं संपूर्ण वर्षभराचं ४८ हजार रुपये भाडं आगाऊच भरलं; पण पुण्याला आल्यावर त्याला मोठा धक्काच बसला!

"त्या वसतिगृहाची डागडुजी अजिबातच करण्यात आलेली नव्हती... त्याची अवस्था इतकी भीषण होती की, मी फक्त तीनच दिवसांत तिथून बाहेर पडलो; पण मी भरलेले सारेच्या सारे अठ्ठेचाळीस हजार रुपये मात्र वाया गेले!"

मनात संताप तर दाटून आलेला होता; पण तो फार काही करू शकत नव्हता. त्या वर्षी अनुराग एका भाड्याच्या फ्लॅटमध्ये, इतर दोन मित्रांसोबत राहिला. एप्रिल २०१३मध्ये अनुराग दिल्लीत समर इंटर्नशिप करत होता. तेव्हा कॉलेजच्या फेसबुक पेजवर त्यानं नव्यानं दाखल होणाऱ्या मुलांनी केलेल्या अनेक चौकश्या पाहिल्या. त्यांची सर्वांत मोठी चिंता होती राहण्याची. भरीत भर अडचण म्हणजे आयबीएसचं कॅम्पस पुणे शहराबाहेरच्या हडपसर या नव्या भागात हलवण्यात आलं होतं आणि तिथं कुणीही वसतिगृहाची सुविधा पुरवत नव्हतं. अनुरागच्या डोक्यात एक कल्पना चमकली- आपणच एक वसतिगृह का सुरू करू नये?

आपली इंटर्नशिप घाईगडबडीत पुरी करून नवं सत्र सुरू होण्याच्या १५ दिवस आधीच अनुराग पुण्यात आला आणि त्यानं काही चांगले फ्लॅट्स शोधले. त्यात फर्निचर आणून पंच्याहत्तर विद्यार्थ्यांना त्यात जागा दिली. त्या वर्षी एमबीएचं द्वितीय वर्ष आणि वसतिगृहाचा व्यवसाय या दुहेरी आघाडीवर तो लढत होता. कॅम्पसवर प्लेसमेंट्स सुरू झाल्या, तोवर अनुरागची मनोमन खात्री पटली होती, की त्याला नोकरी शोधायची काहीही आवश्यकता नाही.

या वर्षी त्याचा व्यवसाय दुपटीनं वाढला आहे आणि तो आणखी वाढण्याची भरपूर शक्यता आहे. "माझं व्यवसायाबद्दलचं तत्त्वज्ञान अगदी सरळ सोपं आहे. ग्राहकांना संतुष्ट ठेवणं. मीसुद्धा एक विद्यार्थी होतो, त्यामुळे मला त्यांच्या गरजा माहीत आहेत."

पण विद्यार्थ्यांनो, तुम्हाला काय हवं आहे हे तुम्ही जाणता? आणि ते करण्याचं धाडस तुमच्या ठायी आहे? आज आई-वडील रागावतीलही कदाचित! पण उद्या ते म्हणतील, 'बाळा! मला तुझा किती अभिमान वाटतोय म्हणून सांगू!'

अगदी घरासारखंच वाटतंय!

अनुराग अरोरा
(आयसीएफएआय बिझनेस स्कूल, पुणे)
गणपती फॅसिलिटीज

अनुराग अरोराचा जन्म पाटणा शहरात झाला.

"आमचं कुटुंब मध्यमवर्गीय आहे. माझे वडील सरकारी नोकरीत होते आणि मी आयआयटी किंवा आयआयएममध्ये प्रवेश मिळवावा किंवा आयएएस ऑफिसर बनावं, अशी त्यांची मनापासून इच्छा होती."

अनुराग त्या दिशेनं नीटपणे वाटचाल करत होता. दहावीत त्यानं ९४.८ टक्के गुण मिळवले होते. बिहारमधलं वातावरण त्या वेळेस तितकंसं चांगलं नव्हतं. त्यामुळे पुढील शिक्षणासाठी तो दिल्लीला गेला आणि त्याबरोबरच गाडी घसरणीला लागली.

"त्या वयात लोक प्रेमात पडतात तसेच माझेही प्रेमसंबंध जुळले... बारावीच्या परीक्षेच्या तोंडावरच आमचं 'ब्रेक अप' झालं. त्याचा माझ्या मनावर फार दुःखद परिणाम झाला."

बारावी बोर्डाची परीक्षा देऊन त्यात तो बऱ्यापैकी गुण मिळवू शकला असला, तरी त्याला आयआयटीच्या प्रवेशपरीक्षेवर चित्त एकाग्र करणं शक्य झालं नाही. त्यानं एक वर्ष जाऊ दिलं आणि पुढल्या वर्षी अधिक तयारीनिशी त्या परीक्षेला बसायचं ठरवलं.

"मी त्या तयारीला लागलो आणि त्याबरोबरच एका बीपीओ कंपनीत पॉकेटमनी मिळवायच्या हेतूनं नोकरीसुद्धा करू लागलो."

'टेलेपरफॉर्मन्स' ही बीपीओ कंपनी बाहेरदेशीच्या ग्राहकांसाठी काम करत होती आणि तुम्ही जेवढी जास्त विक्री करून दाखवाल, त्या प्रमाणात तुम्हाला अमर्यादित रकमेचा बोनस उत्तेजनार्थ दिला जायचा. अवघ्या अठरा वर्षांच्या वयाला अनुराग दरमहा ७० हजार ते एक लाख रुपये कमवू लागला होता.

“त्याच वेळेस मी भरकटत गेलो. मला वाटू लागलं की, मी जर एवढे प्रचंड पैसे कमवू शकत असेन, तर धोपटमार्गानं व्यवसाय कशासाठी करायचा?”

अनुरागनं दिल्ली विद्यापीठात बी.कॉम.साठी बाहेरून बसायचं ठरवलं आणि त्यानुसार प्रवेशही घेतला. दरम्यान तो खूप कामही करत होता आणि प्रचंड चैनही करत होता.

“मी तीस लाख रुपयांहून जास्त पैसे कमावले आणि ते सगळे मी कपडे, सिनेमे आणि हॉटेलिंगवर उडवून टाकले.”

अनुरागनं कारच्या वेडावरही पैसे खर्च केले आणि खास मागणीनुसार ‘२२२२’ नंबरप्लेट असलेली ह्युंडाई सोनाटा विकत घेतली. आयुष्य मजेत चाललं होतं; पण तो भविष्यात काय करणार होता?

“दोन वर्षांनी माझ्या लक्षात आलं की या व्यवसायात पैसा असला, तरी रात्री दीड ते सकाळी साडेनऊपर्यंत काम करण्यात काही भविष्य नाही!”

या टप्प्यावर अनुरागचे वडील त्याच्याशी अजिबात बोलेनासे झाले होते. निराशा व्यक्त करण्याखेरीज त्यांच्यापाशी बोलण्याजोगं होतं तरी काय? एके काळी त्यांनी स्वतः शिक्षक म्हणून काम केलेलं होतं आणि त्यांच्या विद्यार्थ्यांनी शिक्षणात चमक दाखवून खूप नावही कमावलं होतं.

“त्यामुळे जेव्हा कोणी त्यांना भेटायला येऊन विचारत असे, ‘तुमचा मुलगा काय करतो?’ तेव्हा ते शरमेने मान खाली घालत.”

आयुष्याच्या या वळणावर अनुरागनं पुन्हा अभ्यासाकडे वळण्याचा निर्धार केला आणि ‘करिअर लाँचरा’ या कोचिंग संस्थेत एमबीए प्रवेशपरीक्षेसाठी प्रशिक्षण घ्यायला प्रारंभ केला. यथावकाश त्यानं पुण्यातील आयसीएफएआय बिझनेस स्कूलमध्ये प्रवेश मिळवला.

उत्तम कॉलेजमध्ये प्रवेश मिळवण्याची धडपड अनेक जण करत असले, तरी फारच थोडे जण तिथे खर्च केलेला वेळ सत्कारणी लावू शकतात. अनुरागनं वेगळी मानसिकता बाळगून आयबीएसमध्ये प्रवेश केला. अगदी पहिल्या दिवसापासूनच त्यानं आपली योग्यता सिद्ध करून दाखवण्याचा दृढनिश्चय केलेला होता.

“मला वर्गात सर्वोच्च स्थान मिळवून वडिलांना दाखवून द्यायचं होतं की, अजूनही मी काहीतरी करू शकतो!”

पहिल्या सहामाहीचा निकाल लागला तेव्हा अनुरागनं खरोखरच वर्गात प्रथम स्थान मिळवलं होतं. अखेरीस त्याचे वडील प्रसन्न झाले होते. अनुराग उत्तम गुण

मिळवतच राहिला आणि एप्रिल २०१३मध्ये 'क्युपोनेशन' या कंपनीनं त्याला समर इंटर्नशिप दिली. हा प्रकल्प सोशल मीडिया मार्केटिंग क्षेत्रातला असल्यामुळे तो इंटरनेटवर- विशेषतः फेसबुकवर अनेक तास काम करत असे.

"त्या वेळेसच आयबीएस पुणे यांच्या फेसबुक पेजवर नव्यानं दाखल होत असलेल्या विद्यार्थ्यांनी विचारलेले अनेक प्रश्न माझ्या नजरेस पडले. यांतले जवळजवळ सर्व प्रश्न राहण्याच्या व्यवस्थेबद्दलचे होते."

तो पहिल्यांदा पुण्याला आला होता, तेव्हाचा स्वतःचा कडू अनुभव अनुरागला आठवला. आयसीएफएआय बिझनेस स्कूलचं स्वतःचं वसतिगृह नव्हतं. त्यामुळे कॉलेजनं एका खासगी वसतिगृहाशी हातमिळवणी केली होती. हे सारे निवासी फ्लॅट होते; त्यात जुजबी फर्निचर होतं आणि प्रत्येक फ्लॅटमध्ये सहा विद्यार्थी राहायचे.

"या फ्लॅट्सची खरं सांगायचं तर अगदी दुरवस्था होती. मला तर त्याची किळसच आलेली होती." बाथरूम्समध्ये गीझर नव्हते. बादलीतून गरम पाणी मागवावं लागत असे. सगळे जण एकच भारतीय धर्तीचा संडास वापरत असत. इतकंच नव्हे, तर आणखी पैसे कमावण्याच्या हेतूनं फ्लॅट मालकानं स्वयंपाकघरातला ग्रॅनाइटचा ओटा काढून त्याचं बेडरूममध्ये रूपांतर केलं होतं.

"मी अवघ्या तीनच दिवसांमध्ये तिथून बाहेर पडलो; पण भरलेले पैसे परत मिळणार नाहीत अशी अट असल्यामुळे मी सारेच्या सारे अठ्ठेचाळीस हजार रुपये गमावून बसलो!"

नवीन वर्षी दाखल होत असलेल्या मुलांना तर अधिकच अडचण सोसावी लागत होती. कॉलेज औंधमधून हडपसर या पुण्याच्या नव्यानं विकसित झालेल्या भागात हलवण्यात आलं होतं. हडपसरमध्ये कुणाचीही खासगी वसतिगृहं नव्हती. मुलांना दलालामार्फत फ्लॅट शोधून त्यात इतर मित्रांसोबत राहावं लागत होतं. पण हे सारं कटकटीचं काम होतं.

"मी ते सारं पहिल्या वर्षी केलं होतं. ते अजिबातच सोपं नाही, याचा मी पुरेपूर अनुभव घेतलेला होता."

"माझे वडील भावनिकदृष्ट्या दिवाळखोर झाले होते. जसं प्रत्येक आई-वडिलांना वाटत असतं, तसंच त्यांनाही वाटत होतं की माझा मुलगा आयआयटी किंवा आयआयएममध्ये प्रवेश मिळवेल; परंतु त्यांची ही इच्छा मी पूर्ण करू शकलो नाही."

"मी कमी प्रतीचा फ्लॅट घेऊन आणखी पैसे मिळवू शकेन. परंतु मी विचार केला की, जर ग्राहक संतुष्ट झाला नाही तर धंदा यशस्वी होणार नाही."

अचानक एक अत्यंत धाडसी आणि मोठी कल्पना अनुरागच्या डोक्यात चमकून गेली.

"माझ्या मनात आलं की इतर कुणीही वसतिगृहाची सुविधा पुरवत नसलं, तर ती जबाबदारी मी स्वतःच का उचलू नये?"

कुतूहलापोटी त्यानं कॉलेजात फोन केला आणि ही जबाबदारी घेण्याची इच्छा व्यक्त केली. वर्गात सर्वोत्कृष्ट गुण मिळवणारा विद्यार्थी असल्यामुळे व्यवस्थापनाचं अनुरागबद्दल अनुकूल मत होतं. इतकंच नव्हे, तर त्यानं कॅम्पसवर एक-दोन कार्यक्रमांचं आयोजनही केलेलं होतं. त्यामुळे त्याची त्या क्षेत्रातली गतीसुद्धा सिद्ध झालेली होती.

आणि तसंही कॉलेजपुढे इतर फारसे पर्याय उपलब्ध नव्हतेच.

"आमच्या कॅम्पसच्या व्यवस्थापकीय संघाकडून परवानगी मिळवल्यानंतर मी माझा उन्हाळी प्रकल्प पटापट संपवला आणि पुण्यात परतलो."

तो मे महिन्याचा मध्य होता. विद्यार्थ्यांची नवी बॅच येऊन पोहोचायला अवघे पंधरा दिवस बाकी होते.

त्याच्यापुढलं पहिलं काम होतं भाड्यानं फ्लॅट शोधण्याचं. मित्रांच्या मदतीनं अनुरागनं दलालांबरोबर संपर्क साधला आणि भाड्यानं देण्यासाठी उपलब्ध असलेले फ्लॅट तो पाहू लागला.

"मी माझ्या कॉलेजजवळच्या जवळजवळ सर्व निवासी संकुलांना भेट दिली आणि शक्य तेवढ्या रिकाम्या फ्लॅट्सच्या मालकांबरोबर बोलणी केली."

प्रकल्पाचं गणित जमवण्याच्या दृष्टीनं ही गोष्ट उपयुक्त ठरली. त्यातून बऱ्यापैकी नफा सुटेल असा अंदाज त्यानं बांधला. पण एका बाबतीत मात्र अनुरागनं अगदी दृढनिश्चय केलेला होता की थोडा वाढीव नफा मिळवण्यासाठी तो दर्जाबाबत अजिबातच तडजोड करणार नाही.

"मी स्वतः एक विद्यार्थी आहे आणि मलाही चांगल्या फ्लॅटमध्ये राहावंसं वाटतं. त्यामुळे इतर विद्यार्थ्यांचीसुद्धा तशीच इच्छा असणार, हे साहजिक होतं."

त्यामुळे उत्तम प्रकारे बांधलेल्या आणि चांगली निगराणी राखण्यात आलेल्या इमारतींमधले फ्लॅटच घेण्याचा अनुरागनं निर्णय घेतला. हडपसरमध्ये नव्यानं तयार झालेल्या 'ॲमनोरा' या गृहप्रकल्पात असे अनेक फ्लॅट उपलब्ध होते. तिथलं भाडं आणि डिपॉझिटसुद्धा इतर ठिकाणच्या फ्लॅट्सपेक्षा थोडंसं जास्त होतं.

समस्या एकच होती- अनुरागजवळ गुंतवण्यासाठी पैसे नव्हते! कॉलेजनं नव्यानं दाखल होत असलेल्या विद्यार्थ्यांना त्याचं नाव आणि फोन नंबर कळवला होता. त्यामुळे त्याच्याकडे चौकशीचे फोन यायला सुरुवात झाली होती; पण दाखवण्यासाठी त्याच्याजवळ हॉस्टेल तयार नव्हतं!

त्यामुळे अनुरागनं एक युक्ती केली. त्यानं विद्यार्थ्यांना त्याचा स्वतःचा फ्लॅटच दाखवला.

"माझा फ्लॅट स्वच्छ, नीटनेटका आणि उत्तम प्रकारचं फर्निचर असलेला असा सुसज्ज फ्लॅट होता. मी त्यांना म्हटलं की हॉस्टेल अगदी असंच असेल."

एका विद्यार्थ्याची खात्री पटली आणि त्यानं वर्षभराच्या भाड्यापोटी ५४ हजार रुपये दिले. कॉलेजपासून जवळ असलेले पाच फ्लॅट बुक करण्यासाठी अल्पसं डिपॉझिट भरण्यासाठी अनुरागनं या रकमेचा वापर केला. त्यानं एक फ्लॅट फर्निचरनं सुसज्ज केला आणि तो फ्लॅट संभाव्य ग्राहक-विद्यार्थ्यांना दाखवून त्यानं आणखी भाडं गोळा केलं. हा पैसा वापरून त्यानं आणखी फ्लॅट्ससाठी डिपॉझिट भरलं आणि फर्निचर विकत आणलं.

व्यवसाय मिळू लागल्यावर त्याचं अधिकृत स्वरूपात परिवर्तन करणं आवश्यक होतं. अनुरागनं 'सोल प्रोप्रायटरशिप'ची नोंदणी केली आणि कंपनीच्या नावाचं बँक-खातं उघडलं.

"गणेश ही गृहदेवता मानली जाते. त्यामुळे मी 'गणपती फॅसिलिटीज' हे नाव निवडलं."

जरी काही विद्यार्थ्यांनी आगाऊ करार केलेला असला तरी बहुसंख्य विद्यार्थी पुण्यात आल्यावरच करार करणार होते. नवीन बॅचचे विद्यार्थी १ जूनपासून येऊ लागणार होते आणि त्याच्या आदल्या रात्री अनुराग जवळजवळ रात्रभर झोपू शकला नव्हता.

"मी हा व्यवसाय शून्य रुपये भांडवलावर सुरू केलाय, हे ऐकून लोकांना आश्चर्याचा धक्काच बसतो!"

"माझी आई स्वतः एक गृहिणी असली, तरी तिनं मला माझ्या व्यवसायात मोलाची मदत केली आहे. ती माझा भक्कम आधारवड आहे."

"मी कलकत्त्याहून येणाऱ्या मुलांच्या स्वागतार्थ पुणे रेल्वे स्टेशनवर पहाटे चार वाजता पोहोचल्याचं मला अजूनही स्पष्टपणे आठवतंय."

तो दिवस प्रचंड घाईगडबडीत गेला. विद्यार्थ्यांशी- त्यांच्या आई-वडिलांशी बोलायचं, त्यांना हॉस्टेल दाखवायला न्यायच, पैसे गोळा करायचे, ते बँकेत जमा करायचे, रजिस्ट्रेशन पूर्ण करायचं. सुदैवानं मदतीसाठी अनुरागची आई पुण्याला आली.

"तिनं विद्यार्थ्यांच्या आई-वडिलांना आणि स्थानिक पालकांना सर्व माहिती दिली आणि आश्वस्त केलं. हे वसतिगृह चांगलंच असेल, अशी त्यांची खात्री पटली."

एवढंच नव्हे तर अनुरागनं विद्यार्थ्यांना बारा कलमी करारावर सह्यासुद्धा करायला लावल्या. धूम्रपान करणार नाही, दारू पिणार नाही, मुलांना मुलींच्या वसतिगृहात आणि मुलींना मुलांच्या वसतिगृहात प्रवेश करता येणार नाही, वगैरे वगैरे! हे खासगी वसतिगृह असलं, तरी त्याचे शिस्तीबाबतचे नियम होते. जो कोणी या नियमांचा भंग करेल, त्याला वसतिगृह सोडून बाहेर पडावं लागेल आणि त्यानं भरलेलं भाडं जप्त केलं जाईल, असंही अनुरागनं स्पष्ट केलं होतं.

त्या वर्षीच्या १५० मुलांपैकी ७५ मुलांनी 'गणपती फॅसिलिटीज'मध्ये नाव नोंदवलं. अशा प्रकारे अनुरागचं दुहेरी आयुष्य सुरू झालं; दिवसा तो एक विद्यार्थी होता आणि संध्याकाळपासून रात्री उशिरापर्यंत तो एक उद्योजक होता. तरीही अनुरागनं दोन्ही खिंडी उत्तम प्रकारे लढवल्या.

"मी माझ्या तिसऱ्या सहामाहीसाठी 'सर्व्हिस मार्केटिंग' हा विषय निवडला. त्यात मी अनेक महत्त्वाच्या गोष्टी शिकलो आणि माझा व्यवसाय मी त्यायोगे पुढल्या टप्प्यावर नेऊ शकलो!"

कॅम्पसवर प्लेसमेंट प्रक्रिया सुरू झाली, तोवर अनुरागच्या मनात एका गोष्टीबद्दल कोणताही संदेह उरला नव्हता. हा व्यवसाय कॅम्पसवर मिळू शकणाऱ्या कोणत्याही नोकरीपेक्षा अनेक पटींनी अधिक किफायतशीर होता. त्यामुळे त्याच्यापुढे कोणताही पेचप्रसंग उभा राहिला नाही.

"मला मिळू शकणाऱ्या नोकऱ्यांमध्ये मला दर वर्षी पाच ते सहा लाख रुपये पगार मिळाला असता; पण पहिल्याच वर्षी मला माझ्या व्यवसायात दहा लाखांपेक्षा जास्त

नफा सुटला होता!''

आयसीएफएआय बिझनेस स्कूल (ICFAI Business school – institute of chartered financial analyst) दुहेरी पदवी देते – 'पीजीपीएम' आणि 'एमबीए'! फेब्रुवारी २०१४मध्ये अनुराग पीजीपीएम (PGPM – Post graduate programme in management) परीक्षा उत्तम गुणांनी उत्तीर्ण झाला. आता एमबीएच्या परीक्षेचा अभ्यास करण्यासाठी त्याच्या हाताशी तीन महिन्यांचा कालावधी होता. त्याचबरोबर त्याला पुढील वर्षी कॅम्पसवर येणाऱ्या विद्यार्थ्यांसाठी वसतिगृहाची सोय करावी लागणार होती.

या वेळेस वेगळ्या प्रकारे गोष्टी करायचा त्यानं निर्णय घेतला.

''गेल्या वेळेस भाड्यानं फ्लॅट्स मिळवण्यासाठी मी दलालांना तीन लाख रुपये दिले होते. या वेळेस मी कुमार बिल्डर्सकडे गेलो आणि त्यांनी माझी फ्लॅटमालकांशीच भेट घडवून दिली.''

अनुरागनं अशा चार फ्लॅटमालकांशी करार केला. या लोकांनी गुंतवणुकीसाठीच फ्लॅट विकत घेतलेले असल्यामुळे त्यांच्यापाशी अनेक रिकामे फ्लॅट्स होते. पाच हजार रुपये लाक्षणिक शुल्क भरून त्यानं एकाच गृहप्रकल्पात ३३ फ्लॅट्स भाड्यानं मिळवले. याचा विद्यार्थ्यांना खूपच फायदा झाला असता.

''यापूर्वी अर्धे विद्यार्थी ॲमनोरा-टाउनशिपमध्ये राहत होते, तर अर्धे विद्यार्थी कुमार बिल्डर्सच्या गृहप्रकल्पात राहत होते. त्यामुळे त्यांच्यावर लक्ष ठेवणं आणि त्यांच्या अडचणींचं निराकरण करण, मला कठीण जात होतं.''

आणखी एक महत्त्वाची गोष्ट म्हणजे, सर्वोत्कृष्ट तेच आपल्या विद्यार्थी-ग्राहकांना मिळावं, अशी अनुरागची तीव्र इच्छा होती. ॲमनोरा-टाउनशिप अधिक डामडौलाची असली, तरी चालत कॉलेजात जाण्याच्या दृष्टीनं ती दूर होती. कुमार गृहसंकुल सर्वच गोष्टींसाठी जवळ आहे : कॉलेज, एटीएम, डिपार्टमेंट स्टोअर आणि एक-दोन चांगली रेस्टॉरंट्स.

''मी पहिल्या वर्षीच्या अनुभवानंतर किमतीविषयक धोरणही बदललं.''

''माझा दिवस सकाळी सात वाजता सुरू होत असे आणि घरी परत जाण्याची कोणतीही नेमकी वेळ नसे. मला अजूनही आठवतंय की दोन दोन महिने मला दाढी आणि हेअरकटशिवायच राहावं लागलं होतं!''

''बाहेरगावच्या विद्यार्थ्यांना गरजेच्या सर्व सुविधा मिळवून देणं आणि त्यांच्या पाठीशी उभं राहणं हे माझं मूळ उद्दिष्ट आहे. मी आठवड्याचे सातही दिवस प्रत्येक दिवशी चोवीस तास त्यांच्या मदतीसाठी सिद्ध असतो!''

प्रारंभी अनुरागनं दोन पर्याय देऊ केले होते- पहिला पर्याय होता फक्त भाडं. दुसऱ्या पर्यायात दरमहा आणखी ५०० रुपये देऊन वाय-फाय आणि वीजही समाविष्ट करता येत होती. निष्काळजीपणे वागून विद्यार्थ्यांनी केवळ बिलंच वाढवली नाहीत, तर इंटरनेट संदर्भातील प्रत्येक समस्येचं अनुरागनं जातीनं निराकरण करावं अशी अपेक्षासुद्धा ते करू लागले.

''मला मध्यरात्री फोन येऊ लागले- नेट डाउन आहे. कृपया येऊन ते जोडून द्या!'' हा पर्याय बंद करणं अनिवार्यच होतं.

अनुरागनं विद्यार्थ्यांच्या सोयीसाठी वसतिगृहाची मांडणीसुद्धा बदलली. पहिल्या वर्षी दोन बेडरूम्स असलेल्या फ्लॅटमध्ये तो सहा विद्यार्थ्यांची सोय करत होता. प्रत्येक बेडरूममध्ये प्रत्येकी दोन आणि हॉलमध्ये दोन. प्रत्येक खोलीत दोन पलंग, दोन कपाटं आणि दोन अभ्यासाची टेबलं दिलेली होती. समस्या एवढीच होती की बहुतांश वेळा, बेडरूममधल्या एकाला रात्री जागून अभ्यास करायचा असायचा, तर दुसऱ्याला झोप घ्यायची असायची.

''त्यांची भांडणंही जुंपत आणि मध्ये पडून मला ती सोडवावी लागत. त्यामुळे मी ठरवलं की, प्रत्येक बेडरूममध्ये तीन पलंग ठेवावेत आणि हॉल ही अभ्यासाची सामायिक जागा बनवावी.'' एक छोटीशी क्लृप्ती, पण राहणीमानाचा स्तर प्रचंड प्रमाणात उंचावणारी!

एप्रिल २०१४मध्ये आयसीएफएआय बिझनेस स्कूलनं पुढील वर्षाच्या तुकडीसाठी प्रवेश दिल्याची पत्रं रवाना केली. त्यात त्यांनी वसतिगृहाचे पर्यायसुद्धा नमूद केले होते. या वर्षी 'गणपती फॅसिलिटीज' हा एकमेव पुरवठादार नव्हता. आणखी एक स्पर्धकही स्पर्धेत उतरला होता; पण अनुरागचा आत्मविश्वास अभंग होता.

''बाहेरगावच्या विद्यार्थ्यांना नव्या गावात सुविधांनी युक्त असं नवं घर उपलब्ध करून देणं, हेच माझं प्राथमिक उद्दिष्ट होतं.''

ही भावना विद्यार्थ्यांपर्यंत पोहोचवण्यासाठी अनुरागनं एक माहितीपत्रक बनवून घेतलं होतं. मुलांनी आणि मुलींनी, दोहोंनी दिलेली पसंतीची पावती आणि फोटो त्यात

समाविष्ट करण्यात आलेले होते. या माहितीपत्रकाच्या आधारे ५०-६० मुलांनी आपली नावं नोंदवून नेटवरून किंवा डिमांड-ड्राफ्टद्वारा फी भरली असली, तरी बहुसंख्य मुलांना प्रत्यक्ष डोळ्यांनी पाहून मगच नाव नोंदवायची इच्छा होती.

३३ फ्लॅट्स फर्निचरनं सजवण्यातच सारा मे महिना खर्च झाला. हे मोठंच कष्टांचं काम होतं. १५० पलंग, गाद्या आणि कपाटं प्रत्यक्ष हलवावी लागणार होती.

"मी रात्री उशिरा फर्निचर हलवत असे. शेजाऱ्यांना त्रास होऊ नये हा त्यामागचा माझा उद्देश होता." याखेरीज प्रत्येक फ्लॅटमध्ये सर्व विद्यार्थ्यांसाठी सामायिक अशा पडदे, गीझर्स, डस्टबिन्स, डोअरमॅट्स, एक फ्रिज आणि एक वॉशिंग मशिन अशा गोष्टीसुद्धा पुरवल्या गेल्या. खासगी हॉस्टेलच्या दृष्टीनं ही असाधारण सुविधा असल्यामुळे ती गोष्ट विद्यार्थ्यांना आकर्षक वाटत होती.

"सध्या मी जेवण पुरवत नाही, पण मी कमी किमतीत डबे पुरवण्यासाठी डबेवाल्यांबरोबर हातमिळवणी केली आहे. त्याचप्रमाणे इस्त्री करणारे आणि घरकामाच्या मोलकरणी यांच्याबरोबरही हातमिळवणी केली आहे. यातून मिळणारी दलाली स्वतःच्या खिशात न घालता अनुराग घटवलेल्या किमतीचा लाभ विद्यार्थ्यांपर्यंत पोहोचवतो. अखेरीस हा तुमच्या ग्राहकाचा विश्वास मिळवण्याचा सवाल असतो आणि त्याबाबतीत अनुरागचा अनुभव मोलाचा ठरतो.

"मला माझ्या जागा खपवायच्या आहेत. दुसऱ्या स्पर्धकाला त्याच्या जागा खपवायच्या आहेत. त्यामुळे मी माझ्या भावना कशा प्रकारे पोहोचवू शकतो, आई-वडिलांबरोबर मी कशा प्रकारे संवाद साधतो, यामुळे खूप फरक पडू शकतो."

जेव्हा अनुराग पाटण्याहून आलेल्या आई-वडिलांशी बोलतो, तेव्हा ते संभाषण पाटणा-धर्तीवरचं असतं. दिल्लीच्या आई-वडिलांशी तो एखाद्या दिल्लीवाल्यासारखं बोलतो; पण सर्वांत महत्त्वाची गोष्ट म्हणजे तो अतिशयोक्तीही करत नाही किंवा खोटी आश्वासनंही देत नाही.

"टेलिमार्केटिंग करताना मी एक अत्यंत महत्त्वाचा धडा शिकलो की, तुम्हाला शब्दांची निवड अत्यंत काळजीपूर्वक करावी लागते. कमी गोष्टी कबूल करून, कबूल केल्यापेक्षा जास्त गोष्टी देणं नेहमीच श्रेयस्कर ठरतं!"

कबूल केल्यापेक्षा जास्त देण्यासाठी अनुराग या विद्यार्थ्यांचा मित्र, गुरू आणि मार्गदर्शक बनतो. संध्याकाळी पाच वाजता 'अनुरागभय्या' हॉस्टेलवर जातीनं हजर राहतो आणि गरज असेल त्याला अभ्यासात मदत करण्यासाठी सिद्ध असतो किंवा त्यांच्या व्यावसायिक भवितव्याबद्दल सल्ला देण्याचं काम तो हौसेनं करतो.

"ज्या काकांनी माझे ४८ हजार रुपये मला परत केले नाहीत, त्या काकांचे मी आभार मानायला हवेत. त्या गोष्टीबद्दल माझ्या मनात राग होता आणि पाहा, ती गोष्ट मला किती फायद्याची ठरलीय!"

"माझे वडील नेहमी म्हणत, 'वाटल्यामुळे ज्ञान वाढतं.' त्यामुळे मी माझं ज्ञान आनंदानं वाटत असतो."

त्यानं केलेल्या मदतीमुळे अनेक मुलांना त्यांच्या कॉलेज परीक्षेत 'ए ग्रेड' मिळवता आली आहे. आणखी एका बाबतीत अनुराग विशेष लक्ष पुरवतो. करमणुकीबाबत त्यानं त्याच्या हॉस्टेलमध्ये राहणाऱ्या विद्यार्थ्यांना पुण्याजवळची प्रेक्षणीय स्थळं दाखवण्यासाठी चार दिवसांच्या सहलीवर नेलं होतं. हे सारं त्यानं स्वखर्चानं केलं होतं. पण एवढा उपद्व्याप कशासाठी? तर तो मुलांना आणि त्यांच्या शेजारी राहणाऱ्यांना खूश ठेवण्यासाठी.

"मला गृहसंकुलातील निवासी लोकांना खूश ठेवायचं असतं. त्यामुळे मी वसतिगृहात पार्ट्या करू देणं टाळतो. असं असलं तरी त्याबरोबरच विद्यार्थ्यांना थोड्या मौजमस्तीची गरज असतेच."

वीकएन्डखेरीज अन्य दिवशी वाढदिवसाच्या मेजवान्या ठेवल्या, तर गृहसंकुलातील इतर रहिवाशांना त्याचा त्रास होऊ शकतो. त्यामुळे अनुरागजवळ सर्व विद्यार्थ्यांच्या वाढदिवसांची नोंद असते आणि मध्यरात्री केक कापेपर्यंत तिथं जातीनं उपस्थित राहण्याची तो खबरदारी घेत असतो.

तो हसून म्हणतो, "येन केन प्रकारेण, मला संतुलन राखावं लागतं."

२४० मुलांच्या तुकडीपैकी १५० मुलांनी गणपती फॅसिलिटीजमध्ये जागा घेतलीय. ५० मुलं प्रतिस्पर्ध्यांच्या वसतिगृहात गेली आहेत, आणि उरलेली मुलं वैयक्तिकरीत्या घेतलेल्या फ्लॅटमध्ये राहत आहेत. ५० ते ५४ हजारांच्या घरात वार्षिक शुल्क आकारून आणि ३० फ्लॅट्स वसतिगृहात परिवर्तित करून अनुरागच्या कंपनीनं द्वितीय वर्षात ७५ लाख रुपये मिळवले आहेत. खर्च वजा जाता, त्यावर घसघशीत नफा सुटला आहे.

याचं गणित अगदी साधंसरळ आहे. सहा मुलांची सोय करणाऱ्या हॉस्टेल फ्लॅटचं दरमहा शुल्क मिळतं २५ हजार रुपये (४१५०×६). फ्लॅटचं दरमहा द्यावं लागणारं भाडं असतं १५ हजार रुपये. फर्निचर आणि अन्य गोष्टींसाठी गुंतवलेले पैसे वजा जाता निव्वळ नफा उरतो २५ लाखांपेक्षा जास्त.

अल्प काळात तुम्हाला एवढा पैसा मिळाला की मोह पडतो, उत्पन्न लपवून ठेवा. टॅक्स वाचवा. मिळवलेले पैसे मजेसाठी खर्चा. पण अनुराग वेगळ्या पद्धतीनं विचार करतो. फोर्ड इकोस्पोर्ट गाडी विकत घेण्याची स्वल्पशी चैन सोडता, त्यानं त्याचं संपूर्ण चित्त व्यवसायावर केंद्रित केलं आहे.

''मला माझ्या कंपनीचा विकास घडवायचा आहे. त्यासाठी पैसे उभे करायला किंवा घरासाठी कर्ज मिळवायला, मला नीटपणे हिशोब ठेवणं भाग आहे.''

त्यामुळे प्रत्येक विद्यार्थ्यानं प्रवेशाच्या वेळेस भरलेलं आठ हजार रुपयांचं डिपॉझिट, तो विद्यार्थी हॉस्टेल सोडून जातो, तेव्हा अनुराग न चुकता परत करतो. अनेक पुरवठादार तसं करत नाहीत. कारण तसं बेधडकपणे करता येईल, अशी त्यांना खात्री वाटत असते.

''मला मनोमन ठाऊक आहे, की जर माझे विद्यार्थी सुविधांवर खूश असले तर नव्या बॅचमधल्या मुलांपुढे ते माझ्या हॉस्टेलबद्दल गौरवोद्‌गार काढतील. ते माझे 'ब्रँड ॲम्बेसिडर' आहेत.''

पुण्यातील इतर कॉलेजांपुढे वसतिगृहाची सेवा पुरवण्याचा प्रस्ताव अनुरागला ठेवायचा आहे. कंपन्यांच्या बाबतीत ही सुविधा गेस्ट हाउस (अतिथी गृह) किंवा काम करणाऱ्या स्त्रियांसाठीचं सामायिक सुविधा पुरवणारं वसतिगृह या स्वरूपात असेल.

''मुलींच्या वसतिगृहाची संकल्पना किंचितशी निराळी असेल. त्यात प्रत्येक खोलीत फक्त दोन मुली असतील आणि हॉलमध्ये सोफा आणि टीव्ही असेल.''

जागेखेरीज हा तरुण उद्योजक जेवणाची सोय करून देण्याच्या विचारात आहे. त्यासाठी तो त्याच्या आईची मदत घेत आहे. कंपन्यांना केटरिंग सुविधा पुरवण्याचा तिला उत्तम अनुभव आहे.

वैयक्तिक आघाडीवर, ऑक्टोबर २०१४ मध्ये अनुरागचा त्याच्या वर्गात शिकणाऱ्या आस्था पुरोहितशी वाङ्‌निश्चय झाला. ''सध्या ती सिटी बँकेत काम करतेय. ती माझ्या व्यवसायात भाग घेणार नाहीये.''

पुण्यात आणि इतर शहरांमध्ये व्यवसायाची व्याप्ती वाढवण्यासाठी अनुरागला टीम तयार करावी लागेल. व्यवसायाची नेमकी कार्यपद्धती कार्यप्रणाली तयार करावी लागेल. त्याला शेकडो लहान मोठ्या गोष्टी कराव्या लागतील.

हजारो शंका, लक्षावधी निर्णय; पण झोपी जाण्यापूर्वीच्या क्षणी तुम्हाला मनोमन उमगलेलं असतं; तुम्ही घडवाल तसंच तुमचं आयुष्य असतं!

तरुण उद्योजकांसाठी सल्ला

उद्योजकत्वाचा हा मार्ग स्वीकारायचा, अशी योजना काही मी आखलेली नव्हती. पण जेव्हा संधी दार ठोठावत समोर उभी राहिली, तेव्हा त्या संधीवर मी झडप घातली. माझ्या आयुष्याच्या कहाणीवरून तुम्ही ताडलंच असेल की जन्मतःच काही उद्योजकत्व माझ्या रक्तात नव्हतं. तेविसाव्या वर्षी मी त्याकडे ओढला गेलो.

मला वित्तपुरवठा करायला तयार असलेला कोणीही वित्तनिवेशक माझ्या पाठीशी उभा नव्हता. माझं सुदैव एवढंच, की ज्या व्यवसायात ग्राहक आगाऊ पैसे द्यायला राजी असतो, त्याच व्यवसायात मी पाऊल टाकलं.

तुमची संकल्पना वास्तवात उतरवण्यासाठी पैसे जमवायला तुम्हाला कल्पकतेचा वापर करावा लागतो.

सत्य हेच आहे की उद्योजकत्व हा माझ्या पुढल्या अनेक पर्यायांपैकी एक पर्याय नाही. या घडीला तो माझ्यापुढला एकमेव पर्याय आहे. त्या पर्यायातली मला आवडणारी गोष्ट आहे स्वातंत्र्य. मी कॅम्पस इंटरव्ह्यू देण्याचा विचार रद्द केला; कारण जन्मभर इतर कुणासाठीतरी काम करण्यात मला काही अर्थ दिसला नाही.

कोणतीतरी गोष्ट निर्मळ मनानं आणि इतरांना मदत करण्याच्या उद्देशानं करायचा विचार केला, तर यश आपोआप तुमच्यापुढे चालत येईल.

अपूर्वा जोशी

चोर पकडण्यासाठी

अपूर्वा जोशी (सीए फायनलची विद्यार्थिनी)

फ्रॉड एक्स्प्रेस

सीएसाठी आर्टिकलशिप करताना अपूर्वा 'न्यायालयासंबंधित अकाउंटिंग' या वेगळ्याच क्षेत्रात प्रविष्ट झाली. तशा डझनावारी बाबींवर काम केल्यानंतर वयाच्या चोविसाव्या वर्षी तिनं विद्यापीठाची मान्यता मिळालेला, 'फ्रॉड रिस्क ॲसेसमेंट'चा म्हणजे फसवणुकीच्या धोक्याचा अंदाज बांधणारा अभ्यासक्रम लोकांना उपलब्ध करून दिला आहे.

तुम्ही हुशार विद्यार्थी असाल, पण वैद्यकीय किंवा अभियांत्रिकीकडे तुमचा कल नसेल, तर तुमच्या पुढला स्वाभाविक पर्याय असतो 'सीए अर्थात चार्टर्ड अकाउंटंट'. सुरक्षित, खात्रीशीर आणि प्रतिष्ठित व्यवसायाची वाट. मग तुम्ही खूप अभ्यास करता, परीक्षेत उत्तीर्ण होता, उच्च श्रेणी मिळवण्याचं उद्दिष्ट राखता. हे सारं चालू असतानाच तुम्ही तुमच्या काका किंवा मामा यांच्या मालकीच्या फर्ममध्ये 'आर्टिकलशिप'

(व्यवसायाचा अधिकृत अनुभव घेणे) करू लागता.

अपूर्वा जोशीला आर्टिकलशिप देऊ करणारे कुणीही नातलग नव्हते. त्यामुळे ही लहान गावातली मुलगी पुण्याला आली आणि अनुभव मिळवण्याजोगी फर्म शोधू लागली. 'इंडिया फोरेन्सिक' नावाच्या लहानशा नवोदित फर्ममध्ये तिला तशी संधी मिळाली. ही फर्म 'फोरेन्सिक अकाउंटिंग' म्हणजे न्यायालयीन खटल्यासाठी लागणारं अकाउंटिंग या क्षेत्रात काम करत होती. या क्षेत्राबाबत अपूर्वानं यापूर्वी कधीही काहीही ऐकलेलं नव्हतं!

ही शिकाऊ उमेदवार मुलगी लवकरच 'फ्रॉड रिस्क ॲसेसमेंट' म्हणजेच फसवणुकीच्या धोक्याचा अंदाज करून, फसवणुकीच्या प्रारंभिक चिन्हांचा शोध घेण्यासाठी कंपन्यांची बॅलन्स शीट्स तपासून पाहू लागली.

"जेव्हा सगळे टॅक्स रिटर्न्स भरण्यात आणि टॅली या अकाउंटिंग सॉफ्टवेअरमध्ये नोंदी करण्यात मग्न होते, तेव्हा मी काहीतरी सर्वस्वी वेगळं असं करत होते!"

काहींना ते काम फारच धोक्याचं वाटलं. म्हणून त्यांनी तिला टॅक्सेशन आणि ऑडिट याच क्षेत्रांना चिकटून राहण्याचा सल्ला दिला. "विनाकारण या झमेल्यात कशासाठी पडायचं?" असं ते म्हणाले.

पण अपूर्वाला या क्षेत्रात खूपच गोडी वाटू लागली होती. ती दिवस-रात्र कष्ट करून शक्य तेवढं शिकून घेत होती. तिनं अमेरिकेतील 'एसीएफई'च्या (ACFE – Association of certified fraud examiners) 'सर्टिफाइड फ्रॉड एक्झॅमिनर कोर्स'मध्ये स्वतःचं नाव नोंदवलं.

तिच्यातल्या उद्योजकानं तिच्या अंतर्मनात सवाल उपस्थित केला, 'भारतासाठी अशा कोर्सची आखणी का बरं करण्यात आलेली नाही?'

"मला वाटलं, असे प्रश्न विचारत राहण्यापेक्षा स्वतःच त्याचं उत्तर तयार करणं अधिक श्रेयस्कर ठरेल."

वयाच्या चोविसाव्या वर्षी अपूर्वानं स्वतःच्या वेबसाइटवर, सोलापूर विद्यापीठाचा मान्यताप्राप्त असा पदविका अभ्यासक्रम (डिप्लोमा कोर्स) सुरू केला.

एका तरुण, महत्त्वाकांक्षी मुलीच्या व्यावसायिक मार्गावरचा एक मैलाचा दगड! प्रगतीचा एक टप्पा! अशी मुलगी- जिचा स्वतःवर आणि एका वेळेस एका लबाडीतून या जगाला मुक्त करण्याच्या तिच्या कुवतीवर पूर्ण विश्वास होता!

चोर पकडण्यासाठी

अपूर्वा जोशी (सीए फायनलची विद्यार्थिनी)

फ्रॉड एक्स्प्रेस

महाराष्ट्रातल्या सोलापूर या लहानशा शहरात अपूर्वाचा जन्म झाला.

"माझं संपूर्ण कुटुंब वैद्यकीय व्यवसायात आहे. माझे वडील एम.डी. मेडिसिन आहेत; माझी आई एम.डी. गायनॅक (स्त्रीरोगतज्ज्ञ) आहे आणि माझी बहीण दंतवैद्य (मास्टर्स इन डेंटिस्ट्री) आहे; पण माझी आई मला म्हणाली, "तू काहीतरी वेगळं कर."

त्यामुळे दहावीच्या परीक्षेत ८९ टक्के मार्क मिळालेले असूनही अपूर्वानं वैद्यकीय शाखेकडे पाठ फिरवली. तिनं चार्टर्ड अकाउंटंट बनण्याच्या उद्दिष्टानं वाणिज्य (कॉमर्स) शाखेत प्रवेश घेतला.

अर्ध-इंग्रजी माध्यमातून बारावीची परीक्षा सोलापूरच्या ज्ञान प्रबोधिनी विद्यालयातून उत्तीर्ण झाल्यावर अपूर्वा आर्टिकलशिपच्या शोधार्थ पुण्याला आली. कोणत्याही सीए फर्मबद्दल माहिती नसल्यामुळे तिनं 'मनीकंट्रोल वेबसाइट'च्या माध्यमातून शोध घ्यायला सुरुवात केली. तिथं शेअर मार्केट संदर्भातली वेगवेगळ्या चार्टर्ड अकाउंटंट्सची वक्तव्यं नमूद केलेली असतात.

"मला वाटलं की त्यांच्यापैकी काही सीएंकडे आर्टिकलशिपसाठी मोकळी जागा सापडू शकेल आणि मी तिथं विचारणा करू शकेन."

एक असा सीए होता, 'मयूर जोशी– फोरेन्सिक अकाउंटंट' हे काहीतरी वेगळंच होतं. शिवाय तो पुणेस्थितही होता. अपूर्वानं गूगलवरून त्याचा पत्ता शोधून काढला आणि नवी पेठ येथील 'इंडिया फोरेन्सिक कंपनी'च्या त्याच्या ऑफिसात ती जाऊन पोहोचली. सीए फर्ममधली ती तिची पहिलीच मुलाखत होती.

मयूर म्हणाले, "आर्टिकलशिपमध्ये मुलं सर्वसाधारणपणे इन्कमटॅक्स रिटर्न्स भरायला शिकतात, ऑडिटिंग शिकतात. तुला दुसरं, पूर्णपणे वेगळं शिकायला आवडेल का?"

'फोरेन्सिक अकाउंटिंग' म्हणजे काय, हे त्यांनी तिला समजावून सांगितलं आणि ते अत्यंत धाडसाचं काम आहे असं तिला वाटलं.

''त्या वेळेस मी अठरा वर्षांची होते. मी विचार केला, हे का करून पाहू नये? हे खूप थरारक काम वाटतंय!''

आणखी एक जमेची बाजू म्हणजे इंडिया फोरेन्सिक ही अगदी नवी कंपनी असल्यामुळे आर्टिकल ट्रेनी असूनही अपूर्वावर ताबडतोब महत्त्वाची कामं सोपविली गेली. पहिलंच काम होतं एका मोठ्या रीटेल चेनचं फ्रॉड रिस्क ॲसेसमेंट करण्याचं. हे ऐकून अपूर्वाला धक्का बसला. 'फ्रॉड' किंवा 'फसवणूक' हा शब्द ऐकताक्षणीच काहीतरी धोक्याचं आणि गुन्हेगारीचं भीषण चित्र डोळ्यांपुढे उभं राहत होतं. असं काम करण्यासाठी आपण पुरेसे सक्षम नाही, असं तिला वाटू लागलं.

''माझ्या साऱ्या मित्र-मैत्रिणींनी म्हटलं, की मुलीच्या दृष्टीनं हे काम फारच धोक्याचं वाटतंय. त्या कामाची मला ओढ तर वाटत होती; पण मी गोंधळूनही गेले होते. अखेरीस मी माझ्या आईला फोन केला.''

अपूर्वाची आई म्हणाली, ''कोणतंही काम चांगलं किंवा वाईट नसतं. प्रत्येक गोष्टीतून आपल्याला नवं काहीतरी शिकायला मिळत असतं.''

तिनं अपूर्वाला सरांची माफी मागून ते काम स्वीकारण्याचा सल्ला दिला आणि अशा प्रकारे या १८ वर्षांच्या आर्टिकल ट्रेनीचा 'फोरेन्सिक अकाउंटिंग' या आगळ्यावेगळ्या क्षेत्रातला प्रवास सुरू झाला.

मार्च २००८मध्ये इंडिया फोरेन्सिकमधील लोकांबरोबर अपूर्वा बंगळुरूला गेली. आठ दिवस त्यांनी या रीटेलरचे हिशोब तपासले आणि आपल्या सर्व्हर्सवर त्या माहितीचं पृथक्करण केलं. सारं काही ठीकठाक दिसत होतं. आता फक्त एकच गोष्ट करायची बाकी राहिली होती- त्यांच्या साठवलेल्या मालाची प्रत्यक्ष तपासणी करून, आकड्यांनुसार खरोखरच तो माल साठवलेला असल्याची खातरजमा करून घ्यायची होती; पण ते जेव्हा त्या दुकानाच्या मॅनेजरकडे गेले, तेव्हा त्यानं टाळाटाळ करायला सुरुवात केली.

तो माणूस म्हणाला, ''टीव्ही एकावर एक रचून ठेवले आहेत. तुम्हाला खोकी उघडून कशी पाहता येतील?''

तो उगाचच अडथळा आणत होता की तो काहीतरी लपवू पाहत होता? अपूर्वानं ठरवलं की आता थोडंसं साहस दाखवण्याची वेळ आली आहे.

"मी शिडीवरून चढून गेले आणि पोटमाळ्यावर बैठक मारली."

तिनं पहिलं खोकं उघडून पाहिलं. रिकामं! दुसरं खोकं रिकामं. तिसरं खोकं रिकामं!

"एकातही टीव्ही नव्हता. नुसतीच खोकी होती."

'फोरेन्सिक अकाउंटिंग'चं सर्वांत महत्त्वाचं तत्त्व असतं, 'तुम्हाला दिलेली माहिती खरी आहे की नाही हे तपासून पाहा. दिलेली माहिती खरी आहे असं धरून चालू नका.'

शिडीवरून खाली उतरत असताना अपूर्वाचा चुकून धक्का लागला आणि तिच्या हातून डिटर्जंट पावडरची पिशवी फुटली. ती काळजीत पडली की आता काय करावं? तिने त्याचे पैसे नुकसानभरपाईसाठी द्यावेत का?

"आम्ही गप्प राहून ते दुकान कोणती कार्यपद्धती वापरतंय हे पाहायचं ठरवलं.

ती पिशवी लिलावाच्या खोलीत नेण्यात आली आणि एका कर्मचाऱ्याला ५० टक्के सवलतीत विकून टाकली गेली.

"आमच्या लक्षात आलं की, फसवणुकीची ही आणखी एक पद्धत असू शकेल!"

अपूर्वावर सोपवलेल्या या पहिल्याच कामगिरीमुळे तिचे डोळे उघडले. फक्त राजकारणातले लोकच धोकेबाजी करत नसतात. तुमच्या-आमच्यासारख्या सर्वसामान्य लोकांनाही त्यांना नोकरीवर ठेवणाऱ्यांना फसवणं, अगदी सहज शक्य असतं.

विक्रेता पेट्रोलसाठी चुकीचं बिल जाणूनबुजून देऊ शकतो. दुकानासाठी माल विकत घेणारा कर्मचारी ही गोपनीय बातमी प्रतिस्पर्ध्याजवळ फोडू शकतो. चीफ फायनान्शिअल ऑफिसर फसवणुकीनं कंपनीचे पैसे स्वतःच्या वैयक्तिक बँक अकाउंटमध्ये वळवू शकतो.

"माझ्या लक्षात आलं की फसवणूक ही देवासमान असते. तिचं अस्तित्व सर्वव्यापी असतं."

आपल्याला देवाकडे नेमकं बोट दाखवता येत नाही; पण आपल्याला फसवणुकीवर बोट ठेवता येतं. त्यासाठीचा एक उपाय असतो- कंपनीचा ताळेबंद तपासून पाहणं! कारण कर्मचाऱ्यांकडून होत असलेल्या फसवणुकीखेरीज दुसरी आणि आणखी

"माझ्या सर्व मित्र-मैत्रिणींनी मला सावध केलं की, मुलीनं प्रवेश करण्याच्या दृष्टीनं हे क्षेत्र अतिशय धोक्याचं आहे... परंतु मला तसं कधीच वाटलं नाही."

''जेव्हा सगळं जग टॅक्स रिटर्न्स भरण्यात आणि टॅली सॉफ्टवेअर वापरून आकड्यांच्या नोंदी करण्यात मग्न होतं, तेव्हा मी काहीतरी स्वर्वस्वी आगळंवेगळं करत होते!''

मोठ्या प्रमाणावरची फसवणूक होत असते प्रत्यक्ष व्यवस्थापनाकडूनच! तिमाहीचे नफ्याचे आकडे जास्त दाखवण्यासाठी हिशोबात गडबड केली जाते आणि खोटा वाढीव नफा दाखवून कंपनीची शेअर प्राइस वर ढकलली जाते.

यावर आळा घालण्यासाठी आय.सी.ए.आय. (इन्स्टिट्यूशन ऑफ चार्टर्ड अकाउंटंट्स ऑफ इंडिया) एक सर्वेक्षण प्रकल्प करत होता. त्याचं नाव होतं 'अर्ली वॉर्निंग सिग्नल्स ऑफ कॉर्पोरेट फ्रॉड' म्हणजे कंपन्यांच्या दगाबाजीकडे निर्देश करणाऱ्या प्रारंभिक खुणा.

''या प्रकल्पामागचा हेतू होता : एक ठरीव मार्गदर्शक रेषा घालून देऊन हिशेबाच्या ताळेबंदाच्या समस्यादर्शक खुणा, धोक्याचे लाल कंदील अधोरेखित करण्याचा.''

एका तरुण शिकाऊ उमेदवार मुलीपुढे सुदैवानं एक अभूतपूर्व संधी चालून आली होती. अपूर्वानं श्रमांची तमा न बाळगता, या सन्माननीय प्रकल्पावर अहोरात्र काम केलं. फसवणूक करणाऱ्या कंपन्या हिशेबाच्या कोणत्या पद्धती वापरत होत्या? फसवणुकीचे कोणकोणते वेगवेगळे मार्ग असतात?

''ही माहिती शोधून काढण्यासाठी आम्ही तीनशेहून अधिक चार्टर्ड अकाउंटंट्सची तपासणी केली. मुंबई स्टॉक एक्स्चेंज आणि नॅशनल स्टॉक एक्स्चेंजवर नोंदणी केलेल्या ६ हजार कंपन्यांचे हिशेबाचे ताळेबंद तपासले.''

या सर्वेक्षणातून निघालेला निष्कर्ष अत्यंत धक्कादायक होता. स्टॉक एक्स्चेंजवर नोंदणी झालेल्या १२००हून अधिक कंपन्या कोणत्यातरी प्रकारे आर्थिक घोटाळा करत होत्या.* या सर्वेक्षणातून जमा झालेली माहिती देशभरातील वृत्तपत्रांच्या पहिल्या पानावर झळकली. या वृत्तपत्रांमध्ये 'इकॉनॉमिक टाइम्स' आणि 'मिंट' यांसारख्या वृत्तपत्रांचासुद्धा समावेश होता. एका बातमीमध्ये इंडिया फोरेन्सिकची प्रमुख अन्वेषण अधिकारी म्हणून 'अपूर्वा प्रदीप जोशी' हे नाव उद्धृत केलं होतं.

''तो माझ्या आयुष्यभरातला सर्वांत मोठा अभिमानाचा क्षण होता; कारण माझ्या वडिलांच्या नावासकट माझं नाव वर्तमानपत्रात उद्धृत करण्यात आलेलं होतं!''

---

* यासाठीचे मार्ग असतात : खर्चाचे आकडे फुगवून सांगणं, विक्रीचे पैसे घेणं पुढे ढकलणं आणि कर बुडवणं.

पण अपूर्वा त्यातून एका कठोर सत्याला सामोरी गेली. जेव्हा तुम्ही काहीतरी 'चांगलं' करता, तेव्हा फारच थोडे लोक तुमचं कौतुक करतात आणि बहुतांश लोक तुमच्यावर टीकाच करतात.

"आम्हाला सरकारी अधिकारी, नियामक अधिकारी यांचे फोन येऊ लागले. त्याचबरोबर अनेकांनी आमच्या शोधाबद्दल शंकासुद्धा उपस्थित केल्या."

हा अहवाल सप्टेंबर २००८मध्ये प्रसिद्ध करण्यात आला. त्यानंतर अवघ्या चारच महिन्यांमध्ये 'सत्यम'नं केलेली फसवाफसवी उघडकीस आली आणि एकाएकी 'फोरेन्सिक अकाउंटिंग' हे क्षेत्र प्रसिद्धीच्या झोतात आलं. प्रसारमाध्यमांकडून प्रश्नांचा अखंड ओघ सुरू झाला, दूरदर्शनवर बोलण्यासाठी आमंत्रणं येऊ लागली. सीबीआयनं – सेंट्रल ब्यूरो ऑफ इन्व्हेस्टिगेशननं 'सत्यम'चं अन्वेषण करणाऱ्या विविध क्षेत्रांतील तज्ज्ञांच्या टीमला मार्गदर्शन पुरवण्यासाठी अपूर्वाचे बॉस मयूर जोशी यांना आमंत्रित केलं.

"त्याच दिवशी मला माझा आदर्श सापडला. माझ्या बॉससारखंच काहीतरी करून दाखवण्याचा मी निश्चय केला."

पण तिनं व्यवसायासाठी कोणती वाट निवडावी? अगदी नव्या क्षेत्रात काम करणाऱ्या लहानशा कंपनीत काम करणं श्रेयस्कर ठरलं असतं, की चार प्रचंड मोठ्या अकाउंटिंग फर्म्सपैकी एकात – 'अर्नेस्ट अँड यंग', 'प्राइसवॉटर हाउस कूपर्स', 'डिलॉइट' आणि 'के.पी.एम.जी.' – शिरकाव करून घेण्याचं उद्दिष्ट शहाणपणाचं ठरलं असतं?

"मी माझ्या आईचं मत विचारण्यासाठी गावी गेले. मी जवळजवळ प्रत्येक बाबतीत आईचा सल्ला घ्यायचे."

अपूर्वानं जेव्हा तिच्या आईला स्वतःच्या कामाचं स्वरूप समजावून सांगितलं, तेव्हा तिची आई तर आश्चर्यचकितच झाली. अकाउंटिंगमध्ये असंही घडत असतं? ती स्वतः व्यवसायानं एक डॉक्टर असली, तरी या आगळ्यावेगळ्या क्षेत्रातील उज्ज्वल संभाव्य शक्यता तिच्या लक्षात आल्या; पण टॅक्सेशन किंवा ऑडिटप्रमाणे फोरेन्सिक अकाउंटिंग हे बैठं काम असणार नव्हतं. त्यात कोणताही नियमबद्धपणा, कोणताही ठरीव दैनंदिन ढाचा असणार नव्हता.

"आईनं मला तिचे आशीर्वाद दिले. ती म्हणाली, 'कुठेही जा, तुझ्या इच्छेनुसार काम कर. आपल्या स्वप्नांचा पाठपुरावा कर.'"

अपूर्वानं ठरवलं की सीएची परीक्षा उत्तीर्ण करता येवो की न येवो, पण या क्षेत्रात

''अनेक चार्टर्ड अकाउंटंट्स आजकाल अनैतिक पद्धतींचा वापर करत असतात. आमचं काम नेमकं त्याच्या विरुद्ध आहे.''

उपलब्ध असलेलं सारं ज्ञान ती मिळवेल. तिनं अनेक ऑनलाइन कोर्सेससाठी नाव नोंदवलं : सीएफएपी (सर्टिफाइड फोरेन्सिक अकाउंटिंग प्रोफेशनल), सीबीएफए (सर्टिफाइड बँकिंग फोरेन्सिक अकाउंटंट) आणि सीएएमई (सर्टिफाईड अँटि मनी लाँडरिंग एक्स्पर्ट).

''मी माझा विषयाचा पाया पक्का करून घेण्यासाठी कोर्सेसमध्ये माझं नाव दाखल केलं; कारण माझं अंतिम उद्दिष्ट होतं- एसीएफई, यूएसए म्हणजेच अमेरिकेतील अॅसोसिएशन ऑफ सर्टिफाइड फ्रॉड एक्झॅमिनरसाठीच्या परीक्षेत उत्तीर्ण होण्याचं!''

त्याबरोबरच तिनं या क्षेत्राला आवश्यक असं तंत्रज्ञान- सॉफ्टवेअर आणि हार्डवेअर- शिकून घेण्याचा आणि त्यावर प्रभुत्व मिळवण्याचा निश्चय केला. यासाठीचं एक महत्त्वाचं साधन आहे Encase (एनकेस). हे पेनड्राइव्हसारखं दिसणारं एक लहानसं उपकरण असतं, पण ते अतिशय शक्तिमान असतं. एकदा ते लॅपटॉपमध्ये घातलं की त्या लॅपटॉपच्या हार्डड्राइव्हची ते 'कॉपी' घेतं. एवढंच नव्हे, तर हा प्रोग्रॅम वापरलात की ते उपकरण पुसून टाकलेला डेटा आणि ई-मेल्सचा इतिहाससुद्धा शोधून काढतं.

''हे उपकरण वापरायला शिकणं अवघड असलं, तरी मी ते शिकून घेतलं. मला त्यांनी सांगितलं की हे साधन वापरणारी आपल्या देशातील मी पहिलीच स्त्री होते.''

आय.सी.ए.आय.बरोबरची (इन्स्टिट्यूशन ऑफ चार्टर्ड अकाउंटंट्स ऑफ इंडिया) समस्या विरून गेली आणि अपूर्वा तिची आर्टिकलशिप करत राहिली. त्याबरोबरच ती इतर कोर्सेससाठीही अभ्यास करत राहिली. ऑक्टोबर २०१०मध्ये अपूर्वानं भारतातील अत्यल्प वयाच्या सर्टिफाइड फ्रॉड एक्झॅमिनर्सपैकी एक एक्झॅमिनर बनण्याचा बहुमान मिळवला. ती त्या वेळेस फक्त २० वर्षांची होती.

अपूर्वा ही कष्टाळू विद्यार्थिनी होतीच; पण ७५ टक्क्यांपेक्षा जास्त गुण मिळवून या चार महाकठीण पेपर्समध्ये उत्तीर्ण होण्यासाठी तिला खरीखुरी मदत झाली, तिनं मिळवलेल्या प्रत्यक्ष व्यवहारातील अनुभवाची!

''आम्हाला मोठाल्या कंपन्यांची खूप कामं मिळत असत. आमची एक लहानशी कंपनी असल्यामुळे मला त्यातल्या अनेक प्रकल्पांवर काम करायची संधी मिळत असे.''

कर्ज मागणाऱ्या कंपन्यांची सत्यस्थिती पडताळून पाहू इच्छिणाऱ्या बँकांकडून आणि नियामक मंडळांकडून त्यांना अशी कामं दिली जायची. त्याबरोबरच त्यांच्या एजीएमना (असिस्टंट जनरल मॅनेजर्स) आणि डीजीएम (डेप्युटी जनरल मॅनेजर्स) कंपन्यांच्या ताळेबंदांवरून फसवाफसवी शोधायचं प्रशिक्षण देण्याचं कामही त्यांच्यावर सोपवलं जायचं.

"प्रत्येक काम हे एक नवंच आव्हान असलं तरी कालांतरानं तुम्ही त्यातला समान आकृतिबंध ओळखायला शिकू लागता."

'महाराष्ट्र राज्य पोलीस दला'च्या 'इकॉनॉमिक ऑफेन्स विंग'नं- आर्थिक गुन्हे अन्वेषण शाखेनं- इंडिया फोरेन्सिककडे पाठवलेल्या गुन्ह्यांची उकल करणं हे सर्वांत अवघड काम होतं.

यांतला एक गुन्हा होता 'ग्लोबल ट्रॅव्हल' (नाव बदललं आहे) नावाची 'पॉन्झी स्कीम'.* या पॉन्झी स्कीमनं नेहमीपेक्षा अनेकपट परतावा कबूल केला होता आणि तुम्ही दिलेले पैसे गाड्या विकत घेण्यासाठी वापरले जाणार असल्याचा दावा केला होता. या गाड्या ते टॅक्सी म्हणून वापरण्यासाठी भाड्यानं देणार आणि भाड्याचे आलेले पैसे ते परतावा म्हणून वित्तनिवेशकांना वाटणार, असं त्यांनी म्हटलं होतं. या योजनेमागचा सूत्रधार होता, हफीझ अझीझ (नाव बदललं आहे). या गृहस्थाच्या सफाईदार बोलण्या-वागण्याला हजारो लहान लहान वित्तनिवेशक भुलले होते.

"अझीझ एका प्रसिद्ध राजकारण्याचे काळे पैसेसुद्धा पांढऱ्या पैशांमध्ये परिवर्तित करत होता."

कोट्यवधी रुपये जमा केल्यावर एके दिवशी सकाळी हफिझ अझीझ नाहीसा झाला; पण ज्या राजकारण्याला त्यानं गंडवलं होतं, त्यानं खूप आरडाओरडा केला. त्यामुळे अझीझचा शोध लावून त्याला कैद करण्यात आलं. पण समस्या एकच होती. अझीझ एकही शब्द उच्चारत नव्हता. या टप्प्यावर पोलिसांनी इंडिया फोरेन्सिकची मदत घेतली.

"आर्थिक फसवणुकीचा मामला असल्यामुळे त्यानं वापरलेल्या क्लृप्त्यांचा छडा लागणं गरजेचं होतं. ते पैसे त्यानं कोणत्या बँकांच्या खात्यात जमा केले आहेत, त्यातले किती पैसे परत मिळवता येतील, या गोष्टींचा अंदाज लागणं आवश्यक होतं."

* पॉन्झी स्कीम – यात निवेशकांना खूप परताव्याचं आश्वासन दिलेलं असलं तरी त्यांना देण्यात येणारे पैसे नव्या निवेशकांनी दिलेल्या पैशांमधून दिले जातात.

"भारतातील फसवणुकीच्या वेगवेगळ्या घटनांचा अभ्यास करण्यात मी झोपेविना अनेक रात्री घालवल्या."

चार दिवस एकाच धर्तीचं नाटक सुरू होतं. अझीझ बाकड्यावर बसून राही आणि प्रश्न विचारणाऱ्यांकडे फक्त एकटक बघत राही. एकाही प्रश्नाला तो उत्तर देत नसे. त्याची एकमेव प्रतिक्रिया होती, इकडेतिकडे पाहत राहणं आणि सिगारेट फुंकत राहणं! ते पाहून प्रश्न विचारणाऱ्यांच्या डोक्यात एक कल्पना चमकली.

"या चेनस्मोकरच्या हातातली सिगारेटच काढून घेऊ या!"

दुसऱ्या दिवशी तुरुंगातील कर्मचाऱ्यांना सक्त ताकीद देण्यात आली होती की, काहीही झालं तरी त्यांनी अझीझला सिगारेट देऊ नये आणि पाणीसुद्धा देऊ नये. संध्याकाळपर्यंत अझीझ अस्वस्थ होऊन चुळबुळ करू लागला होता. त्यानं आपलं मौन सोडलं आणि सांगायला सुरुवात केली, की त्यानं कोणकोणत्या गोष्टी, कशा प्रकारे केल्या.

मी अपूर्वाला विचारलं, "तुला कधीच भीती वाटली नाही?"

तिनं ठामपणे उत्तर दिलं, "नाही, कधीच नाही!"

"कुणी धमक्या दिल्या का?"

"फक्त एकाच वेळेस! एका कर्मचाऱ्यानं प्रवासी कंपनीत केलेल्या प्रचंड मोठ्या आर्थिक घोटाळ्याचं आम्ही अन्वेषण करत होतो. तेव्हा दररोज आम्हाला एक निनावी फोन येत असे.

"ही गोष्ट अस्वस्थ करणारी होती; पण पाचव्या दिवसापर्यंत एक चमत्कारिक गोष्ट माझ्या लक्षात आली. आम्ही हॉटेल लॉबीत असतानाच हा ब्लँक कॉल येत असे. मला एक माणूस वर्तमानपत्राआड चेहेरा लपवून बसलेला दिसत असे. तोच तो माणूस होता. आम्ही आमच्या ग्राहकाला त्याबद्दल सांगितलं आणि त्यानं योग्य ती कारवाई केली."

तीन वर्षं पाहता पाहता उलटली आणि २०११ सालच्या मध्याला अपूर्वानं आपली आर्टिकलशिप पूर्ण केली. ती आता लवकरच सीए फायनल परीक्षा देणार होती. तिचा भविष्यकाळ उज्ज्वल होता. ती इंडिया फोरेन्सिकमध्ये काम करत राहून आपली व्यावसायिक प्रगती घडवू शकली असती; पण अपूर्वाच्या डोक्यात दुसऱ्या योजना होत्या.

“आपली कुवत अजमावून पाहण्यासाठी मी स्वतःचा व्यवसाय सुरू करायचं ठरवलं. मयूरसरांच्या छत्रछायेतून बाहेर पडून नव्या मार्गानं जायचं ठरवलं.”

अपूर्वानं एक मोठं आणि धाडसी पाऊल उचलायचं ठरवलं होतं. तिला प्रसिद्धी मिळवून देईल असं काम हाती घेण्याचं तिनं ठरवलं होतं.

“मी ‘स्टे हंग्री स्टे फूलिश’ आणि ‘कनेक्ट द डॉट्स’ ही पुस्तकं वाचली होती आणि त्यासारखं काहीतरी लिहिण्याची मी त्यातून प्रेरणा घेतली होती.”

अपूर्वानं फोरेन्सिक अकाउंटिंग या क्षेत्रातील स्त्रियांवर लक्ष केंद्रित करायचं ठरवलं. अनेक चित्ताकर्षक अनुभव घेतलेल्या अशा अनेक व्यावसायिक स्त्रियांच्या मुलाखती तिनं घेतल्या; पण अशा विशेष क्षेत्रातील अनुभवांवरचं पुस्तक सर्वसाधारण जनतेला आवडलं असतं?

“मी विचार केला की, त्यापेक्षा फसवणुकीवरचं न्यूज पोर्टल सुरू करणं अधिक श्रेयस्कर ठरेल. त्या वेळेस मला तीन सर्वोत्कृष्ट नावं ठाऊक होती –‘एक्स्प्रेस’, ‘टाइम्स’ आणि ‘टुडे’.” ‘फ्रॉड एक्स्प्रेस’ हे डोमेन नेम उपलब्ध होतं. अपूर्वानं ताबडतोब ते नाव नोंदवलं. आता ती स्वबळावर झगडणार होती. कोणत्याही फर्मचा तिला आधार नव्हता. तिच्या हातात कोणतंही ब्रँड नेम नव्हतं. कोणीही सहकारी मदतीसाठी उपलब्ध नव्हते.

“‘इंडिया फोरेन्सिक’मधून बाहेर पडल्यावर माझ्या लक्षात आलं की, प्रकल्प मिळवणं अजिबात सोपं नाही!”

अगदी कनिष्ठ पदावरची कर्मचारी असतानासुद्धा अपूर्वानं आपल्या ग्राहकांचा विश्वास संपादन केला होता. त्यांच्यापाशी जाऊन काम मागणं अगदी सोपं होतं; पण अपूर्वानं जाणूनबुजून अवघड मार्ग निवडला. तिनं ऑडिट आणि अकाउंटिंग या क्षेत्रात परिषदा आयोजित करणाऱ्या कंपन्यांबरोबर संपर्क साधला. त्यांच्या कार्यक्रमाला स्वतःच्या वेबसाइटवर प्रसिद्धी देण्याची तिनं तयारी दर्शवली.

अशा प्रकारे अपूर्वाला कॉन्फेडरेशन ऑफ इंडियन इंडस्ट्रीज आणि केपीएमजी यांच्या दिल्लीतील परिषदेत उपस्थित राहण्याची संधी मिळाली. तिथं ती काही सुविख्यात व्यावसायिकांना भेटू शकली. तिनं त्वरेनं त्यांची बिझनेस कार्ड्स गोळा केली आणि चहापानाच्या वेळी अनोळखी लोकांच्या ओळखी करून घेतल्या.

एका वरिष्ठ व्यावसायिकानं तिला विचारलं, “तरुण मुली, तू आमच्यासाठी कोणतं काम करू शकशील?”

"फोरेन्सिक अकाउंटंट म्हणून काम करताना तुम्हाला समोर दिसत असलेल्या गोष्टींपलीकडे जाऊन विचार करावा लागतो."

अपूर्वानं उत्तर दिलं, "प्रशिक्षण देण्यापासून ते कॉम्प्यूटर्सवर गुन्ह्यांचं अन्वेषण करण्यापर्यंत सारं काही!"

त्यानं विचारलं, "खरं की काय? आणि हे सारं कोण करेल?"

अपूर्वा म्हणाली, "मी करेन!"

या सद्‌गृहस्थाचा यावर विश्वास बसला नाही आणि त्यामागचं कारणही त्यानं अपूर्वाला सांगितलं. करावं लागणारं काम प्रचंड होतं- ते एकाच माणसाला हाताळता येणं शक्य नव्हतं. या तरुण उद्योजिकेला त्यानं एक सुज्ञ सल्ला दिला.

"तुला टीम तयार करावी लागेल!"

ही सूचना खरोखरच अगदी योग्य होती. सरतेशेवटी इंडिया फोरेन्सिकमध्येसुद्धा महत्त्वाच्या जबाबदाऱ्या पेलणारी एक टीम होती. 'सीआयडी' मालिकेप्रमाणे या टीममधील प्रत्येक व्यक्ती एक वेगळी जबाबदारी पेलत होती.

"मला नेहमीच मयूर सर 'एसीपी प्रद्युम्न'सारखे वाटत; सारंग 'दया'सदृश काम करत असे; आमचा अभिजित सीआयडीतल्या 'अभिजित'समान होता. आमचे वेंकटेशन सर म्हणजे 'डॉक्टर साळुंके' होते!"

अपूर्वापुढलं महत्त्वाचं काम असणार होतं- तेवढीच कार्यक्षम टीम तयार करणं. पण जरी काही अत्यंत चांगल्या लोकांना ती ओळखत असली तरी त्यांना पगार देण्याजोगे पैसे तिच्यापाशी नव्हते. त्यामुळे ही गोष्ट 'विश्वासा'वरच निभवावी लागणार होती.

अपूर्वाची पूर्वीची रूममेट मानसी इनामदार सर्वांत आधी तिच्या टीममध्ये आली. मानसी वित्तव्यवस्थापनात तज्ज्ञ होती आणि तिनं सर्वांत आधी एक गोष्ट पार पाडली. तिनं 'डिजिटल मीडिआ व्हेंचर'साठी व्यवसायाचा आराखडा- बिझनेस प्लॅन तयार केला. त्यांनी हा बिझनेस प्लॅन 'मुंबई एंजल्स' नावाच्या वित्तनिवेशकांपुढे सादर केला.

"त्यांनी त्याचं कौतुक केलं; पण ते खास अशा क्षेत्रातलं काम असल्यामुळे आम्हाला त्यांनी पैसे मात्र दिले नाहीत."

डिसेंबर २०११मध्ये काही वैयक्तिक कारणांमुळे अपूर्वानं आपलं बस्तान सोलापूरला हलवायचं ठरवलं.

"मला आतून जाणवलं की माझ्या आईला माझी गरज आहे. मी तिच्या जवळपासच असायला हवं. काम तर मी कुठूनही करू शकेन."

खरं सांगायचं तर सोलापूरमधल्याच एका बायोटेक कंपनीशी बोलणी करून अपूर्वानं प्रकल्प मिळवला होता. या कामासाठी कॉम्प्यूटर फोरेन्सिकबरोबरच फायनॅन्शिअल फोरेन्सिकची आवश्यकता होती. आणखी एका एजन्सीची आणि त्याचबरोबर सारंग खटावकर या तिच्या माजी सहकाऱ्याची मदत घेऊन अपूर्वानं या प्रकल्पसाठी 'टीम' तयार केली. हे काम त्यांनी अत्यंत यशस्वीरीत्या पूर्ण केलं आणि त्यांना त्याचा उत्तम मोबदलासुद्धा मिळाला.

"मी खूपच उत्तेजित झाले होते आणि उज्ज्वल भविष्यकाळाची स्वप्नं पाहू लागले होते."

पण क्षितिजावर मात्र एका काळ्याकुट्ट ढगाचं आगमन झालेलं होतं. सोलापूरला परत आल्यावर लगेचच अपूर्वाला समजलं की, तिच्या आईला यकृताच्या समस्या त्रास देत आहेत. एप्रिल २०१२पर्यंत तिची प्रकृती आणखीच ढासळली आणि तिच्यावर शस्त्रक्रिया करणं अनिवार्य ठरलं.

"ही शस्त्रक्रिया काही फारशी गुंतागुंतीची नव्हती; पण एका औषधाची 'माँ'ला तीव्र रिॲक्शन आली. तिचं हृदय बंद पडलं; पण नशिबानं पपा तिच्या जवळच उभे होते."

जवळजवळ पंचेचाळीस मिनिटं कार्डिॲक मसाज केल्यावर श्रीमती जोशींच्या हृदयाची स्पंदनं पुन्हा सुरू झाली. हा एक चमत्कारच होता; पण आणखी आठच दिवसांनी त्या कोमात गेल्या. त्यांची मुलं, पती आणि अन्य नातेवाईक हताशपणे पाहत उभे असतानाच त्या मरण पावल्या.

"माझी आई गेली, तेव्हा मी बावीस वर्षांची होते. ती माझी सर्वांत जिवलग मैत्रीण होती. माझी गुरू होती. माझ्या आयुष्याचा आनंद होती!"

अपूर्वा सीए फायनलच्या तिसऱ्या पेपरला बसणार होती, त्याच वेळेस असं घडलं. उरलेली परीक्षा पूर्ण करणं तिच्यानं शक्य झालं नाही; पण अपूर्वानं चटकन मनावर ताबा मिळवला. काम तर पुढे नेणं भागच होतं! "माझी आई माझी स्फूर्तिदेवता होती. त्यामुळे मला तिच्यासाठी काहीतरी करावंसं वाटत होतं."

"माझ्या आधीच्या कंपनीतले ग्राहक पळवण्याचा विचारसुद्धा कधी माझ्या मनाला शिवला नाही. मला स्वतःच्या हिमतीवर काहीतरी नवं करायचं होतं."

सी.एफ.ई.चा (सर्टिफिकेट फ्रॉड एक्झॅमिनर) कोर्स पूर्ण केल्यापासून अपूर्वाला या फारशा प्रसिद्ध नसलेल्या क्षेत्राबाबत जनजागृती करावीशी वाटत होती. त्या हेतूनं तिनं 'स्टुडंट्स हँडबुक ऑफ फॉरेन्सिक अकाउंटिंग' यावर काम सुरू केलेलं होतं. ते काम जवळजवळ संपतच आलेलं होतं. जून २०१२मध्ये अपूर्वानं हे पुस्तक 'ॲमेझॉन डॉट कॉम'वर प्रकाशित केलं आणि ते तिच्या आईला अर्पण केलं.

"पुस्तकाच्या विक्रीतून पैसे येऊ लागले आणि सोलापूरमधील स्थानिक प्रसार-माध्यमांनी मला भाषण देण्यासाठी आमंत्रण पाठवलं. लवकरच 'फ्रॉड एक्स्प्रेस'च्या नावे आम्ही आणखी पुस्तकं प्रकाशित केली."

या सर्व पुस्तकांमधील माहिती भारताच्या दृष्टीनं उपयुक्त अशीच होती. अशी माहिती इतरत्र उपलब्ध नव्हती. जर भारताच्या दृष्टीनं उपयुक्त असलेल्या पुस्तकासाठी बाजारपेठ मिळत असली, तर भारताला केंद्रस्थानी ठेवून आखलेल्या अभ्यासक्रमाला तशीच बाजारपेठ का लाभू नये? अनेक मुलांना सी.ए. (चार्टर्ड अकाउंटंट) किंवा सी.एस. (कंपनी सेक्रेटरी) या परीक्षा देणं शक्य होत नाही. अशी मुलं दीशाहीन होऊन भरकटत जातात. अमेरिकेतील शिक्षण साहित्यासाठी हजारो रुपये खर्च करणंसुद्धा त्यांना परवडत नसतं.

"माझ्या मनात आलं की, विद्यापीठ मान्यताप्राप्त असा 'फ्रॉड रिस्क मॅनेजमेंट'वरचा एकही अभ्यासक्रम उपलब्ध नाही. त्याचं कारण काय असावं?"

सप्टेंबर २०१२मध्ये अपूर्वाचा इंडिया फोरेन्सिक कंपनीतला सहकारी सारंग सोलापूरला आलेला होता. अपूर्वानं ही कल्पना त्याच्यापुढे मांडली. इंडिया फोरेन्सिक यापूर्वीच ऑनलाइन कोर्सेस देऊ लागली होती; पण कंपनीतले मुख्य लोक सल्लागार प्रकल्पांमध्ये इतके व्यग्र होते की, 'प्रशिक्षण आणि अभ्यासक्रमासाठीचं साहित्य' यावर लक्ष पुरवण्याइतका वेळच त्यांच्या हाती उपलब्ध नव्हता.

"सखोल अभ्यासक्रम तयार करण्यासाठी माझ्याबरोबर काम करण्याचा मयूरसरांनी मला शब्द दिला. मी अमेरिकेचा सीएफई कोर्स केला होता, त्याच्याशी मिळताजुळता असा हा कोर्स असणार होता."

अमेरिकेतील कोर्ससाठीच्या अभ्यासक्रमासाठी तीन ते चार हजार पानी अभ्यासासाठीचं साहित्य तयार केलं गेलं होतं. तसाच आराखडा अपूर्वानं बनवला होता; पण अभ्यासाचे विषय मात्र भारतातील परिस्थितीला साजेसे असे निवडण्यात आले होते.

''आम्ही भारतातील वेगवेगळ्या खटल्यांचा अभ्यास केला. गुन्हेगारांची, गुन्ह्यांची पद्धत शोधून काढली. त्यानंतर आम्ही ही उदाहरणं स्वतःच्या हातानं एकामागून एक अशी लिहून काढली.''

हा अभ्यासक्रम 'डिस्टन्स लर्निंग' स्वरूपाचाच असणार होता. अमेरिकेतील 'एसीएफई'प्रमाणेच!

नोव्हेंबर २०१२पर्यंत अभ्यासक्रमासाठी आवश्यक असं सारं अभ्यासाचं साहित्य तयार झालं होतं. परीक्षेसाठीचं कॉम्प्यूटर सॉफ्टवेअर तयार होत होतं; पण यापुढची खिंड लढवणं हे सर्वांत अवघड काम होतं. विद्यापीठाकडून या अभ्यासक्रमासाठी मान्यता मिळवणं, हे प्रचंड अवघड काम होतं!

''सुरुवातीला तर विश्वविद्यालय माझ्याकडे ढुंकूनही पाहायला तयार नव्हतं. त्यानंतर मी थेट उपकुलगुरूंशी संपर्क साधायचा निर्णय घेतला.''

अपूर्वा अगदी कटाक्षानं सकाळी लवकर येऊन उपकुलगुरूंच्या खोलीबाहेर प्रतीक्षा करत राहत असे. ती पूर्ण दिवस सहनशीलपणे तिथं वाट बघत थांबत असे. अर्थातच यामुळे उपकुलगुरूंना प्रश्न पडला की ही मुलगी आहे तरी कोण?

एके दिवशी त्यांनी त्यांच्या सचिवाला सांगितलं, ''तिला मला भेटायला आत पाठवून द्या.''

''मी या संधीवर झडप घातली आणि माझ्या लॅपटॉपवरून त्यांच्यापुढे सर्व माहितीचं सादरीकरण केलं. या क्षेत्राला खूप मागणी येऊ शकेल, असंही मी त्यांना सांगितलं.''

भारतात अवघे सहा हजार फोरेन्सिक अकाउंटंट काम करत होते. त्यामुळे त्या क्षेत्रातली पदविका मिळवल्यावर एम.कॉम. पदवीधरांचं व्यावसायिक भवितव्य खूपच सुधारलं असतं. हा अभ्यासक्रम 'डिस्टन्स लर्निंग' स्वरूपाचा असल्यामुळे नोकरी करणाऱ्या लोकांनासुद्धा तो सहजपणे पूर्ण करता आला असता.

''त्यांचं मन वळवण्यासाठी मी आणखी एक हुकुमी एक्का बाहेर काढला. मी त्यांना म्हटलं की असा अभ्यासक्रम देशभरात सर्वप्रथम सुरू करण्याचा मान सोलापूर विद्यापीठाला लाभेल.''

एनएएसी कडून गुणमापन होताना या अभ्यासक्रमामुळे सोलापूर विद्यापीठाची गुणवत्ता

पातळी उंचावायलासुद्धा मदत झाली असती.

विद्यापीठानं अपूर्वाला तिचा प्रस्ताव विद्यापीठ मंडळापुढे मांडण्याची विनंती केली. हा अभ्यासक्रम सध्या अस्तित्वात असलेल्या सीए, सीएस आणि एमबीए या अभ्यासक्रमांपेक्षा वेगळा असल्याची खातरजमा करून घेण्यासाठी अभ्यास नियामक मंडळांकडून (बोर्ड ऑफ स्टडीज) या अभ्यासक्रमाचं काळजीपूर्वक समालोचन करवून घेणंसुद्धा अतिशय गरजेचं होतं.

''विद्यापीठाशी निगडित असलेल्या सर्व कामासाठी मला प्रचंड पाठिंबा देण्याबद्दल आणि सर्व प्रकारचं साहाय्य पुरवण्याबद्दल मी माझा सहकारी राजेंद्र आणि माझे मामा बाळकृष्ण भावे यांची अत्यंत ऋणी आहे.''

हे सारं सुरू असतानाच अपूर्वा वैयक्तिक समस्यांशीसुद्धा झुंजत होती. तिच्या आईच्या मृत्यूनंतर तिचे वडील मानसिकदृष्ट्या खचून गेले होते. त्यामुळे अपूर्वा पुन्हा पुण्याला परतू शकली नाही.

''संपूर्ण वर्षभर मी दर आठवड्याला सोलापूर-पुणे प्रवास करत होते. माझ्या माजी सहकाऱ्यांनी मला संपूर्ण पाठिंबा दिला आणि मी माझं काम अशा पद्धतीने करत राहू शकले.''

सारंगबरोबर बोलत असताना अपूर्वाला आणखी एका संधीची जाणीव झाली. इंडिया फोरेन्सिक कंपनी अन्वेषणांमध्येच इतकी व्यग्र होती की, अन्वेषणाचे अनुभव शब्दबद्ध करण्यासाठी कुणालाच वेळ काढता येत नव्हता. ही तर सोन्याची खाणच उपलब्ध होती!

''सारंगनं मला ही आतली बातमी पुरवली आणि म्हटलं, 'तू एखादा प्रस्ताव कंपनीपुढे मांडलास, तर संचालक मंडळाच्या बैठकीच्या वेळेस मी तो उचलून धरेन.'''

इंडिया फोरेन्सिकची पेरेंट कंपनी, रिस्क्प्रो यांच्यापुढे 'फ्रॉड एक्स्प्रेस'द्वारा मांडण्याजोगा प्रस्तावाचा आराखडा तयार करण्याची विनंती अपूर्वानं मानसी या तिच्या मैत्रिणीला केली. तिच्या भाकितानुसार, हे अनुभव शब्दांकित करून अभ्यासक्रमात समाविष्ट केले असते, तर इंडिया फोरेन्सिकची आमदनी ७०टक्क्यांनी वाढली असती. फ्रॉड एक्स्प्रेसपाशी सध्याचं अभ्यासक्रम साहित्य तयार होतंच आणि त्यात भर घालण्याची क्षमतासुद्धा त्यांच्या ठायी होती.

''मी अधिकृतपणे मयूर सरांना फोन केला आणि माझा प्रस्ताव त्यांच्यापुढे मांडण्यासाठी मुलाखतीची वेळ विचारली.''

फेब्रुवारी २०१३मध्ये या दोघांची भेट झाली आणि मयूरसरांनी तिच्या संकल्पनेचं महत्त्व ताबडतोब ओळखलं.

"आम्ही हस्तांदोलन केलं आणि त्यांनी सारा प्रस्ताव लिखित स्वरूपात देण्याची मागणी केली."

सारंगच्या सल्ल्यानुसार अपूर्वानं तीन अटी पुढे ठेवल्या. किंमत ठरवण्याखेरीज या अटी होत्या : 'फ्रॉड एक्स्प्रेस' ही स्वतंत्र कंपनी राहील; अपूर्वाची 'रिस्कप्रो'च्या संचालक मंडळावर नियुक्ती केली जाईल आणि उभयपक्षी हा करार तीन वर्षं बांधील राहील.

"दोन्ही पक्षांनी संमती दिली आणि अखेरीस ऑक्टोबर २०१३मध्ये माझी 'रिस्कप्रो'च्या संचालक मंडळावर नियुक्ती झाली."

त्याच महिन्यात अपूर्वानं उपकुलगुरूंपुढे ठेवलेल्या अभ्यासक्रमाला सोलापूर विद्यापीठानं मान्यता दिली.

"माझ्या मूळ गावच्या विद्यार्थ्यांसाठी मला काहीतरी करता आलं आणि विद्यापीठाद्वारा त्यांना खिशाला परवडेलसा* अभ्यासक्रम उपलब्ध करून देता आला, याचा मला विशेष आनंद झाला."

अपूर्वा पुन्हा पुण्याला परतली आणि तिनं स्वतःला कामात झोकून दिलं.

"आईच्या मृत्यूनंतर वेगवेगळ्या अन्वेषणांच्या कामातच मी स्वतःला गुंतवू शकते आणि दुःख विसरू शकते."

भारतातील कंपन्यांमध्ये असलेली राजकारण्यांची आणि त्यांच्या कुटुंबीयांची गुंतवणूक आणि मालकी यांचा आलेख तयार करणं, हा अत्यंत मनोवेधक प्रकल्प अपूर्वानं हाती घेतला आहे.

राजकारण्यांना स्वतःचे पैसे थेट गुंतवता येत नाहीत. त्यामुळे त्यांना मध्यस्थ आणि दर्शनी स्वरूपाचे मालक गरजेचे ठरतात. "POPची (पॉलिटिकली एक्स्पोज्ड पार्टीज) सर्व माहिती जमा करून डेटाबेस तयार करण्याचा प्रस्ताव आम्ही मांडला होता. राजकारण्यांचे किती पैसे फिरत आहेत आणि कोणत्या कंपन्यांमध्ये ते गुंतवले गेले आहेत... ही माहिती आम्ही गोळा करणार होतो."

अशा स्वरूपाची माहिती आपल्या देशात प्रथमच जमा करण्यात आली आहे आणि

* (फोरेन्सिक अकाउंटिंगमधल्या डिप्लोमा कोर्सची फी आहे १२ हजार रुपये.)

गुंतवणूकदारांना ती सशुल्क उपलब्ध करून दिली जाते आहे.

२०१४ मध्ये आणखी महत्त्वाच्या घटना घडल्या. त्यांनी आणखी अभ्यासक्रम विकसित केले, त्यासाठीचं अभ्यासाचं साहित्य तयार केलं आणि आणखी सेवा उपलब्ध करून दिल्या. या अभ्यासक्रमांपैकी काही नावं आहेत : ऑडिटर ड्यू डिलिजन्स, प्रमोटर ड्यू डिलिजन्स, व्हेंडर ड्यू डिलिजन्स (व्यवसायाचे हिशेब तपासणाऱ्यांनी, नवे व्यवसाय सुरू करणाऱ्यांनी आणि पुरवठादारांनी करायची कंपनीची सर्वंकष चौकशी). बऱ्याचदा हे सारं काम, काम आणि फक्त कामच करत राहिल्यामुळे शक्य होतं!

"मला लवचीक राहावंच लागतं. जर ग्राहकानं म्हटलं, 'उद्या बंगळुरूला ये....' तर मी तिथं जाते आणि कधीही नकार देत नाही!"

कामाचा अर्थच असतो रविवार, सण यांच्या सुट्ट्या नाहीत, मित्रमैत्रिणींबरोबर शिळोप्याच्या गप्पा नाहीत, सहली नाहीत!

"मयूरसरांची पहिलीच अट होती की, जर तुमची फोरेन्सिक अकाउंटिंगमध्ये प्रावीण्य मिळवण्याची इच्छा असेल, तर बाकी सर्व गोष्टींना मुकण्याची तुमची तयारी असलीच पाहिजे."

खरं सांगायचं तर तुम्ही इंटरनेटवर अपूर्वाचा शोध घेण्याचा प्रयत्न केलात, तर तुम्हाला फेसबुकवर तिचा फोटोसुद्धा दिसणार नाही!

"आम्ही ज्या लोकांबद्दल तपास करतो, ते कधीकधी तुरुंगातसुद्धा जातात. त्यामुळे मला अशा प्रकारची सावधगिरी ठेवावी लागते."

एवढंच नव्हे, तर अपूर्वा कधीकधी अन्वेषणांमध्ये इतकी गुंगून गेलेली असते, की दुपारचं जेवण घ्यायलासुद्धा ती वेळ काढू शकत नाही. 'फोरेन्सिक ड्युप्लिकेटर'सारखं साधन वापरताना त्यावर संपूर्ण चित्त केंद्रित करावं लागतं.

"हे साधन जोडलं आणि दोन तासांनी मी परत आलेय, असं करणं शक्य नसतं."

हे आयुष्य मोठं थरारक असलं तरी शिणवणारंसुद्धा आहे. अपूर्वा अशा आव्हानांना कशी पुरी पडू शकते? जरी अनेक गोष्टी तिच्या नियंत्रणाबाहेरच्या आहेत, तरी तिनं स्वतःसाठी एक महत्त्वाचा नियम घालून घेतला आहे.

"मी कटाक्षानं जिमला जाते. तिथं माझा सारा तणाव वितळून जातो."

अपूर्वाला अध्यात्मातूनसुद्धा शांती मिळवता येते. गजानन महाराजांची 'चरित्र' ही

पोथी आणि शंकर महाराजांची 'शंकर गीता' (हे दोघंही गुरू दत्तात्रेयाचे अवतार आहेत) तिला मानसिक शांती मिळवून देतात.

"मी जेव्हा अत्यंत निराश मनःस्थितीत असते, तेव्हा या पोथ्या वाचून मला मानसिक शांती लाभते."

अपूर्वाच्या भविष्याबाबतच्या योजना अत्यंत महत्त्वाकांक्षी आहेत. पाच वर्षांत तिला स्वतःची फोरेन्सिक अकाउंटिंगची संस्था सुरू करायची आहे आणि तिचं अंतिम उद्दिष्ट आहे आयपीओ (इनिशिअल पब्लिक ऑफरिंग- कंपनीचे भागभांडवल बाजारात विक्रीसाठी आणणं) बाजारात आणण्याचं!

"मी मोठी कंपनी सुरू करेन. माझ्या हाताखाली अनेक लोक काम करत असतील. मला जगभरात प्रसिद्धी मिळवायची इच्छा आहे."

एक अपुरा राहिलेला प्रकल्प आहे तिचा सीएचा अभ्यासक्रम. ते अजूनही तिच्यापुढलं उद्दिष्ट असलं तरी तिच्या लेखी त्याला प्राधान्यक्रम नाही.

"जरी मला सी.ए. पदवीचं शेपूट लावता आलं नाही तरी माझ्या क्षेत्रात मी माझा ठसा उमटवू शकेन, याबद्दल मला पूर्ण आत्मविश्वास वाटतोय."

वैयक्तिक आघाडीवर अपूर्वा म्हणते की आणखी दोन वर्षांनंतर वयाची सत्ताविशी पूर्ण केल्यावर ती लग्नाचा विचार करेल; पण काम आणि कुटुंब या दोन्ही गोष्टी ती कशी काय सांभाळू शकणार आहे, याची तिला सध्यातरी खात्री वाटत नाहीये. संदेह उद्भवला की ती तिच्या आईच्या उदाहरणावरून प्रेरणा घेते.

"माँनं कामाकडेही लक्ष दिलं आणि घराकडेही लक्ष दिलं!"

आणि पूर्णतः पुरुषांच्या वर्चस्वाखाली असलेल्या महानगरपालिकेच्या रुग्णालयात ती स्वतःचा आब राखून वावरली! हा तिचा गुण तिच्या लेकीतही तिनं संक्रमित केला आहे.

सहा वर्षांचा अनुभव अपूर्वानं गाठीशी जमा केलेला असला तरी अजूनही तिला असे ग्राहक भेटतात, जे तिची लहानखुरी चण आणि कोवळा चेहेरा पाहून आश्चर्योद्गार काढतात, "ही? ही मुलगी? ही मुलगी काय करू शकणार आहे?"

का करू शकणार नाही? जर त्या मुलीला ते काम मनापासून करावंसं वाटत असलं तर तिच्या दृष्टीनं कोणतंही काम फार धाडसाचं, फार मोठं, फार अवघड किंवा फार पेचाचं असूच शकत नाही! ती ते करू शकेल आणि ते काम ती नक्कीच करून दाखवेल!

तरुण उद्योजकांसाठी सल्ला

पदव्यांच्या मागे धावत सुटू नका. जर खोटी खोटी आर्टिकलशिप पूर्ण करून, आर्टिकलशिप पूर्ण केल्याची बतावणी करून तुम्ही पहिल्याच प्रयत्नात सीएची परीक्षा उत्तीर्ण झालात, तर बाजारात अशा पदवीचं मोल ते काय असणार आहे? अशा पदवीला बाजारात शून्य किंमत असणार आहे! त्यामुळे व्यवहारातलं ज्ञान मिळवायचा प्रयत्न करा. व्यवहारातलं ज्ञान, प्रत्यक्ष अनुभव, पदवीपेक्षा खूपच जास्त महत्त्वाचा असतो.

समोर समस्या उभ्या ठाकल्या की तुम्हाला त्यांच्याशी दोन हात करावेच लागतात. समोर आव्हान उभं ठाकलं तर वरिष्ठाकडे धावत जाऊन 'मला नेहमीची पद्धत किंवा चेकलिस्ट सांगा- मी त्याप्रमाणेच काम करेन' असं म्हणू नका. ते काम कसं करायचं हे स्वप्रयत्नानं शिका. आजकालच्या दिवसांत विद्यार्थ्यांना वेगवेगळे प्रयोग करून पाहून शिकायचं नसतं; त्यांना वाढून दिलेलं ताट समोर हवं असतं. तुम्ही असं वागलात, तर तुम्ही स्वतःच तुमच्या कर्तृत्वाला मर्यादा घालून घ्याल.

आणि एक गोष्ट- थोडं धाडस करावं लागतं. धाडस दाखवा! धिटाईनं वागा! कुणाचीही किंवा कशाचीही भीती बाळगू नका!

ईश्वर विकास

सुदीप सबात

अद्वितीय रवा मसाला

ईश्वर विकास आणि सुदीप सबात
(एसआरएम इंजिनिअरिंग कॉलेज, चेन्नई)

डोसामॅटिक

दोन तरुण इंजिनिअर्सनी स्वयंचलित डोसा मशिन बनवण्याचा प्रयत्न सुरू केला. तीन वर्षांनी जगभरातला पहिला 'टेबलटॉप डोसा प्रिंटर' बनवण्यात त्यांनी यश मिळवलं आहे! विशेष म्हणजे, शंभर रेस्टॉरंट मालकांनी या मशिनसाठी मागणी नोंदवली आहे.

दररोज दुपारी चार वाजता चेन्नईतील एसआरएम इंजिनिअरिंग कॉलेजचे तास संपतात. हसरा चेहरा घेऊन विद्यार्थी कॉरिडॉर्समध्ये आणि कँटीनमध्ये दाटी करतात.

सारी संध्याकाळ मौजमस्तीत घालवायला ही मुलं उत्सुक असतात.

पण ईश्वर विकास नावाची वल्ली त्यांच्यापेक्षा पूर्णपणे निराळी होती. वर्गातली लेक्चर्स संपली की ५० किलोमीटर अंतरावरच्या त्याच्या कामाच्या जागी जाण्यासाठी

गाडी पकडायला तो धावत सुटत असे. या कामासाठी ना त्याला वेतन मिळत असे आणि ना हा अनुभव बाजारात फारसा मोलाचा ठरणार होता!

पण त्याला कामाचंच वेड जडलं होतं. त्यावाचून तो राहूच शकत नसे. तेच त्याचं सर्वस्व होतं.

"मी कॉलेजच्या तिसऱ्या वर्षात शिकत असताना स्वयंचलित डोसा मशिन बनवण्याची कल्पना माझ्या डोक्यात आली. मग मी त्या कल्पनेचा पाठपुरावा करण्यात इतका गुंतून गेलो, की थांबणं मला शक्यच झालं नाही."

ईश्वरचा उत्साह मोठा संसर्गजन्य होता. त्याचा रूममेट सुदीपसुद्धा या त्याच्या शोधयात्रेत सामील झाला. मशिनद्वारा अद्वितीय असा कुरकुरीत, वर्तुळाकार डोसा बनवण्यासाठीची ही शोधयात्रा होती.

या मशिनसाठी आवश्यक असे सुट्टे भाग शोधण्यासाठी त्यांनी चेन्नईमधील गल्ल्या आणि बाजार पालथे घातले. औद्योगिक अभियांत्रिकी (इंडस्ट्रियल इंजिनिअर) आणि यंत्रशास्त्र (मेकॅनिक्स) या विषयातील जाणकार लोकांकडून ते दोघं या विषयांचे व्यवहारातले धडे शिकून घेऊ लागले.

पण तरीसुद्धा हे (डोसा) मशिन काम करायला तयार होईना. त्यासाठी या मुलांनी झोप, विरंगुळ्याच्या गोष्टी आणि त्यांच्या उन्हाळी सुट्टीवरदेखील पाणी सोडलं. ते या समस्येशी ते झुंजू लागले. ओबडधोबड यंत्रातून पहिला डोसा बाहेर पडला तेव्हा ईश्वर आणि सुदीपला गगन ठेंगणं वाटू लागलं. आयआयटी जेईईमध्ये पहिला क्रमांक मिळवल्यासारखा त्यांना आनंद झाला!

दोन वर्षांनंतर त्यांची कंपनी जोरात सुरू आहे. अधिक सुधारित स्वरूपाचं, टेबलावर ठेवून वापरण्याजोगं 'डोसामॅटिक' मशिन आता रेस्टॉरंटमालकांना विकण्यासाठी तयार आहे.

तुम्ही मेंदूरूपी तव्यावर कल्पना पसरवता. उत्कट जिद्दीचं इंधन घालून ती कल्पना शिजवता. कधीकधी गोष्टी जळतात, कधी त्या फसतात. पण तुम्ही प्रयत्न करायचं मात्र थांबत नाही.

अखेरीस, एके दिवशी तुम्हाला ती गोष्ट जमते!

अद्वितीय रवा मसाला

ईश्वर विकास आणि सुदीप सबात
(एसआरएम इंजिनिअरिंग कॉलेज, चेन्नई)

डोसामॅटिक

आंध्र प्रदेशातल्या तिरुपतीजवळच्या वायपाडू नामक गावात ईश्वर विकासचा जन्म झाला.

''माझे वडील विजया बँकेत काम करत होते. त्यांच्या सतत बदल्या होत असत. त्यामुळे मी कर्नाटक राज्यातील लहान लहान खेड्यांमध्ये लहानाचा मोठा झालो. ही खेडी शंभर-दोनशे लोकसंख्येची, खरोखरच अगदी चिमुकली होती.'' ईश्वर पहिलीत शिकत होता, तेव्हा हे कुटुंब म्हैसूर शहरात हललं. ते मोठं शहर होतं. त्यानंतर अखेरीस ते हैदराबादेत हललं आणि तिथंच ईश्वरनं बारावीची परीक्षा दिली. याच सुमाराला त्यानं 'स्टे हंग्री, स्टे फुलिश' हे पुस्तक वाचलं आणि आपणसुद्धा उद्योजक बनायचं असं त्यानं ठरवलं.

''मी विचार केला की, स्वतःचा व्यवसाय सुरू करण्यासाठी मला आयआयएमची पदवी हवी असली, तरी त्याआधी मला ग्रॅज्युएशन पूर्ण करायला हवं.''

हैदराबादमधील इतर सर्व शाळकरी मुलांप्रमाणेच ईश्वरसुद्धा अभियांत्रिकीकडे आकृष्ट झालेला होता; पण अनेक प्रवेशपरीक्षांना बसूनही त्याला आयआयटी किंवा एनआयटीमध्ये प्रवेश मिळवता आला नाही. चेन्नईच्या एसआरएम इंजिनिअरिंग कॉलेजात त्याला प्रवेश मिळवता आला आणि ईश्वरनं तिथं जाण्याचा निर्णय घेतला.

त्या कॉलेजात रुजू झाल्यावर त्याला त्याच्या कॉलेजमधील आंत्रप्रेन्युअरशिप सेलबद्दल म्हणजेच उद्योजकांना मार्गदर्शन करणाऱ्या संस्थेबद्दल माहिती कळली. ही संस्था एन.ई.एन.* (नॅशनल आंत्रप्रेन्युअरशिप नेटवर्क) यांच्या सहभागानं चालवली जात होती. या ई-सेलनं 'इचिबान कन्सल्टिंग' या लघू आणि मध्यम आकाराच्या उद्योगांना मदत करणाऱ्या कंपनीमालकाचं- श्रीयुत राज शंकर यांचं भाषण आयोजित केलं

---

* NAAC – नॅशनल असेसमेंट अँड ॲक्रीडिटेशन कौन्सिल.

होतं. ती पहिल्या वर्षाची पहिलीच सेमिस्टर होती. तरीही ईश्वर विनासंकोच त्या वक्त्यासमोर गेला आणि म्हणाला, "सर, मला उद्योजक बनायचंय. तुम्ही मला मदत कराल का?"

राजशंकर यांनी या मुलाला म्हटलं, "माझ्या ऑफिसात येऊन मला भेट."

जेव्हा ईश्वर खरोखरच तिथं पोहोचला, तेव्हा या उद्योजक सल्लागारानं त्याला काही अत्यंत महत्त्वाच्या गोष्टी सांगितल्या : "केवळ वेबसाइट सुरू करणं, याला उद्योग म्हणता येणार नाही. कंपनी कशी चालवायची, लोकांशी कसं बोलायचं, त्यांच्याकडून काम कसं करून घ्यायचं हे सारं तुम्हाला शिकावं लागतं." हे ऐकून ईश्वरची जिज्ञासा जागृत झाली.

"मला तुमच्या हाताखाली काम करून या सर्व गोष्टी शिकून घ्यायच्या आहेत!" तो श्रीयुत राजशंकर यांना म्हणाला.

अशा प्रकारे अभियांत्रिकीचा प्रथम वर्षाचा विद्यार्थी दररोज दुपारी चार वाजता कॉलेज संपायची वाट पाहू लागला. त्यानंतर इचिबानच्या कार्यालयात पोहोचण्यासाठी ५० किलोमीटरचा प्रवास करून शहराचं दुसरं टोक गाठू लागला. तिथं तो रात्री नऊ वाजेपर्यंत काम करत असे आणि त्यानंतर हॉस्टेलवर परत येण्यासाठी लोकल ट्रेन पकडत असे. बऱ्याचदा त्याला परत पोहोचायला मध्यरात्र होत असे.

"एसआरएमबाबत एक गोष्ट अतिशय चांगली होती. तिथं तुम्हाला पूर्ण स्वातंत्र्य दिलं जात होतं. तुम्हाला कोणतीतरी गोष्ट करावीशी वाटत असली तर ती तुम्ही करू शकत होता." रोजचा इतका धकाधकीचा दिनक्रम असूनही ईश्वरनं अभ्यासातली आपली गुणवत्ता चांगली ठेवली होती. त्यानं निवडलेला इलेक्ट्रिकल इंजिनिअरिंगचा अभ्यासक्रम फारसा अवघड नव्हता.

"मी कधीच वर्गात पहिला येत नसलो तरी ७० ते ८० टक्के गुण मी सहजगत्या मिळवत होतो."

इचिबानमध्ये ईश्वरनं मार्केटिंगच्या क्षेत्रात मदत करायला सुरुवात केली. त्या वेळेस ही कंपनी विद्यार्थ्यांसाठी एक प्रशिक्षण उपक्रम चालवत होती. ईश्वरवरची जबाबदारी होती, त्याच्यासारख्याच विद्यार्थ्यांना या प्रशिक्षणासाठी आपलं नाव नोंदवायला उद्युक्त करणं. प्रत्येक तुकडीत ३० विद्यार्थ्यांना प्रविष्ट करून घेणं, ही त्याच्यावर सोपवलेली कामगिरी होती. ईश्वरनं त्यासाठी वेगवेगळ्या कॉलेजांबरोबर संपर्क साधला. तो वेगवेगळ्या समारंभांमध्ये बोलला.

"मी त्यासाठी 'फेसबुक'चासुद्धा वापर केला. त्या वेळेस ते नवं होतं."

या तरुणानं मार्केटिंग क्षेत्रावर त्वरित प्रभुत्व मिळवलं. इचिबान अ‍ॅकॅडेमीला तीन तुकड्या भरून देण्यास त्यानं मदत केली. त्या प्रशिक्षण कार्यक्रमात व्यवसायाशी निगडित असलेले अनेक वेगवेगळे विषय शिकवले जात होते. आठ रविवार दिल्या जाणाऱ्या प्रशिक्षणासाठी २५०० रुपये शुल्क आकारलं जात होतं. पण त्यानं केलेल्या प्रयत्नांसाठी ईश्वरला मात्र कोणताही मोबदला दिला गेला नाही.

''मला पगार दिला जात नव्हता. माझ्या प्रवासखर्चापुरते पैसेसुद्धा मला दिले जात नव्हते; पण त्याची मला तमा वाटत नव्हती. कारण मला तिथं अनेक गोष्टी शिकून घेता येत होत्या.''

एसआरएम कॉलेजनं आयोजित केलेल्या 'मिलन' या वार्षिक उत्सवात फूड स्टॉल ठेवून ईश्वरनं शिकून घेतलेल्या काही गोष्टी वापरात आणल्या. त्याच्याजवळ स्टॉलसाठी आगाऊ देण्याकरता पैसे नव्हते. त्यामुळे ईश्वरनं पाच मित्रांना प्रत्येकी ५० रुपये गोळा करायला लावले आणि त्यानं काही कृष्णधवल फलक छापून घेतले. या फलकांवर लिहिलं होतं, 'वडापावासाठी आणि जलजिरासाठी आगाऊ नोंदणी करा आणि वीस टक्के सवलत मिळवा! कोणत्याही अटी लागू केलेल्या नाहीत.'

हॉस्टेलमधल्या प्रत्येक खोलीत जाऊन त्यांनी वडापावची एक हजार टोकन्स विकली. एकूण आठ हजार रुपये मिळवले. हातात पैसा आल्यावर ही मुलं कॉलेजच्या अधिकारी मंडळाकडे जाऊन स्टॉल मागू लागली. त्यांचा उत्साह पाहून कॉलेजच्या मुख्याध्यापकांनी या मुलांना एक स्टॉल विनाशुल्क दिला!

''तीन दिवसांच्या अखेरीस आम्ही वीस हजार रुपये नफा मिळवला.''

ईश्वर मार्केटिंगमध्ये मदत करत असला तरी आता तो बेचैन होऊ लागला होता. एके दिवशी इचिबानच्या ऑफिसात त्याची राजा गणेश नावाच्या मनोवेधक असामीशी भेट झाली. राजा 'अमर इंडस्ट्रीज'चे मालक होते. ही कंपनी बांधकाम, इंटिरिअर डिझाइन, उत्पादन आणि खरेदी-विक्री व्यवहार या कामांमध्ये व्यग्र होती. ही कंपनी खूप मोठी आणि उत्तेजक जागा आहे असं ईश्वरला वाटलं.

ईश्वर राजाकडे गेला आणि म्हणाला, ''मला तुमच्यासाठी काम करायचं आहे.''

> **''माझ्या पहिल्या नोकरीत मला कोणताही मोबदला दिला जात नव्हता; परंतु कोणत्याही मोबदल्यापेक्षा अनेक पटींनी जास्त महत्त्वाची गोष्ट मला तिथं मिळत होती : मला खूप गोष्टी शिकायला मिळत होत्या!''**

“मी संपूर्ण दिवस कारखान्याच्या गिअरबॉक्स बनवणाऱ्या विभागात थांबत असे आणि गिअर म्हणजे काय आणि त्याचं काम कोणत्या प्रकारे होतं, हे जाणून घ्यायचा प्रयत्न करत असे.”

अमर इंडस्ट्रीजच्या मालकानं ईश्वरला विचारलं, “तुला किती पगार हवाय?”

ईश्वरनं उत्तर दिलं की कोणताही मोबदला मिळावा अशी त्याची अपेक्षाच नव्हती. पण श्रीयुत राजांनी आग्रहच धरला.

“मी तुला काहीच वेतन दिलं नाही तर मला वाईट वाटत राहील,” ते म्हणाले. म्हणून मग त्यांनी जेवण आणि प्रवास यांच्या खर्चासाठी दरमहा पाच हजार रुपये देऊ केले.

अशा प्रकारे कॉलेजमधल्या चौथ्या सहामाहीत ईश्वर अमर इंडस्ट्रीजच्या सीईओंचा स्वीय सचिव म्हणून काम पाहू लागला होता. हे ऑफिससुद्धा कॉलेजपासून दोन तासांपेक्षा जास्त अंतरावर होतं आणि ईश्वरला रोज दूरचा प्रवास करावा लागत असे आणि मध्यरात्रीच परत येता येत असे; पण या वेळच्या प्रवासात त्याला सोबत मिळाली होती. “माझा मित्र सुदीप माझ्याबरोबर ‘अमरसन्स’मध्ये येऊ लागला होता. आम्ही दोघं रूममेट्‌ससुद्धा होतो.”

दक्षिण ओरिसातील बेहेरामपूर गावचा रहिवासी असलेला सुदीप सबात केंद्रीय विद्यालयात शिकून एसआरएम इंजिनिअरिंग कॉलेजात इलेक्ट्रॉनिक्स आणि इलेक्ट्रिकल इंजिनिअरिंग या विषयातील पदवी मिळवण्यासाठी दाखल झाला होता. कॉलेजच्या दुसऱ्या वर्षापासून ईश्वर आणि सुदीप कॅम्पसबाहेर राहू लागले होते. त्यामागचं प्रमुख कारण होतं हॉस्टेलमधलं रद्दी जेवण!

“आम्ही दोघे एक बेडरूमच्या फ्लॅटमध्ये राहत होतो आणि हौसेने स्वतःचं जेवण स्वतःच बनवत होतो.”

सुरुवातीला ईश्वरप्रमाणे कॉलेजनंतर काम करण्यात सुदीपला फारसा रस वाटत नव्हता; पण त्यामागचं कारण होतं की, त्याला मार्केटिंग आणि ऑफिसचं अन्य काम फारसं आवडत नव्हतं. सुदीपला यंत्रांचा सहवास अत्यंत प्रिय वाटत असे आणि अमरसन्समध्ये यंत्रं भरपूर प्रमाणात उपलब्ध होती.

“मला वेल्डिंग, कटिंग आणि ग्राइंडिंगचं (धातूचे तुकडे जोडणं, कापणं आणि त्यांची पूड करणं) काम बघायला आवडत असे. मला यंत्रांचा आवाज ऐकायला आवडत असे.”

त्यामुळे सुदीप कारखान्यात रेंगाळत असे; तर ईश्वर त्यांच्या ऑफिसात 'राजा सरांबरोबर' काम करत असे. अमर इंडस्ट्रीज अनेक प्रकारे उद्योग करत असे. त्यामुळे तिथं विविध प्रकारच्या गोष्टी शिकून घेता येत असत. एकाच वेळेस हवेत अनेक चेंडू झेलण्यासारखंच सीईओचं काम असायचं. त्याच कौशल्यावर त्याचं यश अवलंबून असायचं. सीईओला एकाच वेळेस मालाची किंमत सांगणं, कर्मचाऱ्यांवर नजर ठेवणं, नफ्याकडे लक्ष पुरवणं अशा अनेक गोष्टी कराव्या लागत असत.

ईश्वर सदैव हाकेला 'ओ' देण्यासाठी सज्ज राहून मोलाचं साहाय्य करत असे.

''मी वर्गात असतानासुद्धा मला एसएमएस यायचा, की अमुक अमुक ई-मेल ताबडतोब पाठवणं गरजेचं आहे आणि ते काम मी तिथल्या तिथंच माझ्या मोबाइलवरून करत असे.'' शनिवार-रविवार कॉलेजला सुट्टी असल्यामुळे हे दोघे संपूर्ण दिवस अमर इंडस्ट्रीजमध्येच घालवायचे आणि त्याखेरीज वेळोवेळी करावे लागणारे नेहमीचे प्रकल्प, सादरीकरणं आणि परीक्षा या गोष्टीसुद्धा पार पाडायचे.

''आमचं दैनंदिन जीवन अत्यंत धकाधकीचं होतं. वर्गात बऱ्याचदा आम्ही पेंगायचो. पण ते जीवन मौजेचंसुद्धा होतं. आम्ही व्यग्र दिनक्रम धकवून नेत होतो.''

कॉलेजच्या तिसऱ्या वर्षी राजशंकरनी त्यांच्या तरुण स्वीय सचिवावर क्रोमियम खाणींची माहिती जमा करण्याचं काम सोपवलं. त्या क्षेत्रात वित्तीय गुंतवणूक करण्याचा त्यांचा मानस होता. ईश्वरनं सर्वप्रथम इंटरनेटवरून माहिती शोधायचा प्रयत्न केला; पण त्याला फार काही माहिती मिळाली नाही. त्यामुळे तो सुदीपला म्हणाला, ''चल, आपण स्वतःच ओरिसात जाऊ आणि समक्षच माहिती काढू!''

दुसऱ्या दिवशी सकाळी हे दोघे भुवनेश्वरला जाणाऱ्या कोरोमंडल एक्स्प्रेसमध्ये आरक्षणाशिवायच चढले. ''सुदीप ओरिसाचा होता. त्यामुळे खाणकाम व्यावसायिकांशी आम्हाला सहजपणे संवाद साधता येईल, अशी आमची अपेक्षा होती.''

पण ईश्वर आणि सुदीप जेव्हा भुवनेश्वरमधील 'ओरिसा माइनिंग कॉर्पोरेशन'च्या ऑफिसात गेले, तेव्हा गोष्टी त्यांच्या अपेक्षेनुरूप काही घडल्या नाहीत. आपण कॉलेज विद्यार्थी आहोत आणि खाणकामावरचा प्रकल्प करत आहोत, अशी बतावणी करत जेव्हा ते तिथल्या एका अधिकाऱ्याजवळ पोहोचले, तेव्हा त्यानं त्यांच्यापाशी कॉलेजच्या शिफारसपत्राची मागणी केली.

''आम्ही म्हटलं की आमचे प्राध्यापक ई-मेलनं असं पत्र धाडतील; पण त्यांना ते पत्र कॉलेजच्या लेटरहेडवर हवं होतं आणि ते पोस्टानंच पाठवलं जावं, असं त्यांचं म्हणणं होतं.''

इतर अनेक खाणकंपन्यांमध्येसुद्धा या मुलांना असाच नाउमेद करणारा अनुभव आला. अखेरीस टाटा समूहाच्या नियंत्रणाखाली असलेल्या सुकिंडा येथील एका क्रोमियमच्या खाणीत ही मुलं पोहोचली. हा भुवनेश्वरपासून १०० किलोमीटर अंतरावरचा तो एकाट भाग होता.

"तिथं थेट जाणारी बस किंवा आगगाडी नव्हती; पण आम्ही हरप्रयासानं तिथं पोहोचलो!" तिथल्या खाणकाम अधिकाऱ्यानं या मुलांचं म्हणणं शांतपणे ऐकून घेतलं. त्यांच्या कॉलेजच्या आयडेंटिटी कार्डवर (ओळखपत्रावर) नजर टाकली आणि त्यानं कडक नियम शिथिल केले.

तो म्हणाला, "नेहमी लक्षात ठेवा, आयुष्यात तुम्हाला परवानगी मिळवावीच लागते... पण तुम्ही चेन्नईसारख्या दूरगावाहून आला आहात त्यामुळे मी तुम्हाला मदत करतोय." त्यानं या मुलांची तंत्रज्ञांच्या टीमशी गाठ घालून दिली. त्या तंत्रज्ञांनी या मुलांपुढे सर्व माहितीचं तपशीलवार सादरीकरण केलं. एवढंच नव्हे, तर त्यांनी त्याची एक प्रतसुद्धा या मुलांना दिली आणि त्यांना शुभेच्छा दिल्या.

"आम्ही त्यांची फसवणूक करतोय, हा विचार आम्हाला व्यथित करत होता; पण त्याबरोबरच हवी ती माहिती अनेक उपद्व्याप करून अखेरीस मिळवता आली, याचा आनंदयुक्त थरारही आम्हाला कुठंतरी जाणवत होता."

चेन्नईला परत आल्यावर ईश्वरनं अहवाल सादर केला. त्या अहवालाच्या आधारे बॉसनं वित्तनिवेश करायचं ठरवलं. या प्रकल्पाचा आणखी एक वाढीव फायदा झाला : ईश्वर आणि सुदीप यांच्या लक्षात आलं की, ते दोघं एक टीम म्हणून एकत्रितपणे काम करू शकत आहेत.

"आम्हाला वाटलं की आता आम्ही स्वतःची कंपनी सुरू करणं आवश्यक आहे."

याच सुमाराला ही दोघं मुलं, कॉलेजच्या कोणत्यातरी कामासाठी दिल्लीला गेली. तेव्हा करोलबागेतल्या बिकानेरवाल्याकडे त्यांना साक्षात्कार झाला की, एका मसाला डोशासाठी १३० रुपये मोजावे लागत आहेत. चेन्नईहून आलेल्या मुलांना हे ऐकून धक्काच बसला. दाक्षिणात्य अन्नपदार्थ इतके महाग का असावेत?

तो दुकानदार म्हणाला, "डोसा बनवू शकेल, अशा स्वयंपाक्याला मला दरमहा वीस ते पंचवीस हजार पगार द्यावा लागतो. त्यामुळे डोशाची किंमत वाढते!"

वर्तुळाकार, गरमागरम, कुरकुरीत डोसे बनवणारं मशिन तयार करता येईल का, ही अचाट कल्पना ईश्वरच्या डोक्यात चमकली आणि ती कल्पना त्यानं सुदीपजवळ बोलून दाखवली. सुदीपला ती कल्पना मनोमन पटली आणि तो म्हणाला, "चल,

प्रयत्न करून पाहू या!''

चेन्नईला आल्यावर या मुलांनी गुगल स्केच म्हणजे त्रिमितीमधलं चित्र करायचा प्रयत्न केला; पण त्यांना ते जमलं नाही. त्यामुळे ते एका स्थानिक कॅड सेंटरवर गेले. (CAD – कॉम्प्यूटर एडेड डिझाइन) त्यांचं बजेट होतं दोन हजार रुपये. त्यांनी असं त्रिमिती चित्र करून मागितलं. तीन दिवस सकाळपासून रात्रीपर्यंत त्या डिझायनरजवळ बसून त्यांनी त्यांची ढोबळ संकल्पना त्याच्यापुढे मांडली.

''आम्ही काही मेकॅनिकल इंजिनिअरिंग शाखेचे विद्यार्थी नव्हतो. त्यामुळे बॉल-बेअरिंग म्हणजे काय, हेसुद्धा आम्हाला ठाऊक नव्हतं. आम्ही फक्त म्हणालो, 'एक खांब बनव!''

मग डिझायनर प्रश्न विचारत असे, ''कोणत्या आकाराचा? किती जाडीचा? कोणत्या धातूचा?''

ईश्वर आणि सुदीपपाशी या प्रश्नांवर उत्तरं नसत. पण एकत्रितपणे त्यांनी अनेक समस्यांची उकल केलेली असल्यामुळे 'आपण हेसुद्धा काम करू शकू' असा त्यांना आत्मविश्वास वाटत होता. यंत्रविषयक गोष्टी विकणाऱ्या चेन्नईमधील पॅरी या बाजारपेठेत ते दोघे पोहोचले आणि काही दिशा सापडतेय का, कोड्याची उकल करण्यासाठी काही कल्पना सुचतेय का, याचा शोध घेऊ लागले.

''तिथले ८० टक्के दुकानदार तुमच्याशी बोलायलासुद्धा तयार नसतात! ते फक्त प्रश्न विचारतात, 'तुम्हाला कोणता भाग हवाय ते सांगा – ५६२बी की ५६२सी?''

पण जर तुम्ही चिकाटीनं तिथं थांबून राहिलात आणि त्या विक्रेत्याला फुरसतीचा निवांत क्षण मिळण्याची तुम्ही वाट पाहिलीत, तर तुम्हाला त्याच्याकडून बरीच माहिती मिळवता येते. ते ज्ञानाचे कण एकत्र करून तुम्ही इंटरनेटवर पुढली माहिती गोळा करून ज्ञानात भर घालू शकता. दुसऱ्या दिवशी सकाळी तुम्ही दुसऱ्या दुकानात जाऊन त्याचप्रकारे सहनशीलपणे वाट पाहू शकता आणि ज्ञानाचे आणखी कण जमा करू शकता.

''हळूहळू यंत्राच्या प्रत्येक भागाबद्दल आम्ही माहिती गोळा केली.''

''डोसा बनवणारं मशिन ही सर्वस्वी वेगळी संकल्पना होती. त्यामुळे आम्हाला कल्पनाशक्तीचा वापर करून प्रयत्न करावे लागत होते. गोष्टींमध्ये सतत लहान-मोठे फेरबदल करावे लागत होते.''

"ना मी मेकॅनिकल इंजिनिअर होतो आणि ना डिझायनर होतो. कंपनी कशी चालवतात याचं मला काहीही ज्ञान नव्हतं; परंतु मला हे कोणत्यातरी प्रकारे करायचंच होतं... मग त्यासाठी काहीही करावं लागलं तरी ते करणं क्रमप्राप्तच होतं!"

अशा प्रकारे ज्ञान मिळवायचं, तर त्यासाठी खूप वेळ द्यावा लागतो. त्यामुळे त्यांना कॉलेजचे अनेक वर्ग बुडवावे लागले. दुसऱ्या कुणालातरी त्यांची उपस्थिती लावायची विनंती करावी लागली. ही मुलं कोणत्यातरी खटपटीत व्यग्र आहेत, हे काही प्राध्यापकांना समजलं होतं. त्यामुळे त्यांनी या मुलांच्या अनुपस्थितीकडे डोळेझाक गेली.

पाच महिने उलटल्यावर ईश्वर आणि सुदीप एका वेगळ्या कॅड डिझायनरकडे गेले आणि त्याला त्यांनी मोठ्या आत्मविश्वासानं यंत्राच्या आराखड्याची तपशीलवार माहिती सांगितली. त्याचं डिझाइन तयार झाल्यावर हे दोघे जण अमर इंडस्ट्रीजमध्ये गेले आणि त्यांनी कारखान्यात त्यांना थोडीशी जागा देण्याची विनंती केली.

"आम्ही अंदाज बांधला होता की हे मशिन बनवण्यासाठी एखादा महिना पुरेल."

जानेवारी २०१२ मध्ये त्यांनी काम सुरू केलं; पण ते मारुतीच्या शेपटाप्रमाणे लांबतच गेलं. तीन महिने उलटले तरी मशिन तयार होण्याचं कोणतंही चिन्ह दृष्टिपथात नव्हतं.

अगदी अथपासून एखादं यंत्र बनवण्यासाठी खूप वेगवेगळे प्रयोग करून पाहावे लागतात. प्रयोगात भरपूर चुका होतात आणि या साऱ्याला भरपूर खर्च येतो. ईश्वर आणि सुदीपनं कल्पिलेलं मशिन एक चौरस मीटर आकाराचं आणि ३०० किलो वजनाचं असणार होतं. त्यासाठी लागणाऱ्या पोलादाचीच किंमतच किलोमागे २८० रुपये दरानं, ८० हजार रुपये झाली असती.

"आम्ही आमच्या खिशातूनच दोन लाख रुपये खर्च केले."

ईश्वरला दरमहा मिळणाऱ्या पाच हजार रुपये पगारापैकी चार हजार रुपये ईश्वर ताबडतोब त्याच्या वडिलांकडे पाठवून देत असे. ते पैसे उडवून टाकण्याचा मोह त्यानं कटाक्षानं टाळला होता. अशा प्रकारे त्यानं एक लाख रुपये शिल्लक टाकलेले होते. ते पैसे आता कामाला आले. ईश्वरच्या वडिलांनी पदरचे आणखी एक लाख रुपये द्यायचं कबूल केलं.

या मुलांना अडीच महिन्यांची उन्हाळी सुट्टी होती. त्यांनी सुट्टीत चेन्नईमध्येच राहून मशिनवर काम करायचं ठरवलं. त्या वेळी तोंड द्यायला सर्वांत अवघड गोष्ट होती, उन्हाळ्याची तीव्र उष्णता!

''त्या वेळेस चौदा चौदा तास वीजकपात केली जात होती. पाण्यातसुद्धा कपात केली जात होती आणि या अडचणीतून मार्ग काढून आम्हाला हे मशिन बनवायचं होतं... पण बनवलेलं मशिन मात्र कधीच काम करत नव्हतं!''

तोपर्यंत ईश्वर आणि सुदीप अमर इंडस्ट्रीतल्या जागेतून बाहेर पडले होते आणि त्यांनी घराजवळच्या एका कारखान्यात जागा घेतली होती. ही जागासुद्धा त्या मालकाचं मन वळवून त्यांनी फुकटात मिळवली होती.

''आम्ही त्याला म्हटलं की मूळ नमुना तयार झालाय. आता फक्त बारीकसारीक सुधारणा करायचं काम बाकी उरलंय.''

या प्रचंड मोठ्या मशिनवर अनेक अयशस्वी प्रयोग करण्यात सारा उन्हाळा खर्च झाला. त्यासाठी त्यांनी मोठ्या प्रमाणावर डोशाचं मिश्रण वापरलं. नशिबानं ते मिश्रण स्वस्तात- किलोमागे फक्त २० रुपयांत उपलब्ध होतं.

आणि मग एका सुदिनी डोशाच्या पिठाचं मिश्रण आत घातल्यावर डोसा तयार झाला. ईश्वर आणि सुदीपना गगन ठेंगणं वाटू लागलं.

''तो डोसा थोडासा जळला होता. तो अगदी गोलही झाला नव्हता, पण आमच्या दृष्टीनं तो साऱ्या जगातला सर्वोत्कृष्ट डोसा होता!''

ईश्वरनं एक व्हिडिओसुद्धा काढला. त्यानं तो व्हिडिओ मोठ्या अभिमानानं सर्वांना दाखवला. डोसा मशिन सर्वत्र नेऊन दाखवणं अशक्य असलं तरी व्हिडिओ सर्वत्र नेणं सहज शक्य होत होतं.

या व्हिडिओच्या आधारेच २०१२ सालच्या 'व्हेंच्युरा' स्पर्धेत (एनआयटी त्रिची इथली बिझनेस प्लॅन कॉम्पिटिशन) या मुलांना 'इनोव्हेशन' विभागात प्रथम क्रमांक मिळवता आला.

''जर सॉफ्टवेअरमध्ये चूक झाली तर 'बॅकस्पेस' आणि 'डिलिट'च्या साहाय्यानं तुम्ही ती चूक डिलिट करू शकता. यंत्रांच्या बाबतीत मात्र चूक झाली तर तुम्हाला ते यंत्र मोडीत काढून टाकावं लागतं आणि पुन्हा पहिल्यापासून ते नव्यानं बनवावं लागतं.''

''मी नोकरीसाठी इंटरव्ह्यू दिले असते तर ईश्वरला ते आवडलं नसतं, हे मला मनोमन ठाऊक होतं. त्या कृतीचा स्पष्ट अर्थ झाला असता की मला प्रकल्पाच्या भवितव्याबद्दल विश्वास वाटत नाहीये.''

'एंजल नेटवर्क'च्या गगन अगरवालना ही गोष्ट आवडली आणि त्यांनी या कल्पनेसाठी साहाय्य (इन्क्युबेशन) पुरवायची तयारी दर्शवली. ते म्हणाले, ''तुम्हाला प्रायव्हेट लिमिटेड कंपनी संस्थापित करावी लागेल आणि त्यातलं ५ टक्के भागभांडवल आम्ही घेऊ!''

याच्या मोबदल्यात 'इंडियन एंजल नेटवर्क' त्यांना एक मार्गदर्शक गुरू मिळवून देणार होतं. हा गुरू या मुलांशी महिन्यातून एक-दोन वेळा बोलणार होता आणि कंपनी कशी चालवावी याबद्दल त्यांना मार्गदर्शन पुरवणार होता.

''काही लोक म्हणाले की, ५ टक्के भागभांडवल ही फारच मोठी मागणी आहे. त्याबदल्यात तुम्हाला पैसे किंवा ऑफिस मिळत नाहीये!''

पण ईश्वरचं मत मात्र बरोब्बर उलटं होतं.

''मी म्हटलं की, सध्या आमची कल्पना शून्य किमतीची आहे! मी त्यांना ५ टक्के भागभांडवल दिलं, तर कदाचित त्या कल्पनेतून काहीतरी निष्पन्न होईल.''

या प्रक्रियेमुळे 'डोसामॅटिक'ची 'प्रायव्हेट लिमिटेड कंपनी' म्हणून नोंदणी झाली आणि गोष्टींकडे गांभीर्यानं पाहिलं जाऊ लागलं. तोवर ही मुलं डोसा मशिनकडे केवळ एक प्रकल्प म्हणून पाहत होती. आता तो एक व्यवसाय बनला.

''तुम्हाला तुमच्या मशिनचं प्रात्यक्षिक करून दाखवता येईल का?''

अमेरिकास्थित ए.बी.ई.टी.चे (ॲक्रेडिशन बोर्ड ऑफ इंजिनिअरिंग अँड टेक्नॉलॉजी) प्रतिनिधी एसआरएम कॉलेज ऑफ इंजिनिअरिंगला भेट द्यायला आलेले होते. डोसा मशिनचं प्रत्यक्ष प्रकल्प म्हणून प्रदर्शन करण्यात आलं. त्याचा ए.बी.ई.टी.च्या लोकांवर खूपच प्रभाव पडला आणि कॉलेजला ॲक्रेडिशन (गुणवत्तेबाबत अधिकृत मान्यता) दिलं गेलं.

''अधिकाऱ्यांनी आम्हाला एक प्रस्ताव सादर करण्याची सूचना दिली आणि तीन-चार महिन्यांतच आम्हाला दीड लाख रुपयांचं अनुदान मिळालं.''

या आर्थिक मदतीमुळे या मुलांना त्यांच्या मशिनच्या ओबडधोबड प्रतिकृतीत

सफाईदार बदल घडवता आले. त्यांनी इलेक्ट्रॉनिक्सतज्ज्ञ असलेल्या त्यांच्या मित्राची- अनिरुद्धनाथची मदत घेतली. ''तो आयुष्यात फक्त दोनच गोष्टी करत असे- झोपत तरी असे किंवा उपकरणांमध्ये सुधारणा तरी घडवत असे.''

त्यांच्या इतर वर्गमित्रांनीसुद्धा कंपनीत सहभाग घ्यायला सुरुवात केली; पण ते त्यातून लगेचच बाहेर पडले. उद्योजकत्व म्हणजे कोणतीतरी भव्य-दिव्य, थरारक गोष्ट वाटत असली तरी त्यासाठी करावे लागणारे कष्ट पाहिल्यावर त्यांच्या उत्साहाला ओहोटी लागली.

''आम्ही सतत तिसऱ्या भागीदाराचा शोध घेत होतो; पण तिसरा भागीदार आम्हाला कधीच मिळाला नाही.''

एवढंच नव्हे, तर मित्रच शत्रू बनले. ते बोलावत आणि म्हणत, ''आज बीच-हाउसवर पार्टी आहे.'' ते ऐकल्यावर सुदीप ईश्वरला म्हणत असे, ''चल, आपण तिथं जाऊ या.''

ईश्वर त्याला आठवण करून द्यायचा, ''आपल्याला काम करायचंय.''

मित्रांसाठी वेळ नाही. 'खास' मैत्रिणीसाठी वेळ नाही. शुक्रवारी पहाटे २ ते ३ वाजेपर्यंत काम केल्यावर मुलं घरी परत येत आणि पुन्हा सकाळी सात वाजता ईश्वर सुदीपला गदागदा हलवून उठवत असे.

सुदीप झोपेतच पुटपुटत असे, ''आणखी दोन तास झोपू या.'' ईश्वर म्हणत असे, ''आपल्याला लवकरच फेरारी घ्यायचीय. चला, कामाला लागू या.''

आणखी फक्त अर्ध्याच तासात ही मुलं फॅक्टरीत पोहोचत.

''त्या वेळेस मी कुठून इतका उत्साह आणत होतो याचा विचार केला... तर आज मला मोठं आश्चर्य वाटतं. आमचा कारखाना नव्हता. ऑफिस नव्हतं. नेटकं असं उत्पादनही नव्हतं. आमच्यापाशी फक्त एक स्वप्न होतं.''

'आम्ही हे करून दाखवूच,' असं ते स्वप्न होतं. कॉलेजात नोकऱ्यांसाठी मुलाखती घेतल्या जाऊ लागल्या होत्या. त्या मुलाखती द्यायच्या की द्यायच्या नाही, हा मोठाच

''मी पीटर ड्रकर, फिलिप कोटलर अशांची चरित्रं आणि पुस्तकं वाचतो. मला कादंबऱ्यांमध्ये काहीही गम्य वाटत नाही.''

“उद्योजकत्वातील सर्वांत अवघड भाग असतो; तुमच्या स्वतःच्या भावनांवर नियंत्रण ठेवणं!”

निर्णय या मुलांना घ्यावा लागणार होता. त्याच सुमारास ‘डार्क नाइट’ हा चित्रपट वितरित करण्यात आला.

ईश्वरला त्या चित्रपटातलं एक दृश्य आठवतंय. बॅटमॅन विहिरीत पडतो आणि दोराचा वापर करून त्यातून बाहेर पडायचा प्रयत्न करतो; पण तो पुन्हा पुन्हा आत पडत राहतो आणि त्या दोरामुळेच वाचतो.

ईश्वराचा प्रेषित त्याला म्हणतो, “तुला मृत्यूची भीती वाटणं आवश्यक आहे.”

तुम्ही दोराच्या आधाराशिवाय उडी ठोकलीत तर तुमचा नेम चुकून चालणार नाही. त्या एकाच प्रेरणेमुळे तुम्ही प्रगती करत राहाल.

त्याच क्षणी ईश्वरनं निर्णय घेतला, “मी नोकरीसाठी मुलाखती देणार नाही.”

“माझी कंपनी यशस्वी झालीच पाहिजे- आधारासाठी दुसरा पर्यायच उपलब्ध नाहीये.”

नशिबानं ईश्वरचे आई-वडील त्याच्या पाठीशी खंबीरपणे उभे राहिले होते; पण सुदीपला मात्र आडवळणानं मार्ग काढावा लागत होता.

“मी माझ्या आई-वडिलांना सांगत होतो, “मी लेखी परीक्षा देतोय- पण त्यात मी उत्तीर्णच होत नाहीये. मी काय करू?”

अखेरीस सुदीपच्या वडिलांनी त्याला विचारलं, “तू खरोखरच नोकरीसाठी मुलाखती देतो आहेस का?”

आपला मुलगा ‘डोसा मशिन’च्या व्यवसायाकडे किती गांभीर्यानं बघतोय हे जेव्हा सुदीपच्या वडिलांच्या लक्षात आलं, तेव्हा मात्र त्यांनी सुदीपला मनापासून आशीर्वाद दिले. त्यांनी फक्त एकच अट घातली.

“खूप कष्ट कर आणि शक्य तेवढ्या लवकर जम बसव!”

ईश्वर आणि सुदीपला पुढे जाण्यासाठी जो उत्तेजनाचा पाठिंबा गरजेचा होता, तो बी. हरी यांनी पुरवला. ते कोलकात्यातील ‘ऑन ट्रॅक सिस्टिम्स’ नावाच्या कंपनीचे संस्थापक होते. या तरुण उद्योजकांना मार्गदर्शन पुरवण्याची जबाबदारी त्यांच्यावर सोपवण्यात आली होती. ते ईश्वर आणि सुदीपला भेटायला चेन्नईला आले आणि

त्यांच्या योजना ऐकण्यावर त्यांनी चार-पाच तास खर्च केले.

"त्या वेळेस आम्हाला वाटत होतं की, आम्ही एक हॉटेल सुरू करू, आमचं मशिन तिथं वापरू आणि डोसे करून विकू."

ही योजना मनी धरून त्यांनी कंपनीचं नाव ठेवलं, 'मुकुंदा फुड्स' (मुकुंद हे कृष्णाचं नाव आहे.) सरावना भवन (देव मुरूगनचं नाव) आणि वसंता भवन (वसंत ऋतूचं नाव) या धर्तीवर त्यांनी 'मुकुंदा फुड्स' हे नाव शोधलं होतं.

"आम्हाला वाटत होतं की, चेन्नईमध्ये यशस्वीरीत्या रेस्टॉरंट चालवण्यासाठी त्याला देवाचं नाव देणं आवश्यक आहे."

यामागचं त्यांचं तर्कशास्त्र होतं की मशिन विकून २० हजार रुपये नफा सुटेल; पण डोसे विकून सतत पैशांचा ओघ सुरू राहील आणि त्यातून अधिक नफा सुटेल.

हरी त्यांना म्हणाले, "तुम्ही डोसा बनवणारं मशिन तयार केलं आहेत; पण डोसे विकणारं रेस्टॉरंट उघडणं हे सर्वस्वी वेगळंच आव्हान आहे. तुम्हाला कोणत्या व्यवसायात पडायचंय, याची निवड तुम्हालाच करावी लागणार आहे!"

हरी यांनी दोन वेगवेगळे पर्याय त्यांना नीट स्पष्ट करून सांगितले. त्यातून कोणता पर्याय निवडायचा याचा निर्णय ईश्वर आणि सुदीप यांना स्वतःच घ्यावा लागणार होता. मशिन बनवण्यातच ते खरेखुरे प्रवीण असल्याचं या मुलांच्या लक्षात आलं.

"त्या दिवसापासून आम्ही ठरवलं, आपण डोसा मशिनचं उत्पादन करण्यावर प्रयत्न केंद्रित करायचे आणि मशिनचं उत्पादन करणारी कंपनी चालू करायची."

अशा प्रकारे हरी त्यांच्या रथाचे सारथी बनले आणि व्यवसायाच्या रणांगणातून त्यांनी त्यांना सुखरूपपणे बाहेर काढलं. त्यांनी कंपनी चालवण्याचा त्यांचा स्वतःचा अनुभव या मुलांना समजावून सांगितला. त्यांनी ईश्वर आणि सुदीपला संस्थेच्या उभारणीबद्दल विचार करायला प्रवृत्त केलं. मार्केटिंगतज्ज्ञ, डिझाइनतज्ज्ञ लोकांची नेमणूक करण्याची गरज त्यांना पटवून दिली.

त्यांनी या मुलांना दिलेला यशासाठीचा मूलमंत्र होता, "भव्य योजना आखा आणि तुमचा नक्कीच खूप विकास होईल."

हरींनी पुरवलेल्या मार्गदर्शनामुळे ईश्वर आणि सुदीप यांची मानसिकताच बदलून गेली. त्यांनी प्रत्येक गोष्ट स्वतःच करायचा प्रयत्न थांबवला. त्याऐवजी प्रत्येक कामासाठी योग्य माणूस शोधायचा प्रयत्न ते करू लागले.

अशा प्रकारे ईश्वर आणि सुदीप यांनी 'डी क्यूब डिझाइन्स'च्या मोहम्मद शहाची मदत घ्यायला सुरुवात केली. तो आयआयटी कानपूरचा पदवीधर होता आणि त्याला

मेकॅनिकल इंजिनिअरिंग आणि प्रॉडक्शन इंजिनिअरिंग (यंत्र आणि उत्पादन अभियांत्रिकी) या दोहोंचं सखोल ज्ञान होतं. त्यानं या मुलांना 'टेबलटॉप मशिन' ही संकल्पना सांगितली. ते मशिन एखाद्या प्रिंटरप्रमाणे काम करतं.

"आमच्या मशिननं काय करणं आवश्यक आहे हे आम्हाला ठाऊक होतं; पण ते काम मशिन कोणत्या प्रकारे करेल, हा भाग डी-क्यूबनं सांगितला."

यंत्राकडून कोणत्या गोष्टी करवून घ्यायला हव्यात याची तपशीलवार माहिती समजून घेणं आणि ती माहिती वास्तवात उतरवणं, ही मोहम्मदची विशेषता होती. अर्थातच त्यांची मदत स्वस्तात मिळणं शक्य नव्हतं.

"डी क्यूबनं आमच्यापाशी चार लाख रुपयांची मागणी केली. आम्ही त्यांना सांगितलं, 'तेवढी रक्कम तुम्हाला देणं आम्हाला शक्य होणार नाहीये.'

मोहम्मद म्हणाला, "ठीक आहे. सुरुवातीला मला फक्त एक लाख रुपये द्या आणि तुमचं उत्पादन जेव्हा तुम्ही बाजारात विक्रीसाठी आणाल, तेव्हा मी तुमच्याकडून पुढला हप्ता घेईन."

ईश्वरनं पुन्हा एकदा त्याच्या वडिलांकडे पैशांची मागणी केली. त्यांनी कोणतेही प्रश्न न विचारता त्याला ते पैसे दिले. सुदीपनं त्याच्या कुटुंबीयांनासुद्धा थोडी रक्कम द्यायची विनंती केली.

ऑक्टोबर २०१२पर्यंत डोसामॅटिकची 'टेबलटॉप' आवृत्ती तयार झालेली होती. इंडियन एन्जल्स नेटवर्कनं नवी दिल्ली येथे आयोजित केलेल्या एका परिषदेत या मशिनचं अनावरण करावं, असं ईश्वर आणि सुदीप यांनी ठरवलं. दोनशेपेक्षा जास्त वित्तनिवेशक त्या परिषदेत उपस्थित राहतील, अशी अपेक्षा होती. आपल्या मालाची जाहिरात करण्याची ती मोठीच सुसंधी होती.

आपल्या मालाबद्दल माहिती सांगण्यासाठी या मुलांना चार मिनिटांची मुदत देण्यात आलेली होती. या महत्त्वपूर्ण दिवसाच्या आदल्या रात्री या मुलांनी मशिनची परीक्षा घेतली. ते उत्तम प्रकारे चाललं.

दुसऱ्या दिवशी सकाळी ईश्वर व्यासपीठावर उभा राहून आपल्या मशिनचं प्रात्यक्षिक सादर करू लागला. मशिनचं बटण दाबताक्षणी प्रेक्षकांसमोर त्यातून कुरकुरीत, सोनेरी डोसा बाहेर पडणं अपेक्षित होतं. त्यानं एकदा बटण दाबलं. दुसऱ्यांदा बटण दाबलं. हाय रे दैवा! मशिनमधून फक्त डोशाचं पातळसर पीठच बाहेर पडलं.

"मला लगेचच ध्वनिक्षेपक उचलावा लागला आणि म्हणावं लागलं, 'काहीतरी

समस्या उदभवलेली दिसतेय. त्या समस्येचं आम्ही निराकरण करू.''

ईश्वरनं उसनं आवसान आणलं आणि पॉवरपॉइंटवर सादरीकरण केलं. त्यानंतर त्यांच्या लक्षात आलं की मशिनमध्ये 'शॉर्ट सर्किट' झालं होतं.

''अर्थातच आम्हाला खूप वाईट वाटलं होतं; पण आम्ही करू तरी काय शकणार होतो?''

त्या परिषदेला आलेले लोक ही 'बडी धेंडं' होते.

''आमच्या आयुष्यात प्रथमच कुणीतरी आमची ओळख गुगल इंडियाचे सीईओ, श्रीयुत राजन आनंदन यांसारख्या मोठ्या असामींबरोबर करून देत होतं!''

सर्वांसमोर जाहीरपणे फटफजिती झालेली असूनही, त्यांना भेटलेल्या प्रत्येक जणानं त्यांना उत्तेजनच दिलं.

पण या घटनेनं मात्र त्यांना अंतर्मुख होऊन विचार करायला भाग पाडलं : 'आपण आपलं उत्पादन अधिक आकर्षक दिसणारं बनवावं का? त्याचा दर्जा याहून अधिक उच्च असायला हवा का?'

''या आघातामुळेच परिपूर्ण दर्जाचं आणि सर्वतः निर्दोष असं डोसा मशिन बनवण्याची आम्हाला प्रेरणा मिळाली.'' दर वेळेस न चुकता दर्जेदार डोसा बनवेल असं डोसा मशिन बनवता येईपर्यंत अशा प्रकारच्या समारंभांमध्ये त्याचं प्रात्यक्षिक करायचं नाही, असा ईश्वर आणि सुदीपनं निश्चय केला. प्रश्न एवढाच होता की तो दर्जा कसा संपादन करता येईल?

तुम्ही जेव्हा अशा प्रकारचा प्रश्न विचारता, तेव्हा त्याचे संपूर्ण विश्वात पडसाद उमटतात आणि अखेरीस एके दिवशी तुम्हाला तुमच्या प्रश्नाचं उत्तरसुद्धा मिळतं. डोसामॅटिकला मिळालेलं उत्तर होतं : 'ॲलिस्टर डी रोझेरिओ.'

एके दिवशी ईश्वर बाजारात एका बॉलबेअरिंगचा शोध घेत होता. ॲलिस्टर त्या दुकानात काम करत होता. त्यानं ईश्वरला विचारलं, ''तुला हे कशासाठी हवंय?''

जेव्हा ॲलिस्टरनं या आगळ्यावेगळ्या डोसा मशिनबद्दल ऐकलं, तेव्हा तो अत्यंत उत्तेजित झाला.

''मला ते समक्ष बघायचंय. चल, आपण तुझ्या कारखान्यात जाऊ या!''

तिथल्या तिथं त्यानं त्याची कुरकुर आवाज करणारी पल्सर मोटरसायकल चालू केली आणि तो ईश्वरबरोबर जुन्या महाबलीपुरम रस्त्यावरच्या त्यांच्या कारखान्यातल्या

जागी जायला निघाला. ही जागा ५० किलोमीटर अंतरावर होती. ॲलिस्टरनं त्या मशिनची पाहणी केली आणि तो तिथंच थांबून सारी रात्र त्यावर काम करत राहिला.

दुसऱ्या दिवशी सकाळी त्यानं जाहीर केलं, "मी तुझी समस्या दूर केलीय."

इंजिनिअरिंगचं शिक्षण अर्ध्यावर सोडून देऊन कॉलेजबाहेर पडलेला ॲलिस्टर, हा जातिवंत अभियांत्रिकी तज्ज्ञ होता. मशिन्सच्या बाबतीतल्या त्रुटी आणि समस्या यांचं निराकरण करण, हा त्याच्या हातचा मळ होता.

फेब्रुवारी २०१३मध्ये ॲलिस्टर या कंपनीच्या संचालक मंडळावर महिना पाच हजार पगारावर रुजू झाला. मार्च अखेरीपर्यंत अवघे पाच-सहा डोसे बनवू शकणारं मशिन१०० डोसे बनवू लागलं आणि ही गोष्ट मशिन एकदाही बंद न पडता घडू लागली.

"आम्ही आयआयटीच्या पदवीधरांना, प्राध्यापकांना आणि उद्योग विश्वातल्या तज्ज्ञांना आमच्या समस्येबाबत सल्ला विचारला होता. ज्या समस्या त्यांना दूर करता आल्या नाहीत, त्याच समस्या ॲलिस्टरनं चुटकीसरशी दूर केल्या."

डिसेंबर २०१३पर्यंत मजबूत, नीटपणे काम करणारं, विश्वासार्ह मशिन तयार झालं होतं. त्याचं वजन अवघं ५० किलो होतं. डोसामॅटिकमध्ये डोशाचं पीठ, तेल आणि पाणी यांसाठी वेगवेगळे कप्पे आहेत. बटण दाबताक्षणी डोशाचं पातळ पीठ बाहेर पडतं, ते योग्य आकारात पसरतं, त्यावर तेल शिंपडलं जातं आणि ते खरपूस भाजलं जातं. अवघ्या साठ सेकंदांमध्ये गरमागरम, कुरकुरीत डोसा तयार होतो!

आता पुन्हा एकदा दिल्लीला जाऊन वित्तनिवेशकांपुढे मशिनचं प्रात्यक्षिक करून दाखवण्याची वेळ येऊन ठेपलेली होती... या वेळेस मशिन उत्तम प्रकारे चाललं.

"आम्ही साधे डोसे, बटर डोसे आणि मसाले डोसे करून दाखवले. या वेळेस आम्हाला निवेशकांकडून पैसे मिळाले!"

जरी प्रारंभी त्यांनी २० लाख रुपये उभे करायचं ठरवलं होतं, तरी त्यांच्या मार्गदर्शक गुरूनं त्यांना सल्ला दिला, की तेवढे पैसे पुरणार नाहीत. त्यानं त्यांना अधिक महत्त्वाकांक्षी बिझनेस-प्लॅन लिहायला मदत केली.

"हरी सर नेहमी म्हणत असत, 'मोठ्या योजना आखा!' आणि त्यांनीच आमच्या बिझनेस प्लॅनची तरफदारी केली आणि वित्तनिवेशकांच्या मनात त्याबद्दल विश्वास निर्माण केला."

जून २०१३मध्ये कॉलेजची पदवी मिळाली. त्याच महिन्यात ईश्वर आणि सुदीपना

'इंडियन एंजल इन्व्हेस्टर्स'कडून वित्तनिवेशासाठीच्या मान्यतेची वार्ता कळली. सर्व उपचार पूर्ण झाल्यावर त्यांना पैसे दिले जाणार होते.

मुलांनी ठरवलं की आता बंगळुरूला हललं तर बरं पडेल, कारण हे शहर नव्यानं सुरू होणाऱ्या कंपन्यांशी ममत्वानं वागतं आणि तिथं वीजपुरवठासुद्धा सारखा खंडित होत नाही. अशा प्रकारे ईश्वर, सुदीप आणि ॲलिस्टर 'गार्डन सिटी' म्हणून ओळखल्या जाणाऱ्या बंगळुरू शहरात पोहोचले. प्रश्न एवढाच होता, की अजूनही त्यांच्या हातात निवेशकांचे पैसे पडलेले नव्हते.

"आम्ही आमचे थोडे थोडे पैसे एकत्र करून कामाला सुरुवात केली."

अखेरीस ऑक्टोबर महिन्यात बँकेत पैसे आले. डिसेंबरपर्यंत विक्रीच्या दृष्टीनं किफायतशीर असं मशिन अखेरीस तयार झालं. आता हॉटेलवाल्यांना गाठून हे मशिन विकत घेण्यासाठी त्यांचं मन वळवावं लागणार होतं.

ईश्वरच्या नेतृत्वाखाली लहानशी 'विक्री टीम' संपूर्ण बंगळुरूभर ग्राहकांचा शोध घेऊ लागली होती. "आम्ही विद्यार्थी होतो, तेव्हा गोष्टी याहून सोप्या वाटत असत. पण विक्रेत्याला उत्तेजन द्यायला मात्र कोणीच तयार नसतं."

यासाठी मदत होते चिकाटीची! प्रत्येक भागातली हॉटेल्स त्यांनी दर्जानुसार विभागली आणि प्रत्येक विभाग वेगळ्या विक्रेत्यावर सोपवला. अशा प्रकारे एक जण फक्त अशाच हॉटेल्सना भेटी देतो, जिथं डोशाची किंमत तीस रुपयांहून कमी असते. दुसरा मॉल्समधल्या त्वरित सेवा पुरवणाऱ्या रेस्टॉरंट्सकडे जातो.

"आम्ही त्यांच्यापुढे मालाची जाहिरात करतो आणि आमच्या ऑफिसात येऊन डोशाचं प्रात्यक्षिक बघायचं आमंत्रण देतो."

मशिन वापरायला सोपं आहे आणि त्यातून बाहेर पडणारे डोसे चविष्ट असतात हे दोन महत्त्वाचे मुद्दे आम्ही त्यांच्या गळी उतरवतो. हे मशिन घेतलं की तुम्हाला दरमहा २० हजार रुपये देऊन अनुभवी स्वयंपाकी नेमावा लागत नाही; त्यामुळे मशिनची किंमत जरी दीड लाख असली तरी रेस्टॉरंटमालक त्या खर्चाची भरपाई अवघ्या सहा ते नऊ महिन्यांत करू शकतो.

आजवर आलेल्या मागण्यांपैकी ९० टक्क्यांपेक्षा जास्त मागण्या त्वरित सेवा पुरवणाऱ्या रेस्टॉरंट्सकडून आलेल्या आहेत. "उत्तराखंडमधील हृषीकेश आणि आंध्रमधील श्रीकाकुलम यांसारख्या लहान गावांमधूनही डोसा मशिनला मागणी येऊ लागलीय."

हे लोक स्काइपवर प्रात्यक्षिक पाहिल्यावर मागणी नोंदवतात.

खरंतर ब्रिस्बेन आणि लंडन अशा दूरदूर देशीच्या शहरांमधूनसुद्धा ग्राहक मागणी नोंदवू लागले आहेत. हे तरुण उद्योजक अशा ग्राहकांना सावधगिरीची आगाऊ सूचना देतात की, मशिन बंद पडलं तर त्यांना ते दुरुस्तीसाठी भारतात स्वखर्चानं पाठवावं लागेल. त्यावर हे ग्राहक म्हणतात, "काही हरकत नाही!"

मशिनची पहिली बॅच मार्च २०१४मध्ये फॅक्टरीबाहेर पडली. वेल्डिंग आणि कटिंग यांसारख्या गोष्टी बाहेरून करून घेतल्या जात असल्या, तरी वेगवेगळ्या भागांचं एकत्रीकरण आणि जोडणी मात्र स्वतःच्या कारखान्यातच करून घेतली जाते. सुदीप संपूर्ण उत्पादनाकडे बघतो, तर ॲलिस्टर समस्यांचं निराकरण, डिझाइन आणि आरअँडडी म्हणजेच रिसर्च अँड डेव्हलपमेंट- संशोधन आणि विकास या सर्व गोष्टींकडे बघतो.

"एक शतांश मिलिमीटर इतक्या चोखपणे हे मशिन बनवावं लागतं. त्यामुळे आम्ही स्वतःच ते बनवतो. उत्पादनाचं प्रमाण वाढलं की कदाचित आम्हाला बाहेरून गोष्टी बनवून घ्याव्या लागतील."

डोसामॅटिक कंपनीचा अंदाज आहे, दररोज भारतवासी एक अब्ज डोसे खातात. सध्याच्या मशिनची घरात वापरण्याजोगी आवृत्ती किती खपेल, याचा यावरून अंदाज बांधता येईल. अशा मशिनवर या मंडळींनी कामाला सुरुवातसुद्धा केलीय.

"आमचं स्वप्न आहे की, येत्या पाच वर्षांत, ज्या ज्या घरात मायक्रोवेव्ह ओव्हन आहे, त्या त्या घरात एक डोसा मशिनही यावं!"

३१ मार्च २०१४ रोजी संपलेल्या वर्षी 'मुकुंदा फूड्स' कंपनीकडे मशिनसाठी ३० पक्क्या मागण्या नोंदवण्यात आल्या होत्या आणि १५ कर्मचारी (विक्रीसाठी चार, उरलेले उत्पादनासाठी) कंपनीत काम करत होते. व्यवसायाचं स्वरूप नीटपणे आखण्यावर त्यांनी सध्या सारं लक्ष एकवटलं आहे. सध्या नफ्याच्या आकड्यांवर त्यांचं चित्त एकवटलेलं नाही.

"आयटीआय डिप्लोमाधारक नेमून वेगवेगळ्या शहरांमध्ये आम्ही सर्व्हिस सेंटर्स (सेवा केंद्रं) सुरू करत आहोत. ग्राहकांनी संतुष्ट राहावं आणि आमच्या मालाची मौखिक शिफारशीद्वारा जाहिरात करावी, असा आमचा त्यामागचा हेतू आहे."

ॲपलच्या तंत्रज्ञानाच्या जमान्यात, ग्राहकाला संतुष्ट ठेवणं हे काही सोपं काम राहिलेलं नाही. "कुणीतरी आम्हाला प्रश्न विचारला की फोनवरून मशिन वापरता यावं म्हणून मशिनमध्ये एखादं 'ॲप' बसवलं आहे का?"

मशिनच्या दर्जात सतत सुधारणा घडवणं हे त्यांचं उद्दिष्ट असलं, तरी तंत्रज्ञानाची त्या

प्रकारची उंची गाठायला अनेक वर्षं प्रयत्न करावे लागतील. परिपूर्ण आणि सर्व प्रकारे निर्दोष मशिन बनण्याची वाट पाहण्याऐवजी ईश्वर आणि सुदीप, सध्याचं मशिन बाजारात आणून ग्राहकांच्या सूचनांनुरूप बदल घडवण्याच्या मार्गानं जात आहेत. मशिनच्या प्रत्येक नव्या बॅचमध्ये आणखी सुधारणा घडवण्याचा त्यांचा प्रयत्न असतो.

विद्यार्थी ते संशोधन आणि संशोधक ते उद्योजक असा ईश्वर आणि सुदीपचा प्रवास मोठा थरारक आहे. या प्रवासातच समस्यांचं निराकरण करायला, वेगवेगळ्या प्रकारच्या लोकांना तोंड द्यायला आणि स्वत:चे पैसे आणि वेळ यांचं उत्तम नियोजन करणं त्यांनी शिकून घेतलं. "आम्ही आमच्या अनेक मित्रांची उदाहरणं पाहिली आहेत. त्यांनी कंपन्या सुरू केल्या आणि ते अयशस्वी ठरले. हे सारं भावनिकदृष्ट्या कमजोर ठरल्यामुळे घडलं."

प्रत्येक इंजिनिअरच्या मनात आणखी एक प्रश्न असतो : 'मला एमबीए पदवीची गरज आहे का?' ईश्वर आणि सुदीप या प्रश्नाला अगदी ठामपणे नकारार्थी उत्तर देतात. वित्त क्षेत्र असो की विपणन- तुम्हाला त्याबद्दल वर्गात शिकायची गरज नसते. मुख्य गरज असते ती वेगवेगळ्या स्वभावाच्या लोकांशी जुळवून घेण्याची आणि पदवी मिळाल्यामुळे त्याबाबत मदत होण्याजोगी नसते. यासाठी आपल्या संस्थेच्या स्वभावधर्माला साजेसे लोक शोधण्यापासून प्रारंभ करावा लागतो.

"आम्ही कर्मचाऱ्याची नियुक्ती करताना त्यानं परीक्षेत मिळवलेल्या गुणांकडे लक्ष देत नाही. आमच्या दृष्टीनं त्याला महत्त्व नसतं. आम्ही परीक्षा म्हणून त्यांच्यावर एखाद्या वास्तवातल्या समस्येचं निराकरण करण्याची जबबादारी सोपवतो."

कंपनीत ईश्वर आणि सुदीप 'दयाळू पोलीस' आणि 'निष्ठुर पोलीस' या भूमिका बजावत असतात. सुदीप कर्मचाऱ्यांशी नेहमीच दयाळूपणे वागतो, तर ईश्वर खूप कडकपणे वागतो आणि ही पद्धत उपयुक्त ठरलीय.

कंपनी नुकतीच चालू झालीय. त्यामुळे कंपनीचे संस्थापक आणि कर्मचारी सारे जणच शनिवारी आणि रविवारसुद्धा कामावर येतात.

"आमच्या लोकांना निकड समजते. रविवारी ते कधीकधी त्यांच्या पत्नीला किंवा मैत्रिणींना ऑफिसात घेऊन येतात." अजून त्यांना खूप मोठा पल्ला पार करायचा आहे. अनेक अडथळे ओलांडावे लागणार आहेत. अनेक शिखरं सर करावी लागणार आहेत.

रस्त्यावर नजर ठेवलीत आणि काळजावर हात ठेवलात की तुम्ही तिथवर नक्कीच पोहोचाल.

तरुण उद्योजकांसाठी सल्ला

सुदीप

कॉलेजात असल्यापासूनच प्रारंभ करा. 'मी पदवी मिळवल्यानंतर व्यवसाय थाटेन' असा विचार करू नका. कारण तसं कधीही प्रत्यक्षात घडणार नाही. तुम्ही कोणत्यातरी कंपनीत नोकरी घ्याल आणि एकदा खिशात पैसा खुळखुळू लागला की तुम्ही त्यापलीकडची स्वप्नं पाहणं सोडून द्याल.

नुसती संकल्पना पुरत नाही. तुम्हाला त्या संकल्पनेनुसार प्रत्यक्ष नमुना बनवावा लागतो. मग खऱ्या जगात तो नमुना नेऊन त्याची परीक्षा पाहावी लागते. तुम्हाला जिथं सारे जण ओळखतात, त्या कॉलेजपलीकडल्या वास्तव जगात तुम्हाला आपल्या मालाची परीक्षा करावी लागते.

तुम्हाला आयआयएमए, सीआयआयई* किंवा नॅसकॉम*कडून किंवा तशा अन्य संस्थांकडून इन्क्युबेशन (संकल्पनेचं प्रत्यक्ष व्यवसायात परिवर्तन करण्यासाठीची मुदत) मिळवता आलं, तर ते जरूर घ्या. पैशांसाठी नव्हे, तर अनुभव मिळवून, गुरूंकडून मार्गदर्शन मिळवता येण्यासाठी! अशा प्रकारच्या इन्क्युबेशनमुळे तुम्हाला व्यवसायाच्या उत्पन्नाचा आराखडा बनवण्यात, व्यवसाय चालवण्याच्या विविध बाबींचं ज्ञान मिळवण्यात मदत होईल. व्यवसायाकडे तुम्ही गांभीर्यानं पाहू लागाल.

ईश्वर

नवी कंपनी सुरू करणं ही मॅरेथॉन शर्यतच असते; तर उत्पादन करणारी कंपनी चालवणं ही डबल-मॅरेथॉन ठरते. त्यासाठी तुम्हाला प्रचंड सहनशीलता राखावी लागते.

ही तीव्र ऊर्मी निदान पाच वर्षं तरी तेवती ठेवा. तुम्हाला वाटू शकेल, 'मी फार हुशार

---

* नॅसकॉम (NASSCOM) – नॅशनल ॲसोसिएशन ऑफ सॉफ्टवेअर ॲंड सर्व्हिसेस कंपनी

* आयआयएमए (IIMA) – इंडियन इन्स्टिट्यूट ऑफ मॅनेजमेंट, अहमदाबाद

* सीआयआयई (CIIE) – सेंटर फॉर इनोव्हेशन, इन्क्युबेशन ॲंड आंत्रप्रेन्युअरशिप

आहे आणि मी इतरांपेक्षा झटपट यशस्वी ठरेन.' पण तसं घडत नाही.

तुम्ही कॉलेजचाच एक प्रकल्प करताय, अशा दृष्टीनं व्यवसायाकडे पाहू नका. व्यवसाय व्यावसायिकदृष्ट्या यशस्वी होणं गरजेचं असतं. तुमचा माल विकत घ्यायला कुणीतरी तयार होणं आवश्यक असतं.

आम्ही सुरुवातीला या मशिननं बनवलेले डोसे विकू लागलो होतो. आम्ही दहा डोसे बनवले की मशिनमध्ये बिघाड होत असे. आम्ही तो बिघाड दुरुस्त करून पुन्हा डोसे बनवायला सुरुवात करत असू. पण त्यायोगे आम्हाला कळलं की आम्ही बनवलेले डोसे, तव्यावर बनवलेल्या डोशांएवढेच उत्तम होत आहेत. कुणालाही त्यातला फरक ओळखता येत नसे. ते पाहून आमचा आत्मविश्वास वाढलाच : 'आम्ही बनवलेलं मशिन नीट काम करतंय. काहीही अडथळे आले तरी आम्ही प्रयत्न सुरू ठेवायला हवेत!'

स्टार्टअप रिसोर्स

(१) शशांक एन. डी. – shashank@practo.com
अभिनव लाल – abhinav@practo.com
www.practo.com

(२) सौरभ बन्सल – sbansal@magicrete.in
पुनीत मित्तल – puneetmittal@magicrete.in
सिद्धार्थ बन्सल – sidharth.bansal@magicrete.in
www.magicrete.in

(३) प्रकाश मुन्ध्रा – prakash.blessingz@gmail.com

(४) प्रभकिरण सिंग –prabhkiran@bewakoof.com
सिद्धार्थ मुनोत –siddharth@bewakoof.com
www.bewakoof.com

(५) अंकित गुप्ता – ankit@innovase.com
ध्रुव सोगानी – dhruv@innovase.com
नीरज आगरवाल – nee.agl@gmail.com
www.innovase.com

(६) रूपेश शाह – rupesh@inopen.in
www.inopen.in

(७) अनुज गर्ग – arujgarg@gmail.com

(८) अनुराग अरोरा – 12aarora@ibsindia.org

(९) अपूर्वा जोशी – apurvapj@gmail.com
www.fraudexpress.com

(१०) ईश्वर विकास– eshwar@mukundafoods.com
सुदीप सबात– sudeep@mukundafoods.com
www.dosamatic.com

शाइन ब्राइट

उद्योजक असलेल्या 'सीईओं'च्या प्रेरणादायी कथा

रश्मी बन्सल

अनुवाद

मुक्ता देशपांडे

प्रत्येकाला उद्योजक बनण्याची इच्छा असते.

पण, केवळ याच मार्गानं तुम्ही प्रभाव टाकू शकता का?
एखादा उद्योजक ज्या गोष्टी करू शकतो त्याच तुम्ही
नोकरीच्या कक्षेत राहूनही करू शकत असाल तर?

'शाइन ब्राइट' अशाच काही प्रेरणादायी प्रवासांचा
लेखाजोखा सादर करतं,
जे एकाचवेळी कष्टसाध्यही आहेत आणि
समाधान देणारेही आहेत.

कोणत्याही नोकरीत तुम्ही 'अडकलेले' नसता,
तुम्हीही बदल घडवू शकता–
एक 'उद्योजक' बनू शकता...